அம்பேத்கர்
அறிமுகமும்-கம்யூனிசமும்

ஆர். பட்டாபிராமன்

நன்நூல்
பதிப்பகம்
மணலி-610203
திருத்துறைப்பூண்டி

அம்பேத்கர் - அறிமுகமும் கம்யூனிசமும்
(கட்டுரைகள்)
நூலாசிரியர்: **ஆர். பட்டாபிராமன்** ©
முதல் பதிப்பு: டிசம்பர்-2023
பக்கங்கள்: 204

வெளியீடு:
நன்னூல் பதிப்பகம்
தொடர்பு எண்: 99436 24956
மணலி, திருத்துறைப்பூண்டி - 610 203
nannoolpathippagam@gmail.com

விலை ரூ.220

AMBEDKAR
ARIMUGAMUM COMMUNISAMUM
(Essays)
Author: **R. Pattabiraman** ©
First Edition: December-2023
Pages: **204**

Published by:
Nannool Pathippagam
Contact No. **99436 24956**
Manali, Thiruthuraipoondi - 610203
nannoolpathippagam@gmail.com

ISBN 978-93-94414-40-2
Price: ₹ **220**

அட்டை, உள்பக்க வடிவமைப்பு: சு. கதிரவன்

Printed at : ASX Printers, Chennai - 5.

பொருளடக்கம்

பகுதி-1

	ஆசிரியர் விழைவு	4
1.	அம்பேத்கரின் ஆளுமைப் பயணம்	7
2.	பாபாசாகேப் அம்பேத்கர் அன்றாட வாழ்க்கை துளிகள்	18
3.	ஆளுமைகளின் ஆளுமை அம்பேத்கர்	44
4.	அம்பேத்கரின் பகவத்கீதை விமர்சனம்	62
5.	அம்பேத்கரின் முகப்புரை	67
6.	அம்பேத்கரும் பட்டியல் சாதியினரின் அரசியல் அதிகாரமும்	76
7.	பாபாசாகேப் அம்பேத்கரின் அரசியல் பொருளாதார சிந்தனைகள்	99

பகுதி-2

	முன்னீடு	116
1.	அம்பேத்கரும் கம்யூனிசமும்	121

ஆசிரியர் விழைவு

டாக்டர் அம்பேத்கர் தன்னளவில் பெரும் ஆளுமை மட்டுமன்று, அவர் ஆளுமைகளின் ஆளுமையாகவும் கொண்டாடப்படுகிறார். அவ்வப்போது அவரை வாசித்து தெளிந்த அனுபவங்களில் கடந்த 20 ஆண்டுகளில் எழுதிப் பார்த்த சில கட்டுரைகளை இங்கு சிறு வெளியீடாக்கி உள்ளேன்.

அம்பேத்கர் குறித்து ஏராள நூல்கள் வந்துள்ளன. நான் ஏதும் புதிதாக இங்கு எதையும் கொண்டுவந்து சேர்த்து விடவில்லை என்பதை புரிந்தே இங்கு காணப்படும் கட்டுரைகளை வாசகர்கள் பார்வைக்கு முன்வைக்கிறேன்.

அம்பேத்கரின் ஆளுமைப் பயணம், பாபாசாகேப் அம்பேத்கர் அன்றாட வாழ்க்கை துளிகள், ஆளுமைகளின் ஆளுமை அம்பேத்கர், அம்பேத்கரின் பகவத்கீதை விமர்சனம், அம்பேத்கரின் முகப்புரை, அம்பேத்கரும் பட்டியல் சாதியினரின் அரசியல் அதிகாரமும், பாபாசாகேப் அம்பேத்கரின் அரசியல் பொருளாதார சிந்தனைகள் எனத் தலைப்பிடப்பட்ட ஏழு கட்டுரைகள் இந்த வெளியீட்டில் இணைக்கப்பட்டுள்ளன. தனிப்பகுதியாக 'அம்பேத்கரும் கம்யூனிசமும' தரப்பட்டுள்ளது.

அம்பேத்கரின் சாதி குறித்த ஆய்வுகள், அம்பேத்கரும் மதமும், அம்பேத்கரும் பிரிட்டிஷ் ஆட்சியும் போன்ற தலைப்புகளில் சில குறிப்புகளை எழுதிப் பார்க்க வேண்டும் என்ற உந்துதல் இருக்கிறது. ஆந்திரா மார்க்சியர் ரங்கநாயகியம்மா எழுதிய புத்தகத்தை முன்வைத்து ஏறத்தாழ மூன்று மணிநேர உரை ஒன்றை சென்னை பாட்டாளி படிப்புவட்டத் தோழர்கள் மத்தியில் சில ஆண்டுகளுக்கு முன்னர் ஆற்றியிருந்தேன். அந்த உரையின் குறிப்புகளை தவறவிட்டதால் அதனை இத்துடன் என்னால் இணைக்க முடியாமல் போனது. அதில் சாதி குறித்த அம்பேத்கர் ஆய்வுகளையும், சிபிஅய், சிபிஎம், சிபிஎம்எல் தலைவர்கள் சாதி குறித்த ஆய்வுகளையும் ஒப்பீடாக முன்வைத் திருந்தேன்.

அடுத்து கிடைக்கும் வாய்ப்பில் மேற்சொன்ன கடமைகளை நிறைவேற்ற காலம் அனுமதிக்கும் என்று கருதிக்கொள்கிறேன். இளம் வாசகர்களுக்கு என் எளிய வாசிப்பு அம்பேத்கர் பற்றிய புரிதலுக்கு துணை நின்றால் அது என் பேறு.

இந்நூலை அழகுற அச்சிட்டு வெளியிட்டுள்ள நன்னூல் பதிப்பகத்தின் திரு. மணலி அப்துல் காதர் அவர்களுக்கும், வடிவமைப்பு செய்த தம்பி சு. கதிரவனுக்கும் என் நன்றிகள்.

அன்புடன்,
– ஆர். பட்டாபிராமன்

பகுதி-1

1

அம்பேத்கரின் ஆளுமைப் பயணம்

(கடலூர் NFTE நடத்திய அம்பேத்கரின் 125வது பிறந்த தினகூட்ட சொற்பொழிவு ஏப்ரல் 15, 2016 – உரையின் சுருக்கப்பட்ட கட்டுரை வடிவம்)

அம்பேத்கர் மகத்தான சமூகப்போராளியாக எப்படி உருவானார், எவற்றை உருவாக்க விரும்பினார் என்பதை இன்றைய நாளின் இளம் தலைமுறையினர் அறியவேண்டும். அவரின் எழுத்துக்களின் தொகுப்பில் பத்தாயிரம் பக்கங்களாவது நமது தொடர்தேடலுக்காக காத்து நிற்கின்றன.

பிரித்தானியர் வருகைக்கு முன்பான இந்திய சமூகம் தொடர்ச்சியான ஒரேநாடாக இருந்ததா- தொடர்பறா சமூகமாக விளங்கியதா என்பதைப் பற்றி முற்கால புராதன இந்தியா குறித்து ரொமிலா தாப்பர் உள்ளிட்டவர் தங்கள் ஆய்வுகளை தந்துள்ளனர். பிரிட்டிஷாருக்கு இந்திய நாடு பெரும் சுரண்டல்காடாக இருந்ததுடன் ஆய்வுக்களனாகவும் ஆச்சரியப்படத்தக்கதாகவும் இருந்தது. வாழ்க்கைமுறையில் உணவு, உடை, மொழி, கலாச்சார வித்தியாசங்களை அவர்கள் கண்டனர். தங்கள் அய்ரோப்பிய கலாச்சாரத்தின் பெருமை தனை உணரத்தக்க சமூகத்தட்டு ஒன்றை அவர்கள் ஏற்படுத்த முனைந்தனர். நமது மொழிகளைக்கூட அவர்களில் சிலர் கற்றனர். நமக்கு வீரமாமுனிவர். ஜி யு போப் போன்றவர்கள் கிடைத்தனர்.

பிரிட்டிஷார் வரவால் இந்தியர்கள் வாழ்க்கையிலும் மாற்றங்கள் வரத்துவங்கின. ஆங்கிலமொழி அறிவால் மேற்கத்திய கருத்துக்களின் செல்வாக்கு படரத்துவங்கியது. பிரஞ்சு புரட்சி, பிரிட்டிஷ் நாடாளுமன்றமுறை, அமெரிக்க விடுதலைப்போர், இத்தாலியின் மாஜினி கரிபால்டி, சோவியத் புரட்சி என பல்வேறு தாக்கங்களுக்கு இந்தியர்கள் தொடர்ந்த பல ஆண்டுகளில் உள்ளானார்கள். மேற்கு எழுத்துக்களால் பாதிக்கப்படாத முன்னணி தலைவர்களே இல்லை எனலாம். ஆங்கிலேயர் உதவியுடன் இந்தியச் சமூகத்திற்கு தேவைப்பட்ட சீர்திருத்தங்களுக்கான முயற்சி களும் நடந்தேறின. ராஜாராம்மோகன் ராய் போன்றவர் இதில் பங்காற்றினர். பிரம்மசமாஜம் ஆரிய சாமாஜங்கள் உருவாயின. தாகூரின் மூத்தோர்கள் இவற்றில் ஆர்வம் காட்டினர். தமிழகத்தில் அயோத்திதாச பண்டிதர், மராட்டி யத்தில் பூலே தம்பதிகளின் சிந்தனைகள் தாக்கத்தை உருவாக்கின. சமஸ்தான மன்னர்கள் சிலர் ஆங்கிலம் கற்று சீர்திருத்தங்களுக்கு ஆதரவாகவும் நின்றனர். பரோடாமன்னர் கெய்க்வார்டு அத்தகையவர்களில் ஒருவராக இருந்தார்.

மகாத்மா பூலே சாதிக்கொடுமைகளை சாடிப் போராடி னார். பிராம்மண எதிர்ப்பு போராட்டமாகவே அவை அமைய முடியும். ஒடுக்கப்பட்ட மக்களின் கல்வி அறிவு மேம்பாடு, நாகரீகமான இருப்பிட சூழல், அடிமைப்போல் உழைக்கும் நிலையை மாற்றல், எதிர்க்கவேண்டியவைகளுக்கு மௌனம் கலைத்து போராடுதல் என்பதற்கான போராட்டக் களத்தை பூலே அமைத்தார்.

தமிழகத்தில் அயோத்திததாசர் பண்டிதர் 'ஒரு பைசா தமிழன்' என்கிற பத்திரிகைமூலம் விழிப்புணர்வை ஏற்படுத்தி வந்தார். அயோத்திதாச பண்டிதர், சிங்காரவேலர், பெரியார் என்கிற பெரும் ஆளுமைகள் தமிழகத்தில் இப்போராட்டங்களை முன்னெடுத்தனர்.

இந்த இந்திய சூழலில்தான் அம்பேத்கர் வளர்ந்துவருகிறார். அவரின் மூதாதையர்கள் இரத்தினகிரி மாவட்டத்தில் மஹர்

என்கிற பிரிவைச்சார்ந்தவர்கள். 1890களில் அவர்கள் குடும்பம் பிரிட்டிஷ் இராணுவ ஆளெடுப்பில் வாய்ப்பை பெற்றனர். மஹர் என்பதற்கு பொதுவாக தாய்வீடு என்கிற பொருள்உண்டு. தாய் வீட்டில், பிறந்தவீட்டில் இருக்கிறோம் என்கிற பெருமித அடையாளமது. ஆங்கிலம் பேசத்தெரிந்தவர்களாக இருந்த சிலருக்கு சில வாய்ப்புகள் கிடைத்தன.

முதல் உலகப்போர் காலத்தில் மஹர் பட்டாலியன் படைப் பிரிவு பயன்படுத்தப்பட்டது. மஹர் இனத்தாருக்கு பெருகிய செல்வாக்கு சிலருக்கு கண்களை உறுத்தியது. அவர்கள் 'கிரிமினல் டிரைப்' என சில சாட்சியங்களை எடுத்துக்காட்டி இராணுவ வேலைக்கு சேர்க்கக் கூடாது எனச் சட்டம் கொணர சிலர் போராடினர். திலகர்கூட ஆதரவாக பேசினார் என்கிற செய்தி கிடைக்கிறது. இதனால் அரசாங்க வேலை என்கிற வாய்ப்பு ஆயிரக்கணக்கான இளைஞர்களுக்கு தடைப் பட்டது. விவசாய வேலையும் பெரும் பலனை தரவில்லை.

அம்பேத்கரின் தந்தை ராம்ஜி இந்தப்பிரச்சனையை புகழ் பெற்ற மகாதேவரானடே அவர்களிடம் எடுத்து சென்றார். ரானடே, கோகலே ஆகியோருக்கு ஆங்கிலேயர்களிடம் மரியாதை இருந்தது. காந்திக்கு முன்பான பெருந்தலைவர்களாக திலகருடன் சேர்த்து அறியப்பட்டவர்கள். பின்னாட்களில் அம்பேத்கர் இவர்கள் அனைவர் குறித்தும் விவாதித்துள்ளார். காந்தியுடன் ஆனாலும், கம்யூனிஸ்ட்களுடன் ஆனாலும் அவர் தன் நிலைப்பாட்டை வெளிப்படுத்தி போராடுபவராக இருந்தார். ரானடே தலையீட்டால் மஹர் பிரிவினர் மீண்டும் சேர்க்கப்பட்டனர். அம்பேத்கர் வளர்ந்த பின்னர் புகழ்வாய்ந்த எல்பின்ஸ்டன் கல்லூரிக்கு செல்கிறார்.

மஹர் சமூகத்திலிருந்து முதல்முறையாக வெளிநாடு சென்று படிக்கும் வாய்ப்பு அம்பேத்கருக்கு கிடைக்கிறது. கொலம்பியா பல்கலைக்கழகம் ஆய்வுகளின் முன்னோடி கல்விநிறுவனம். அங்கு அம்பேத்கர் தனது மிக முக்கிய ஆய்வறிக்கைகளை வெளியிடுகிறார். வர்த்தகரீதியாக ரூபாயின் மதிப்பு என்பது வருகிறது. இந்தியாவில் சாதிகள் எனும் புகழ்வாய்ந்த

செவ்வியல் தாக்கம்நிறைந்த அறிக்கை இந்தியன் ஆண்டிக் எனும் பழமைகளை- வரலாறுகளை பதிவு செய்யும் இதழில் வெளியாகிறது.

இந்தியத் தலைவர்கள் பலரையும் போல அம்பேத்கரும் மேற்கித்தியசிந்தனைகளின் தாக்கத்திற்கு உள்ளாகிறார். அவர் மறைவதற்கு முன்னர் 1952ல் என்னுடைய ஒட்டுமொத்த அறிவிற்கும் நான் யாருக்காவது கடமைப்பட்டிருக்கிறேன் என்றால் அந்த அறிவார்ந்த கடனுக்குரியவர் (Intellectual debt) ஜான் பிரடெரிக் துவெ (John Frederik Dewey) என தெரிவிக்கிறார். தனது அமெரிக்கப் பயணத்தின்போது அவரை சந்திக்கவும் அவர் விருப்பமாக இருந்தார். ஆனால் பேராசிரியர் ஜான் துவே ஜூன் 1952ல் மறைந்து விடுகிறார். பேராசிரியர் செலிகன் என்பவரும் அம்பேத்கரிடம் செல்வாக்கு செலுத்தியவர்.

இரண்டு முக்கிய முழக்கங்களை அம்பேத்கர் மேற்கித்திய சிந்தனைமரபிலிருந்து, புரட்சிகளின் வரலாற்றிலிருந்து எடுத்துக்கொண்டார். 'சுதந்திரம், சமத்துவம், சகோதரத்துவம்' என்கிற பிரஞ்சு புரட்சியின் புகழ்வாய்ந்த முழக்கம். இந்த வாசகத்தை அம்பேத்கர் தொடர்ந்து முழங்கிவந்தார். இந்திய தன்மையில் இதன் பொருள் என்ன என்பதை ஆழமாக விளக்கியுள்ளார். இரண்டாவது முழக்கம் தமிழகத்தில் அவர் சிலையுள்ள இடங்களில் எல்லாம் காணப்படும் முழக்கமான கற்பி, ஒன்று சேர், போராடு (Educate, Organise, Agitate). இம்முழக்கம் Fabian Socialist கள் வெளிப்படுத்திய முழக்கம். மார்க்சிய வகைப்பட்ட சோசலிச சொல்லாடல்கள் நமக்கு பழக்கமானவையாக இருக்கும். ஜெயபிரகாஷ், நரேந்திரதேவ் போன்றவர்கள் 'டெமாக்ரடிக் சோசலிசம்' எனப்பேசினர். இங்கிலாந்தில் வெப், கோல், பெர்னாட் ஷா போன்றவர்கள் புகழ்வாய்ந்த பேபியன் சோசலிஸ்ட்களாக இருந்தனர். அன்னிபெசண்ட் கூட தன் இளமைப்பருவத்தில் இத்தலைவர்களுடன் பணியாற்றி சோசலிச தாகம் கொண்டவராக இருந்தார்.

பொருளாதார அறிஞர்களுக்கு 'லண்டன் ஸ்கூல் ஆப் எகானமிக்ஸ்' பெருமைக்குரிய ஒன்று. இந்த லண்டன் பொருளாதாரப் பள்ளியையும் பேபியன் தலைவர்கள்தான் நிறுவினார்கள். அங்கே அம்பேத்கர் செல்கிறார், கற்கிறார்.

லாகூரில் 1922ல் சற்று முற்போக்கான 'ஜாட் பட் தோடக் மண்டல்' சாதி எதிர்ப்பு நிறுவனமாக உருவானது. ஆர்ய சமாஜ் உடன் அதற்கு மோதல் போக்கு ஏற்பட்டது. 1931ல் மக்கள் தொகை கணக்கெடுப்பின் போது சாதியை சொல்லாதே என்கிற இயக்கத்தை மண்டல் உறுப்பினர்கள் மேற்கொண்டனர். 1936ல்அவர்களது ஆண்டு மாநாட்டிற்கு தலைமை உரையாற்ற அம்பேத்கரை அழைத்திருந்தனர். இது தொடர்பான கடிதப் போக்குவரத்து மண்டல் நிர்வாகிக்கும் அம்பேத்கருக்கும் நடந்தது. உடன்பாடின்மை காரணமாக அம்பேத்கரால் அங்கு உரையாற்ற முடியாமல் போனது. ஆனால் அப்படைப்பை அவர் வெளியிட்டார். அப்படைப்பு இன்று மிகவும் புகழ் வாய்ந்த ஒன்றாக கருதப்படும் சாதியை ஒழிக்க வழி *Annihilation of Caste* என்பதாகும்.

அம்பேத்கர் ஒருவிஷயத்தில் மிகத்தெளிவாக இருப்பார். பலநாட்கள் கண்விழித்து ஆய்வு செய்து சரி என வந்தடைந்த வற்றை மாற்ற அவர் சம்மதிக்கமாட்டார். ஆய்வில்லாமல் எச்சொல்லையும் அவர் பயன்படுத்துவதில்லை. பிறருக்கு எரிச்சல் தருகிறது என்பதற்காக எதையும் மாற்றமாட்டார். இப்படிப்பட்ட தீவிர 'கமிட்மெண்ட்' அவரது எழுத்துக்களில் இருக்கும்.

ஆற்றப்படமுடியாமல் போன அவ்வுரை லிங்கனின் கெட்டிஸ்பர்க் உரை, விவேகானந்தரின் சிகோகோ உரை போன்றவைகளுக்குரிய மரியாதையைபெறத்தக்கதோர் உரை என கருதப்படவேண்டும். செவ்வியல்தன்மை கொண்ட நூலாக அதைப் பார்க்கவேண்டும். அருந்ததிராய் அம்பேத்கர்-காந்தியை முன்வைத்து *Doctor and the saint* என இப்புத்தகம் பற்றி விரிவாக விவாதித்துள்ளார். அதற்கு எதிர்வினையை

ராஜ்மோகன் காந்தி, நிஷிகாந்த் கோல்கே போன்றவர்கள் எழுதியுள்ளனர்.

அம்பேத்கர் தன்னளவில் பத்திரிகையாளராகவும் போராடியுள்ளார். 'மூக்நாயக்' என்கிற வாய் அடைக்கப் பட்டோரின் குரல், 'பகிஷ்கரித் பாரத்', மூன்றாவதாக 'ஜனதா' என்கிற பத்திரிகை. ஜனதா எனும் பத்திரிகையை பின்னர் சோசலிஸ்ட்களும் ஆங்கிலத்தில் நடத்தினர். லோகியா, ஜெயபிரகாஷ், பேராசிரியர் மதுதண்டவதே ஆகியோர் ஆசிரியராக இருந்துள்ளனர்.

அரசு சட்டக் கல்லூரியின் பேராசிரியராக அம்பேத்கர் எட்டு ஆண்டுகள் பணியாற்றினார். அதன் முதல்வராகவும் ஆனார். சைமன் கமிஷனில் சாட்சியம் சொல்ல வாய்ப்பு பெற்றார். வட்டமேஜை மாநாடுகளில் தனித்த தன் வாதங் களை வைத்தார். பிரிட்டிஷ் அரசாங்கம் தலித்களுக்கு தனித்த வாக்குரிமை என்பதையும் தரவேண்டியிருந்தது. பிரிட்டிஷ் பிரதமரின் இந்த 'அவார்டு' காந்தியை பட்டினிப் போராட்டம் நோக்கித் தள்ளியது. அம்பேத்கருக்கும் சில இந்து தலைவர்களுக்கும் இடையே உடன்பாடு ஏற்பட்டு காந்தியின் உயிர் காக்கப்பட்டது. தலித்களுக்கு 'தனித்த இடங்கள் பொது வாக்குரிமை ' என்கிற பூனா உடன்பாடாக அது வரலாற்றில் இடம் பெற்றுள்ளது.

'பிரிட்டிஷ் லேபர் பார்ட்டி' போன்ற ஒன்றை இந்தியா விலும் சோதிக்க அம்பேத்கர் விரும்பினார். ILP கட்சி உருவாக்கி சோதித்தார். பின்னர் தனித்த தலித்களுக்குரிய பிரத்யேகமான செட்யூல்ட் ஃபெடரேஷன் SCF உருவாக்கினார். கிருபளானி, ஆச்சார்யா நரேந்திரதேவ், லோகியா போன்றவர்கள்கூட அம்பேத்கருடன் உடன்பட்டு செயல்பட விரும்பினார்கள். அம்பேத்கர் காந்தியுடன், சோசலிஸ்களுடன், கம்யூனிஸ்ட்களுடன், பெரியாருடன் இன்னும் இந்துத்துவா பேசிவந்த தலைவர்களுடன் கூட தன் உரையாடலை நடத்தியிருக்கிறார். இந்தியாவில்

முஸ்லீம்கள், பாகிஸ்தான் பிரச்சனை போன்ற ஆய்வுகளை அம்பேத்கர் நடத்தியிருக்கிறார்.

காந்திஜி பயன்படுத்திய 'ஹரிஜன்' என்பதை அம்பேத்கர் பயன்படுத்தவில்லை. அவர் டி.சி. (Depressed Class) என்ற பதத்தைப் பயன்படுத்தினார். வைஸ்ராய் கவுன்சில் மெம்பராக இருந்தபோது ஏராள தொழிலாளர் பிரச்சனைகளைக் கையாண்டுள்ளார்.

அம்பேத்கரின் 'இந்தியாவில் நாணயம்' என்கிற ஆய்வுதான் ரிசர்வ் வங்கி சட்டம் உருவாக வழிவகுத்தது. அதேபோல் நிதிக் கமிஷன் என்கிற மத்திய மாநில நிதிஉறவுகளுக்கான அமைப்பு உருவாகவும் அவரது ஆய்வுகள் அடிப்படையாக இருந்தன. பட்டேலுக்கு சமஸ்தானங்களை ஒன்றிணைத்தவர் என்கிற புகழ்கிடைத்தது. இந்தியா ஒற்றை அரசாக இருக்கவேண்டுமா-மாநிலங்களின் சம்மேளனமாக இருக்கவேண்டுமா என்கிற விவாதத்தையும் முன்னெடுத்தவர் அம்பேத்கர்.

அரசியல் சட்ட உருவாக்க அசெம்பிளி விவாதங்கள் வால்யூம்களாக பதிவாகியுள்ளன. அங்கு இருந்தவர்கள் எல்லோரும் தங்கள் வாதங்களை வலுவாக வைக்கும் ஆற்றல் நிறைந்தவர்கள். வரைவுக்குழு தலைமைப்பாத்திரத்தில் உரிய விளக்கங்களை முன்வைத்து அரசியல் அமைப்புச் சட்டம் அற்புதமாக எழுதப்பட தன் தூக்கத்தை தொலைத்தவர் அம்பேத்கர். அவரின் பலபுகழ் வாய்ந்த மேற்கோள்கள் அங்கு உரையாற்றும் போது தரப்பட்டவை.

தேசியம் என்பது குறித்தும் பெரும் விவாதம் எழுந்தது. இந்தியா சாதிகளின் கூட்டமைப்பு என அம்பேத்கர் சமூக யதார்த்தத்தை எடுத்துரைத்தார். உட்புகமுடியாத மூடிய சமூகமாக இந்தியா இருந்து வருகிறது என்றார் அவர். இந்திய சமூகம் ஒருவரை ஒருவர் மதிக்கக்கூடிய சமூகமாக மாற வேண்டும் என அவர் விழைந்தார். 'காம்போசிட் கல்ச்சர்' என்பதும் 'சாதியற்ற சமூகம்' உருவாகுமா என்பதும் அவரது கேள்விகளாக இருந்தது.

இப்படியொரு சமூக அமைப்பு உருவாக்கம் என்பதற்கு நூறு ஆண்டுகள் கூடப்பிடிக்கலாம். இந்தியாவில் மேல்நிலை யாக்கம் எவ்வகையில் நடந்துவருகிறது. அனைவரும் மத்தியதரவர்க்கம் என்கிற பொருளாதார நிலை ஏற்பட்டு அது சமூக உறவில் ஜனநாயக வெளியை உருவாக்குமா என்பதே அம்பேத்கரின் கவலையாக இருந்தது.

அம்பேத்கர் இந்துமதத்தை கடுமையாக சாடியிருந்தாலும் அவர் சமய விரோதியல்ல. இந்துமதம் 'சூப்பர் மனிதர்களின்' சொர்க்கமாக இருக்கலாம் - சாதாரணமானவர்க்கு அது சாக்கடையாக இருக்கிறது என்றுகூட அவர் எழுதியிருக்கிறார்.

'My philosophy is based on Religion only' என்கிற வாக்கு மூலத்தை அவர் தருகிறார். அதற்கு சில சிறப்புத்தன்மைகளை அவர் வரையறுக்கிறார். எந்தமதம் வறுமையை போற்றுகிறதோ *(ennobling poverty)*, எந்த மதம் உங்களின் இன்றைய கஷ்டத்திற்கு உங்களின் முன் ஜென்மப் பலன்என காரணம் காட்டுகிறதோ அந்த மதத்தை நான் சகியேன் என்றார். அது மதமேஅல்ல என்றார். எந்த மதம் பகுத்தறிவு காரணகாரிய அறிவிற்கு உட்பட்டு நடக்கிறதோ, சமத்துவமாக மனிதனை நடத்துவதற்கு தயவு தாட்சண்யமின்றி போராடுகிறதோ, பொதுவெளிக்குள் அனைத்து மனிதர்களையும் அனுமதிக் கிறதோ அந்த மதம் இருக்கட்டும் என்றார் அம்பேத்கர். 'பெண்கள்வந்தால் பாதுகாப்பில்லை' என்று தடுக்காமல் எந்த மதம் பெண்களும் வரலாம் பாதுகாப்போம் என அனுமதிக்கிறதோ அந்த மதம் இருக்கட்டுமே என இன்று நமக்கு பேசத்தோன்றுகிறது.

மார்க்ஸ் கூட மதம் அபின் என நிறுத்திக்கொள்ளவில்லை. ஒடுக்கப்பட்டவர்களுக்கு மதம் புகலிடம், நிர்கதியான மனிதனுக்கு ஆறுதல் நம்பிக்கை கிடைக்கும் இடம் என்றார். அம்பேத்கருக்கு மதசார்பின்மை என்பது மதநீக்கம் அல்ல. இந்துக்களுக்கு மட்டும் என்றோ முஸ்லீம்களுக்கு மட்டும் என்றோ சட்டம் இயற்றும் இடமாக நாடாளுமன்றம் இருக்கவேண்டாம் என்பது அவர்தம் நிலைப்பாடு.

சமூகக் கொடுமைகளை அனுபவித்த பகுதியிலிருந்து தான் வந்தாலும் நாட்டில் மாற்றம் வருவதற்கு இரத்தக்களறி கூடாது என்றவர் அம்பேத்கர். சாதி ஒழிப்பு பிரச்சனையில் அவர் கம்யூனிஸ்ட்களுடன் விவாதம் செய்தவர். பாட்டாளிவர்க்க சர்வாதிகாரம் என்கிற முழக்கத்தில் அவருக்கு ஏற்பு இல்லை. இந்தியாவிற்கு நாடாளுமன்ற ஜனநாயகமே பொருந்தும் என்றவர். அதன் தனித்துவமான மூன்று கூறுகளான நாடாளுமன்றம், மந்திரிசபை, நீதிமன்றம் ஆகியவற்றின் வெற்றி என்பது அவ்வமைப்புகளில் பொறுப்புக்கு வரும் மனிதர்களைப் பொறுத்தே அமையும். எங்களுக்குள் விவாதித்து நாங்கள் அரசியல் அமைப்புசட்டத்தை நிறைவேற்றியிருந்தாலும் அது மனிதர்களைப் பொறுத்தேவெற்றிப்பெறும் என்றார் அம்பேத்கர். இந்திய அரசியல் அமைப்புச் சட்டத்தைப்பற்றிய கிரான்விலி ஆஸ்டின் என்பார் எழுதிய The Indian Constitution: Corner stone of a Nation என்பதில் அம்பேத்கரின் ஆளுமை வியக்கப்பட்டுள்ளது.

இந்திய பிரதமராகவுள்ள திரு மோடி அவர்கள் தன்னைப் போன்ற 'பாத்திரம் தேய்த்த குடும்பத்து பிள்ளை' நாடாளமுடியும் என்பதற்கு அம்பேத்கர் வகுத்த சட்டமே காரணம் என அம்பேத்கர் பிறந்த பகுதி கூட்டமொன்றில் பேசினார். அதைவிட முக்கியமாக அம்பேத்கரை 'நவீன மனு' என்றழைத் தார். மனுவை வாழ்நாள் முழுக்க எதிர்த்து போராடியவர் அம்பேத்கர்.

நேபாள காத்தமண்ட் புத்த பிக்குகள் கூட்டம் ஒன்றில் 'மார்க்ஸா புத்தரா' என்கிற விவாதத்தை அம்பேத்கர் எழுப்பி னார். அந்த உரைக்கு பின்னர் அவர்கள் அங்கே தந்த பட்டம் நவபௌத்தா என்பதாகும்.

விடுதலை இந்தியாவில் நேருவின் அமைச்சரவையில் அம்பேத்கரும் சட்ட அமைச்சராக பங்கேற்கிறார். நேருவுடன் கருத்து மோதல் ஏற்படுகிறது. 'இந்துகோடு' பிரச்சனையானது. கருத்துவேறுபாடு ஏற்பட்டு அமைச்சரவையிலிருந்து அம்பேத்கர் வெளியேறுகிறார். 1952 தேர்தலில் அம்பேத்கர் தோற்கடிக்கப்படுகிறார். இதுதான் முரண் நிகழ்வு. யார்

அம்பேத்கர்: அறிமுகமும்-கம்யூனிசமும் 15

எதற்காக வாழ்நாள் முழுதும் நிற்கிறார்களோ அதனாலேயே அவர்கள் தோற்கடிக்கப்படுவதும் நிகழ்கிறது. அம்பேத்கர் இராஜ்யசபாவில் இடம்பெறுகிறார்.

பாகிஸ்தானில் தீண்டாமை பிரச்சனை அறிந்து ஜின்னா விடம் பேசிப்பார்க்கிறார். *All untochables you come to India- I will safeguard you* என்கிற வேண்டுகோளை விடுக்கிறார். மொழி குறித்த அவரது கருத்துக்கள் முரண்பட்டதாக இருக்கும். இந்தியாவிற்குபொதுமொழி தேவை எனக் கருதினார். அது இந்தியாக இருக்கலாம் என்றார்.

அவர் சோசலிசத்திற்கு எதிரானவராக காட்டிக்கொள்ள வில்லை. 'அரசாங்க சோசலிசம்' எனப் பேசினார். நிலப் பிரச்சனையில் ஒரு ஏக்கர் என்றெல்லாம் பிரித்துக்கொடுத்தால் அவர்களால் அதை காப்பாற்ற முடியாது எனக் கருதினார். கூட்டு பண்ணைகள் என்றார். அங்கு அவர்கள் சம்பளத்திற்கு பணியாற்றலாம். விவசாய சட்டம் வேண்டும் என்றார்.

இந்தியாவில் சோசலிசம் கொணரவிரும்பும் கம்யூனிஸ்ட் களிடம் மிக முக்கியகேள்வி ஒன்றை அவர் எழுப்பினார். இந்த நாட்டின் சமூகபிரச்சனையாக சாதியை பார்க்காமல் கொடுமைகளை எதிர்த்து போராடாமல் சோசலிசத்தைக் கொணரமுடியுமா என்பதே அக்கேள்வி. ஏன் அரசியல் அமைப்புச் சட்டத்தில் சோசலிசம் பயன்படுத்தப்படவில்லை என்ற கேள்வி அவரிடம் எழுப்பட்டபோது வழிகாட்டுக் நெறிகளை படித்து புரிந்துகொள்ளுங்கள் அதைவிட சிறந்த 'சோசலிச பிராஜக்ட்' என்ன வேண்டும் என மறுமொழி தந்தார்.

அரசியல் சட்டத்தில் தங்களுக்கு பிடித்த ஷரத்து எது என அவரிடம் கேட்கப்பட்டது. ஷரத்து 17 – தீண்டாமை குற்றம் என்பது இருக்கிறது. ஷரத்து 15(4) இட ஒதுக்கீடு பற்றியது, 16(4) கல்வி வேலைஉரிமை பற்றியது. ஆனால் ஷரத்து 32 தான் எனக்கு பிடிக்கும் என்றார். அதில்தான் *constitiuional remedy* இருக்கிறது. எவராக இருந்தாலும் அனைவரும் சட்டத்திற்கு உட்பட்டு பிரச்சனையை

எழுப்பவும் தீர்வுகளைப் பெறவும் அந்த ஷரத்து வழிசெய்கிறது - சட்டரீதியான மருந்தாகிறது என்றார்.

இந்தியாவில் விடுதலை காரணமாக அரசியல் ஜனநாயகம் ஒரு மனிதன் ஒருவாக்கு கிடைத்திருக்கலாம். ஆனால் சமூக மதிப்பு அப்படி இருக்கிறதா- ஒருமனிதன் ஒரே மதிப்பு இருக்கிறதா என அவர் மிக முக்கிய கேள்வியை அனைவரின் மனசாட்சியை உலுக்கும் வகையில் எழுப்பினார். அப்படி ஒரேமதிப்பு என்பது வராவிடில் இந்திய ஜனநாயகம் இரத்தக் களறியை சந்திக்க நேரும் என்றார். இந்திய குடியரசு நோஞ்சான்களின் குடியரசாக வளராமல் வறுமை நீக்கப்பட்ட சம சமூக மதிப்புள்ள மனிதர்களின் குடியரசாக வேண்டும் என்கிற பெரும் கனா அவரிடம் இருந்தது.

2

பாபாசாகேப் அம்பேத்கர்
அன்றாட வாழ்க்கைத் துளிகள்

பாபா சாகேப் தான் மணமுடிக்க இருந்த டாக்டர் சாரதா கபீருக்கு ஒரு முறை எழுதிய கடிதத்தில் "எனது கடந்த காலத்தை குறித்து ஏதும் அக்கரையற்று இருக்கிறாய். மராத்தி பத்திரிகைகளில் அவை விரவி கிடக்கின்றன" என குறிப்பிட்டிருந்தார். அவருடைய அன்றாட வாழ்க்கை குறித்த செய்திகள் மிகக்குறைவாகவே வெளிக்கொணரப் பட்டுள்ளன. அவருடன் நெருங்கி இருந்தவர்களின் செய்தி களாகவும், பதிவுகளாகவும் அவை கிடைக்கின்றன. அவரது பேச்சும் எழுத்துமான தொகுதிகளுக்கு ஏற்பட்ட கவனம் அவரின் 'ஆளுமை உருவாக்கம்' என்பதில் காணப்பட வில்லை.

பாபா சாகேப் வீட்டிற்கு சென்று துணை நின்ற நெருங்கிய உதவியாளர்களாக நானக் சந்த் ரட்டு, தேவி தயாள், சங்கரானந்த் சாஸ்திரி, பகவான்தாஸ், நாம்தியோ நிம்கடே ஆகியோரை குறிப்பிடலாம். அவர்களைப் போன்ற நெருங்கி நின்றவர்களின் பதிவிலிருந்து சில முக்கிய அம்சங்கள் இங்கு இடம்பெற்றுள்ளன.

பாபாசாகேப் வைஸ்ராய் கவுன்சிலில் தொழிலாளர் அமைச்சராக இருந்தபோது பூரி ஜகந்நாதர் கோவிலில் அவர் அனுமதிக்கப்படவில்லை. கல்கத்தாவில் விருந்துக்கு அழைக்கப்பட்ட வீட்டில் வேலைக்காரர்களின் புறக்

கணிப்புக்கு உள்ளாக நேர்ந்தது. ஷெர்வாணி, குர்தா, லுங்கி உடைகள் அணிவதில் ஆர்வமாக இருப்பார் அம்பேத்கர். மராத்தியர் என்ற பெருமிதம் அவரிடம் பொங்கும். புத்தகங் களுடன் அவர் வாழ்ந்து மறைந்தார்- போன்ற பல தகவல் களை அம்பேத்கருடன் நின்ற தோழர்கள் பதிவிட்டுள்ளனர்.

தயா பவார் மராத்தியில் முதல் தலித் சுய வரலாற்றை எழுதியவர். கவிஞர். அவரின் பதிவிலிருந்து சில செய்திகளைப் பார்ப்போம்.

டாக்டர் அம்பேத்கர் எரிமலையைப் போல சமூகத்தை உலுக்கினார். "மற்றவர்களின் அரண்மனை மீது விருப்பம் கொள்ளாதே. உனது குடில்களை கோட்டையாக்கு" என்றார். இங்கு அரண்மனையை காங்கிரஸின் குறியீடாகவும் ரிபப்ளிகன் கட்சியை குடிலாகவும் உருவகப்படுத்திக் கொள்ள லாம். அவரை காண்பதற்காக ஏராள இளைஞர்கள் பல மைல்கள் நடந்தும் மிதிவண்டியிலும் வருவர். நகர்புறங்களில் நமது 'மஹர்' மக்களுக்கு நம்மால் ஏதாவது செய்ய முடிகிறது. கிராமப் புறங்களில் கொடும் அடக்குமுறைக்கு உள்ளாகும் அவர்களின் துயர் துடைக்க என்ன செய்வது எனசொல்லும் போதே அம்பேத்கர் கண்களில் நீர் வழிவதை நாங்கள் கண்டிருக்கிறோம்.

டாக்டர் அம்பேத்கர் மறைவு என்ற செய்தி வந்த போது கதவில் சாய்ந்து கொண்டு விம்மி அழுதேன். நான் பணிபுரிந்த கால்நடை கல்லூரியில் விடுப்பு கேட்கவேண்டும். பணியில் அமர்ந்து 3 மாதங்களே ஆகியிருந்தன. அவரின் பூதவுடல் தில்லியிலிருந்து மும்பைக்கு எடுத்து செல்லப்பட்டது.

டாக்டர் அம்பேத்கர் மறைவை சுட்டிக்காட்டி நான் விடுப்பு கோரியிருந்தேன். எனது உயரதிகாரி கோபமுற்றார். அவரோ பெரும் தேசியதலைவர். நீ அரசு ஊழியன். தனிப் பட்ட காரணங்களை தெரிவித்துவிட்டு விண்ணப்பம் கொடு என்றார். இருட்டு குகையிலிருந்த எங்களை மீட்ட எங்கள் குடும்ப உறுப்பினர் பாபாசாகேப் என்று கூறிவிட்டு அனு மதிக்கு காத்திராமல் அவரை காண சென்று விட்டேன்.

திலகரை தவிர வேறு எந்த தலைவருக்கும் இறுதி ஊர்வலத்தில் இந்த அளவு மக்கள் திரளவில்லை. ஆண்களும் பெண்களும் நெஞ்சிலே அடித்துக் கொண்டு அழுவதை கண்டேன்.

சாந்தாபாய் கிருஷ்ணாஜி காம்ப்ளே சோலப்பூரின் முதல் தலித் ஆசிரியப் பெண்மணி. பின்னர் கல்வி அதிகாரி அளவிற்கு உயர்ந்தவர். அவரும் தன்வரலாறு ஒன்றை எழுதியிருக்கிறார். சாந்தாபாய் பதிவிலிருந்து சில தகவல்களை காண்போம்..

பாபா சாகேப் மூக்நாயக் என்ற பத்திரிகையை ஆரம்பித் திருந்தார். தியந்தேவ் கோலப் என்பார் அப்பத்திரிகைக்குரிய நிதியை மோசடி செய்துவிட்டார். டாக்டர் அம்பேத்கருக்கு எதிராகவும் சென்றார். கோலப் வீட்டருகில் பாபாசாகேப் கூட்டம் ஒன்றில் உரையாற்றும்போது கோலப் கதவை சாத்திக்கொண்டு உள்ளிருந்தார். கூட்ட முடிவில் திர்மரே மாஸ்டரை அம்பேத்கார் அழைத்தார். மறுநாள் காலை பார்க்க சென்றபோது மலம் கழிக்க 'ஜக்கை' தூக்கிக்கொண்டு மிகச் சாதாரணமாக வேட்டியை ஒரு கையால் உயர்த்திப் பிடித்துக்கொண்டு அம்பேத்கர் கண்ணில்பட்டதை பார்த் தோம். அவரது எளிமையை எங்களால் பலமுறை காண முடிந்துள்ளது.

கூட்டுகிற வேலைக்கு மகர் பெண் ஒருவரின் விண்ணப் பத்தை பாபசாகேப் காட்டுகிறார். பிராம்மணர்கள் வாழும் தெருவைக் கூட்ட எனக்கு வாய்ப்பு வேண்டும். அங்கு ஏதாவது சாப்பிடக்கிடைக்கும் என அதில் எழுதப்பட்டிருந்தது. அதைப் படித்து பாபாசாகேப் நாம் நம்முடைய மக்கள் மேம்பாட்டிற்கு எவ்வளவு கடுமையாக போராடுகிறோம். இது எதைக்காட்டுகிறது என தனது கவலையையும் சினத்தையும் வெளிப்படுத்தினார். சாக்கடைக் கூட சுத்த மாகிவிடுமய்யா நாம் எப்போது என்கிற கோபம் அவரிடம் வெளிப்பட்டது *(Even gutters will improve but not our society page 41 ATAD)*

ஒருமுறை பாபாசாகேப் அவர்களை வரவேற்கும் முகத்தான் பெண்கள் ஆரத்தி விளக்குடன் அணிதிரண்டு நின்றனர். பெண் குழந்தை ஒன்று அம்பேத்கார் நீடூழி வாழ்க என முழக்கம் எழுப்பியது. குழந்தையே நான் ஏன் நீடூழி வாழ வேண்டும். தீண்டப்படாதவர் என வஞ்சிக்கப்பட்டவர்களுக்கு என்னால் முடிந்ததை செய்திருக்கிறேன் அவ்வளவுதான் என புகழ்பவர்களை நிதானப்படுத்தியதை பார்த்ததாக காம்ப்ளே பதிவு செல்கிறது. நன்கு கல்வி பயிலுங்கள்- செத்த மிருகங்களை இழுத்து வராதீர்கள்- உண்ணாதீர்கள் என கூட்டத்தில் அம்பேத்கர் உரையாற்றினார்.

பேபி கொண்டிபா காம்ப்ளே மகர் இன மக்கள் பற்றியும் தன் சுயவரலாற்றையும் எழுதிய பெண்மணி. அவரது மராத்தி எழுத்துக்கள் *The Prisions We Broke* என வந்துள்ளது. அவரின் பதிவிலிருந்து...

ஒருமுறை மகர் மக்கள் நிறைந்த ஜேஜுரி பகுதிக்கு அம்பேத்கர் காரில் வந்து இறங்கினார். அவரது உடை கார் ஆகியவவற்றைப் பார்த்து ‘அரே நம்மவர் ஒருவர்’ இப்படி யெல்லாம் ஆகி உயரமுடியுமா என பலர் ஆச்சர்யத்துடன் வியந்து பார்த்தனர். அம்பேத்கர் அங்கு உரையாற்றினார். அவ்வுரையின் சாரம் இவ்வாறு அமைந்தது.

“காலில் செருப்புகூட இல்லாமல் பல மைல்கள் நடந்து தள்ளாத பெரியவர்களும் கம்பு ஊன்றி வந்துள்ளதை பார்க் கிறேன். உங்களது கடவுளோ பக்தி உங்களை ஏன் காப்பாற்ற தவறுகின்றது. நல்ல உடையோ உணவோ கூட கிடைப்பதில்லை. ஏன் இந்த நிலை. தீர்க்க தவறும் கடவுளை நோக்கி இன்னும் ஏன் ஓடிக்கொண்டிருக்கிறீர்கள். உங்கள் நிலையை நீங்கள் உணருங்கள்.

உயர்தட்டார் எனக் கூறிக்கொள்பவர்கள் வீசும் குப்பைகளை அசுத்தங்களை சுத்தம் செய்கிறீர்கள். செத்த மாட்டை இழுத்துச் செல்கிறீர்கள். ஏன் இறைவன் உங்களைப் பார்த்து பாவப்பட்டு இரங்கவில்லை. மாற்றி யோசிக்கவேண்டிய நேரமிது. குழந்தை

களைக் கல்வி கற்கச் செய்து அதன் விளைவுகளைப் பாருங்கள். மனிதர்களாகிய நாம் அப்படி வாழ எல்லாத் தகுதியும் உடையவர்கள் என்பதை படித்த உங்கள் குழந்தைகள் மற்றவருக்கு சொல்லித்தருவர்."

வசந்த் மூன் தன் அளவில் நாடறியப்பட்டவர். அம்பேத்கரின் நூல்தொகைகளை தொகுத்தவர். 1956 புத்தமத மாறும் நிகழ்வில் நாக்பூரில் பங்கேற்றவர். அம்பேத்கரின் வாழ்க்கை வரலாறு எழுதியவர். அவரின் பதிவிலிருந்து சில பகுதிகள்....

எல்பின்ஸ்டன் கல்லூரிக்கு ஜனவரி 3, 1905ல் பீமா அம்பேத்கர் வந்து சேர்கிறார். ஷேக்ஸ்பியரின் 'கிங் லியர்' போலவே 'ஒயிஸ் கேர்ல்' என்பதை எழுதி அவர் அரங் கேற்றினார். விடியற்காலை 2 மணிக்கே எழுந்து பாடங்களை படிப்பார். மாலையில் கிரிக்கெட் விளையாடுவார். பல மாணவர்கள் பணக்கார குடும்பம் சார்ந்தவர்கள். பீமாவோ குடும்ப நகைகளை அடமானம் வைத்து கற்க அனுப்பப் பட்டவர்.

பீமா ஆங்கிலம் மற்றும் பெர்சியனில் தேர்ச்சியுடன் இருந்தார். கணிதத்தில் பலவீனம் இருந்தது. பேராசிரியர் இரானி, முல்லர் ஆகியோர் அன்புடன் இருந்தனர். முல்லர் பீமாவிற்கு சட்டைகளைக்கூட தருவார். தேர்வில் 884க்கு பீமா 282 வாங்கியிருந்தார். 1910ல் அவர் மதிப்பெண் ஆங்கிலப் பாடத்தில் 200க்கு 69, மராத்தியில் 52, கணிதத்தில் 60, பொருளாதாரத்தில் 42 என்பதாக இருந்தது. அவர் 1912ல் பட்டப்படிப்பை முடிக்கும்போது 750க்கு 282 வாங்கியிருந்தார்.

அமெரிக்காவில் தங்கியிருந்த அம்பேத்கர் 1916ல் பெரோஷா மேத்தா மறைவையும் அவருக்கு சிலை வைக்கும் செய்தியையும் அறிந்தார். உடன் பம்பாய் கிரானிக்களுக்கு கடிதம் எழுதினார். சிலைக்கு பதிலாக நினைவு நூலகம் வைத்தால் பயனளிக்குமே என்றார். சமூகம் பயன்படுத்திக் கொண்டு வளர நூலகம் உதவிபுரியும் எனக் குறிப்பிட்டிருந்தார்.

அம்பேத்கர் பேராசிரியராக இருந்தபோது கல்லூரியில் மாணவர் விடைத்தாள்கள் திருத்தம் பற்றிய விவாதத்தை ராமச்சந்திர பனவுதா தொடங்கினார். மிகப்பொறுப்புடன் பாபாசாகேப் அதற்கு பதில் தந்தார். நான் 50 சதம் உள்ளடக்கத் திற்கும் மீதி 50 சதம் வெளிப்படுத்தும் முறைக்கும் என வைத்துக்கொள்வேன். தகுதியான மாணவர்களுக்கு 60 சதத் திற்கு மேல் கொடுத்துவிடுவேன். ஒருமுறை 150க்கு 144 கூட நான் கொடுக்கும் அளவு நேர்த்தியாக விடை இருந்தது. இதைப்பார்த்த மூத்த கண்காணிப்பாளர் வேறு சிலரிடமும் அப்பேப்பரை தந்தார். சிலர் கூடுதலாகவும், சிலர் குறைவாகவும் மதிப்பிட்டிருந்தனர். இறுதியில் நான் மதிப்பிட்ட 144 என்பதே ஏற்கப்பட்டது என அம்பேத்கர் தெரிவித்தார். தாழ்த்தப்பட்ட மாணவர் என்பதால் நான் மார்க்கில் உதவிசெய்வேன் என வந்தால் அவர்களுக்கு ஏமாற்றமே மிஞ்சும் என்கிற செய்தி தனையும் அம்பேத்கர் குறிப்பிட்டார்.

வறுமையிலும் செம்மை என்பதை சொல்லும் பதிவும் இருக்கிறது. அம்பேத்கருக்கு அவரது 17ஆம் வயதில் 1908ல் திருமணம் நடந்தது. அவர் இங்கிலாந்து செல்ல நேர்ந்தபோது, இருக்கின்ற பணத்தை துணைவியார் ரமாபாய் அவர்களிடம் கொடுத்து சென்றார். பணம் தீர்ந்த நிலையில் ரமாபாய் சகோதரர் சங்கரராவ், சகோதரி கௌரிபாய் தினக்கூலிக்கு சென்று எட்டணா சம்பாதித்து வந்து குடும்பம் நடக்க வேண்டியிருந்தது.

குடும்ப சூழலை விளக்கி லண்டனில் இருந்த அம்பேத்கருக்கு துணைவியார் கடிதம் எழுதினார். நானும் உணவின்றி படுக்கச்செல்லும் சூழலில்தான் இருக்கிறேன். இருப்பதில் கொஞ்சம் அனுப்புகிறேன். உன்னிடம் இருக்கும் நகையை விற்றுக்கொள், நான் திரும்பி வந்தவுடன் வாங்கித் தருகிறேன் என அம்பேத்கர் பதில் எழுதுகிறார். அதே நேரத்தில் மகன் யஷ்வந்த் படிப்பை பார்த்துக்கொள் எனவும் தெரிவிக்கிறார். சில சமூகத் தொண்டர்கள் செய்ய வந்த உதவியை சுயமரியாதை காரணமாக ரமாபாய் மறுத்துவிட்டார் எனவும் நாம் அறிய முடிகிறது.

1926ல் பிராம்மணரல்லாத பாக்தே, ஜாவல்கர் போன்ற வர்கள் திலகரை தாக்கி எழுதியதாக பிராம்மணர் சிலர் வழக்கு தொடுத்தனர். அம்பேத்கர் பிராம்மணர் அல்லாதவர் பக்கம் நின்று அவர்களை பாதுகாத்தார். 1933ல் எம் என் ராய் தன்னை மறைத்துக்கொண்டு மகமது என்ற பெயரில் இயங்கிக்கொண்டிருந்தார். அம்பேத்கர் அவர்களையும் ராய் அதே பெயரில் சந்தித்தார். சந்திப்பு முடிந்தவுடன் இவர் பெங்காலி இந்துவாகவே இருக்கமுடியும், இஸ்லாமியராக இருக்கமுடியாது என்பதை கண்டுகொண்டு பிரதான் என உடன் இருந்தவரிடம் தெரிவித்தார். அதே ஆண்டில்தான் அவர் ஹீரோ வழிபாடுகளை விட்டொழிப்போம் என்கிற விழிப்புணர்வை தந்துகொண்டிருந்தார்.

பாலியல் பிரச்சனைகளை கற்பிப்பது என்கிற வகையில் ஆர் டி கார்வே 'சமஜ்ஸ்வஸ்தயா' என்கிற இதழை நடத்தி வந்தார். அவர் ஆபாசமாக எழுதிவிட்டார் என வழக்கு ஒன்று வந்தது. அம்பேத்கர் வழக்காடி அவரின் பாலியல் கல்விக்கு ஆதரவாக நின்று அவரை பாதுகாத்தார். அதே போல் 1938 டிசம்பரில் பம்பாய் சட்டமன்றத்தில் குடும்பக் கட்டுபாடு பில் ஒன்றை பி. ஜே.ரோஹம் மூலம் அம்பேத்கர் கொணர முயற்சித்தார். பில் தோற்றது. ஆனாலும் பிள்ளைப் பேறு கட்டுப்பாடு என்பதை புனிதம் என்பதற்கெல்லாம் அப்பாற்பட்டு சமூக பிரச்னை என்கிற விவாதம் எழுந்திட காரணமானார் பாபாசாகேப்.

ரமாபாய் அவர்கள் 1935 மே 26 அன்று காலமானார். இளம் வயதிலேயே சுமைகளையும் பொறுப்புகளையும் தாங்கி திறம்பட குடும்ப பணிகளை செய்தவர் ரமாபாய். தியாக சித்தம் கொண்டவராக விளங்கியவர். வருகின்றவர் களை உபசரிப்பது, தினம் 12 தலித் குழந்தைகளுக்கு உணவு ஏற்பாடு செய்வது போன்றவற்றை மனம் உவந்து செய்தவர். வெளியே சில கிரிமினல் பேர்வழிகளின் தாக்குதல்களை சமாளித்தவர்.

நான் இந்துவாக பிறந்திருக்கலாம், ஆனால் அப்படி சாகப் போவதில்லை என அம்பேத்கார் அக் 13, 1935ல் பகிரங்கமாக அறிவித்தார். தலித்கள் முஸ்லீம்களாக மதம் மாறினால் 5 கோடிவரை செலவழிக்க தயார் என்று ஹைதாராபாத் நிஜாம் சொல்லியிருந்தார். பிஷப்கள் அம்பேத்கருடன் தொடர்பு கொண்டனர். காந்தியடிகள் குறித்து எழுதிய ஸ்டான்லி ஜோன்ஸ் கூட அம்பேத்கரை சந்தித்தார். கிறிஸ்துவர்கள் சாதி முறையை ஒழித்துவிடவில்லையே என அம்பேத்கர் பதில் சொல்லி அனுப்பிவிட்டார். அம்பேத்கரின் வெளியிடப்படாத கட்டுரையான *'Christianizing the untouchables and condition of converts'* என்ற கட்டுரையில் அம்பேத்கர் இதனை விளக்கி யிருந்ததாக வசந்த் மூன் சொல்கிறார்.

பொற்கோயில் பொறுப்பாளர்களும் அம்பேத்கரை தொடர்பு கொண்டனர். என் கவனத்தில் சீக்கியர் மதம் இருக் கிறது என அம்பேத்கர் பதில் தந்தார். அவர் சீக்கியர் மாநாடு ஒன்றிலும் பங்கேற்றார். ஜுன் 10, 1936ல் சிலோன் புத்த துறவி லோக்நாத் புத்தமதத்தில் இணையுமாறு வேண்டுகோள் கொடுக்கிறார். அப்போதே அம்பேத்கர் தனது வேண்டுகோளை ஏற்றிருந்தால் பர்மா வெளியேறி இருக்காது என்கிற கருத்து லோக்நாத் அவர்களுக்கு இருந்தது.

சுத்திகரண் இயக்க ஆதரவாளர் விநாயக் மகராஜ் மசூரேக் கருடன் அம்பேத்கர் நடத்திய விவாதத்தில் மதம் மாறாமல் இருக்க வேண்டுமெனில் சில நிபந்தனைகளை பரிசீலித்து முடி வெடுக்கவேண்டும் என்றார். இந்து மகாசபா இரு தீர்மானங் களை நிறைவேற்றவேண்டும். பிறப்பின் அடிப்படையில் சாதி கூடாது, ஒரே வர்ணம்தான் என்பனவே அவை. அப்போது அம்பேத்கரை எதிர்த்து இந்துமதத்தை உயர்த்திப்பிடித்து வந்தவர் கே கே சாகத். அவரும் தலித் பகுதியிலிருந்தே வந்தவர். அவரை சங்கராச்சாரியாராக அமர்த்துவதை ஏற்பீர்களா என்பதும் அம்பேத்கரின் மற்றொரு கேள்வி. என்ன விடை கிடைத்திருக்கும் என்பதை அனைவரும் ஊகித்துக்கொள்ள முடியும். அப்படிச் செய்தால் மதமாற்றம் செய்ய வேண்டுமா எனக் கூட யோசிக்கலாம் என்றார் அம்பேத்கர்.

ஜூன் 5, 1952ல் அமெரிக்கா கொலம்பியா பல்கலைக்கழகம் டாக்டர் பட்டம் கொடுக்க அம்பேத்கரை அழைத்து இருந்தது. முன்னதாக பம்பாய் கிரிக்கெட் மைதானத்தில் அம்பேத்கர் கௌரவிப்பு விருந்து நடந்தது. அமெரிக்கா சென்று தேசத்திற்கு எதிரான கருத்துக்களை பேசிவிடுவேன் என எவரும் அஞ்சவேண்டாம். வட்டமேஜையில்கூட எனது தேசபக்தி காந்தியை விஞ்சி 200 மைல் முன்னதாகவே இருந்தது என்றார் அம்பேத்கர்.

நாக்பூர் நகருக்கு 1953ல் அம்பேத்கார் வருகைப்புரிந்து மௌண்ட் ஹோட்டலில் துணவியாருடன் தங்கியிருந்தார். வசந்த்மூன் போன்ற இளைஞர்கள் தாங்கள் நடத்திய பத்திரிகையை காட்டினர். முதலில் 'புத்திசம்' ஏற்றவர்கள் பிராம்மணர்கள்- பின்னால் அதை அவர்கள் *corrupt* செய்துவிட்டனர் என விவாதம் சென்றது.

புத்தமதத்திற்கு மாறினால் நமது கிராம மக்கள் காலம் காலமாக செய்துவரும் சடங்குகளில், திருமணமுறைகளிலும் மாற்றம் வேண்டுமா என அம்பேத்கர் அவர்களிடம் கேட்டபோது, சில அவசியமான சடங்குகள் தொடர வேண்டியிருக்கலாம். மறுபிறப்பை எப்படி சொல்வது என மூன் கேட்க, தான் அணையாமல் மெழுகுவர்த்தி மற்ற மெழுகுவர்த்தியை ஏற்ற உதவுவது போல புரிந்துகொள்ளலாம் என்றார் அம்பேத்கர். உட்சாதி பிரச்சனைகள் இல்லாமல் இயக்கம் கட்ட முயற்சிக்கவேண்டும் என அம்பேத்கர் அறிவுறுத்தினார்.

பகவான் தாஸ் பாபசாகேப் அம்பேத்கரிடம் ஆய்வு உதவியாளராக சேர்ந்தவர். இரண்டாம் உலகப்போர் காலத்தில் ஏர்போர்ஸ் ராணுவ சேவையில் ரடார் இயக்கப் பணியாற்றியவர், அவரின் பதிவை பார்ப்போம்.

அம்பேத்கர் வீட்டில் இருந்தால் அதிகநேரம் நூலகத்தில் செலவழிப்பார். வந்திருந்தவர்களுடன் விவாதித்து முடித்து விட்டால் படிப்பில் கவனம் செலுத்த துவங்கிவிடுவார். சில

புத்தகங்களை கையில் அடுக்கிக்கொண்டு வராந்தாவில் வந்தமர்ந்து படிப்பார். ஒருமுறை சார்லஸ் டார்வினை படித்துக் கொண்டிருந்தபோது வலிமையானது மட்டும் பிழைக்கும் என்பதை ஏற்கமுடியவில்லை என்றார். பகவான் தாஸ் 'அதற்காக டார்வின் எழுதவில்லையே' என சொன்னபோது கேட்டுவிட்டு அமைதியானார். என்ன 'MA Anthropology' முடித்துவிட்டாயா எனக்கேட்டார். என்னிடம் கூட ஏராள டிகிரி பட்டங்கள் இருக்கிறது. அறிவை பயன்படுத்தாவிட்டால் பட்டங்களால் என்ன பயன் என்றார்.

துப்புரவு பணியாளர்கள் என்ற பகுதியினர் பற்றிய உரை யாடல் வந்தபோது முஸ்லீம்கள் வந்தபின்னர் ஏற்படுத்தப்பட்ட பகுதி என அம்பேத்கர் தன் கருத்தை வெளிப்படுத்தினார். புத்த பிரதிகளில் குறிப்பு இருக்கிறது, ஹீவான் சுவாங் பேசு கிறாரே என பகவன் தாஸ் குறிப்பிட்டார். அப்படியா நான் பார்க்கவேண்டுமே என அம்பேத்கர் ஆர்வம் காட்டினார். கழிப்பறைகள் சுத்தம் பற்றிய குறிப்புகளையும், பாஹியான் சண்டாளர் என பயன்படுத்தியுள்ளதையும் பகவன் தாஸ் எடுத்துக்காட்டினார். அருமை, பாராட்டுகள் என்றார் அம்பேத்கர். இது பற்றி புத்தகம் எழுதுங்கள், நானே முகவுரை எழுதி தருகிறேன் என உற்சாகப்படுத்தினார்.

முல்க்ராஜ் ஆனந்த் ஆங்கில நாவலாசிரியர், எழுத்தாளர். அவரின் புகழ்வாய்ந்த முதல் நாவல் *untouchable*. பாபாசாகேப் அவர்களுடன் மே 1950ல் முல்க்ராஜ் நடத்திய உரையாடலில் அம்பேத்கர் முன்வைத்த கருத்துக்களின் சுருக்கம் கீழே சொல்லப்படுகிறது.

நமஸ்கார் என்பதை விடுத்து புத்த வணக்கமான 'ஓம் மணி பத்மாய' எனப்படும் விழிப்படைவோம் என்கிற விளித்தலையே அம்பேத்கர் செய்தார். நமஸ்கார் என்பது கீழ்ப்படிதல் நிலையையே உணர்த்துகிறது என்றார். நமது அரசியல் அமைப்புச் சட்டம் மதசார்பற்ற செக்யூலர் சோசலிஸ்ட் ஜனநாயக இலட்சியத்தை முன்மொழிகிறது. நிலம் அரசிற்கு சொந்தம் என்றாகி பயன்படுத்தும் உரிமை மட்டும் இருந்தால்

அங்கு சுரண்டல் நிலவாது. பல தாழ்த்தப்பட்ட குடும்பங்களுக்கு குத்தகை உரிமைக்கூட இல்லாத நிலைதான் இருக்கிறது.

வேலையை அடிப்படை உரிமையாக்க முடியாதா எனக் கேட்டதற்கு நான் அரசியல் சட்ட உருவாக்க உறுப்பினர்களில் ஒருவன் என்கிற 'லிமிட்டேஷன்' இருக்கிறது என்றார். அப்போது நீங்கள் சிங்கங்கள் மத்தியில் இருந்த ஆடுதானா என்கிற பதில் கேள்வி வந்தபோது, நான் கர்ஜித்துதான் வருகிறேன் என பொறுமையாக பதிலைத் தந்தார். மகாத்மா காந்தி பற்றி உரையாடல் திரும்பியபோது, அவர் அரிஜனங்களுக்காக நிற்கிறார் என எடுத்துக்கொண்டாலும் வர்ணாஸ்ரம தர்மம் என்றே பேசிவருகிறார் என்றார் அம்பேத்கர். ஹரி என விளித்தால் அது புகழ், பாராட்டு என நினைத்துக்கொள்கிறார். நிலைமைகள் மாறவில்லையே என்றார் அம்பேத்கர்.

U R ராவ் மகாத்மா காந்தியின் நூல்தொகுப்பிற்கு துணையாக நின்றவர். அவர் அம்பேத்கரின் புத்தக பதிப்பிற்கும் பணியாற்றியவர். தாக்கர் அண்ட் கோ புகழ்வாய்ந்த புத்தக நிறுவனம். காந்திஜி மீது பற்றுக்கொண்ட ராவ் அதில் பணியாற்றிக் கொண்டிருந்தபோது அம்பேத்கர் அவர்களை அடிக்கடி சந்திக்கவும் உரையாடவும் வாய்ப்பு பெற்றார். ராவ் அவர்களின் பதிவிலிருந்து..

தாக்கர் அண்ட் கோ நிறுவனத்திற்கு தன் புத்தகங்களை பதிப்பிக்கவும், பல புதிய வெளியீடுகளை பெறவும் அம்பேத்கர் வருவார். *Thoughts on Pakistan* போதுதான் ராவ் அம்பேத்கருடன் நெருங்க வாய்ப்பு கிட்டியது. பதிப்பாளர் உரையில் கூடுதலாக ஏதும் சொல்லிவிடக்கூடாது, வாசகர்கள் புரிந்து கொண்டாடவேண்டும் என்பது ராவின் நிலைப்பாடு. அம்பேத்கர் விஷயத்தில் இப்படி கறார் தன்மை தேவையா என நிறுவன பொறுப்பாளர்கள் தயங்கினர்.

பதிப்பாளர் குறிப்பை அம்பேத்கர் பார்த்தார். ராவ் எழுதியதா என வினவினார். ராவ் அவர்களை பாபாசாகேப் தன் கண்ணாடியை இறக்கிவிட்டுக்கொண்டு ஏற இறங்க பார்த்தார். ராவ் தன்னிலை விளக்கம் அளித்தார். நிறுவனம் என்ற வகையில் தனது பிராண்ட்களின் பெருமிதம் வெளியிலிருந்து வரவேண்டும் என நீங்கள் சொல்வதும் சரிதான் என்றார் அம்பேத்கர்.

அடுத்த புத்தகம் 'காந்தியும் காங்கிரசும் என்ன செய்து விட்டார்கள்' 1945 ஜூலையில் தயாரானது. ராவ் தனக்கு அப்புத்தகத்தில் பல விஷயங்கள் உவப்பாக இல்லை என்றார். அப்புத்தக வேலையில் ஈடுபட்டிருந்தபோது, என்மீது பெரும் விமர்சனம் வரலாம் என அம்பேத்கர் கூறினார்.. நான் தாழ்த்தப்பட்டவர்களுக்காகவும், வெளிநாட்டினர் பார்வைக் காகவும்தான் இப்புத்தகத்தை எழுதியிருக்கிறேன் என்றார். ராஜாஜியின் மறுப்பு புத்தகம் வந்ததையும் ராவ் பதிவு செய்கிறார்.

தாக்கர் நிறுவனத்தில் பார்வைக்கு வைக்கப்பட்ட புத்தக அலமாரியில் மகாத்மா பற்றிய புத்தகமும் இருந்தது. அதைப் பார்வையிட்டுக்கொண்டே வந்த பாபாசாகேப் அந்த கிழவர் பற்றி இன்னும் எவ்வளவு புத்தகங்கள் எழுதுவார்கள் என வினவினார். அவர் படியேறிவந்த இரைப்புடன் இருந்தார். அப்போது ராவ் டாக்டரிடம் இன்னும் ஒரு புத்தகம் கூட தேவைப்படலாம், அதை டாக்டரே எழுதலாம் என்றார். யார் படிப்பார்கள் என அம்பேத்கர் வினவினார். கண்டிப்பாக பதிப்பாளர் என்ற வகையில் நாங்கள் படிப்போமே என்றார் ராவ். இருவரும் சிரித்து மகிழ்ந்தனர்.

ராவ் அவர்களிடம் வேறொருமுறை அம்பேத்கர் கேள்வி ஒன்றை எழுப்பினார். காந்திஜி என்ன மகாத்மாவா என்பது தான் அக்கேள்வி. அப்படித்தான் எல்லோரும் சொல்கிறார்கள் என்றார் ராவ். ராவ் எழுதிய கட்டுரைகள் குறித்துதான் அம்பேத்கர் உரையாடலை துவங்கினார் என ராவ் புரிந்து கொண்டு, நான் மிகச் சிறிய மனிதன் என்றார். பெரிய

மனிதர்கள் அவரை மகாத்மா என்றே சொல்கிறார்கள் என்றார். யார் அந்த பெரிய மனிதர்கள் என்றார் அம்பேத்கர். டாக்டர் ராதாகிருஷ்ணன் தொகுப்பை தாங்கள் பார்த்திருப்பீர்கள் என நம்புகிறேன் என்றார் ராவ்.

என்னைப் பொறுத்தவரை காந்தி அவர்கள் 'ஹம்பக்' என ஒளிவு மறைவு ஏதுமின்றி அம்பேத்கர் பதில் தந்தார். ராவ் அவர்கள் ஒருவகையில் நாம் எல்லோருமே ஹம்பக் தான் என விவாதத்தை நீட்டினார். அம்பேத்கர் சிரித்துக் கொண்டே அருகில் இருந்த நிறுவன பொறுப்பாளர்களிடம் ராவ் நம் எல்லோரையும் ஹம்பக் என்கிறார் என்றார். மிக முக்கியமான விவாதங்களில் கூட தன் கருத்துக்களை வெளிப்படையாக, அதே நேரத்தில் தனிப்பட்ட உறவுகளில் கவனத்துடன் அம்பேத்கர் வெளிப்படுத்தியதை நம்மால் அறியமுடிகிறது. அம்பேத்கர் மனதின் ஆழத்தில் காந்திஜி குறித்து மரியாதை இருந்ததை தான் உணர்ந்ததாகவும் ராவ் பதிவு செல்கிறது.

'புத்தரும் தம்மமும்' கொணரும்போது பாபாசாகேப் பெரும் உழைப்பை நல்கிகொண்டிருந்தார். நாள்தோறும் வந்து ஆர்வம் மேலிட புத்தக வளர்ச்சியை பார்வையிடுவார். புத்தகம் எழுதியதால் வரும் பணம் எதையும் பெறாமல், மீண்டும் புத்தகங்களையே வாங்கிக்கொண்டு போய்விடுவார். வாங்கும் புத்தகங்களைப் படிக்க எப்படி முடிகிறது எனக் கேட்டபோது அவர் விளக்கம் அளித்தார். சில புத்தகங்கள் தான் ஆழமாக படிப்பதற்கு உகந்தவை. சிலவற்றில் நமக்கு தேவையானதை மட்டும் படித்துக்கொண்டால் போதும். படிப்பதில் 'Discernment and Discrimination' பழக்கம் வேண்டுமென்பதை அவர் கற்றுக்கொடுத்தார்.

தெலால் என்கிற புகழ்வாய்ந்த கல்வியாளர் மறைவிற்குப் பின்னர் அவரது நூலகத்தின் அரிய புத்தகங்களை யாரிடம் கொடுப்பது என்கிற கேள்வி வந்தபோது, அக்குடும்பத்தாரிடம் அம்பேத்கர் பெயர் நினைவூட்டப்பட்டது. அம்பேத்கரிடம்

விலைக்கு எடுத்துக்கொள்ளமுடியுமா எனக்கேட்டனர். என்ன விலை என்றார் அம்பேத்கர். அவர்கள் சொன்ன விலையைக் கேட்டு நான் என்ன மில்லியனரா, என்று சொல்லி அவர் ஒருவிலை நிர்ணயித்தார். ட்ரக் லோடு நிறைய புத்தகங் களை சித்தார்த் கல்லூரிக்கு வாங்கி அனுப்பினார் பாபாசாகேப்.

வின்சென்ட் ஷீன் அமெரிக்க பத்திரிகையாளர். காந்திஜி, நேரு குறித்து புத்தகங்கள் எழுதியவர். அவர் 1950ல் புத்தமதம் குறித்து கூடுதலாக அறிய அம்பேத்கருடன் உரையாட வந்தார். ஷீனின் இந்திய காதல் குறித்து அம்பேத்கர் அவரிடம் கேலி பேசுவார். எங்கள் பிராம்மண அரசாங்கம் பற்றி புகழ்ந்து பேசும் நீங்கள், அவர்களை அமெரிக்காவிற்கு அழைத்து போய் பாருங்களேன் என்றார். ஷீன் எங்கள் நாட்டிலும் பிராம்மணர் கள் போல் உள்ளவர் இருக்கின்றனர் என பதிலை தந்தார். அதேபோல் காந்திஜி பற்றி உரையாடும்போதும், அவரின் பெருமையைக்கொண்டாடும் நீங்கள் அவரை அமெரிக்காவிற்கு அழைத்துப்போய் பராமரித்திருக்கலாம் என நகைச்சுவையாக சொன்னார். அம்பேத்கர் மறைந்தபோது, இவ்வளவு அறிவுத் திறன், கூர்மைகொண்ட இந்தியர் இனி யார் என ஷீன் எழுதினார்.

பேராசிரியர் ஷெலிகர் பம்பாயில் வழக்கறிஞராக இருந்தவர். அவர் ஒரு நிகழ்வை விவரிக்கிறார். மாதுங்கா பள்ளிக்கூடம் ஒன்றிற்கு பாபாசாகேப் வர இசைவு தெரிவித்திருந்தார். கோட் சூட்டுடன் அவர் வருவார் என பொறுப்பாளர்கள் காத்திருந் தனர். அவர் லுங்கி, மேல் பைஜாமா சட்டையுடன் வந்தார். அங்கிருந்த தாழ்த்தப்பட்ட மாணவர்களில் நிலைமைகள் குறித்து கேட்டறிந்தார். இந்த குழந்தைகளை பிச்சைக்காரர்கள் போல் நடத்தக்கூடாது. தன்மானமிக்க இந்தியர்களாக வளர்க்க வேண்டும். அதற்குரிய சூழல்தான் பள்ளிகளில் நிலவவேண்டும் என்றார்.

தான் மிகப்பெரிய பொறுப்பில் இருப்பவர் என்கிற எண்ணம் ஏதுமின்றி பல நேரங்களில் கைநிறைய புத்தகங்களை அடுக்கிக்கொண்டு டிராம் வண்டியிலிருந்து அவர் இறங்கிப்

போவதை பலர் பார்த்திருக்கக்கூடும் என ஷெலிகர் பதிவு செல்கிறது.

ஜோகிந்தர் நாத் மண்டல் 'செட்யூல்ட் பெடெரேஷனில்' பாபாசாகேப் உடன் செயல்பட்டவர். பாகிஸ்தானில் சட்ட அமைச்சராக இருந்தவர். அவர் பாபாசாகேப் குறித்த சில அனுபவங்களை சொல்லியிருக்கிறார். அரசியல் அசெம்பிளிக்கு நுழைந்திட அய்ரோப்பிய உறுப்பினர்களின் உதவி கேட்டு கல்கத்தா வந்த அம்பேத்கருக்கு ஏமாற்றம் மிஞ்சியது. சோர்வுற்ற பாபசாகேப் தன் முயற்சியை கைவிடப்போவதாக அறிவித்தார். காங்கிரசின் எதிர்ப்பையும் மீறி நாங்கள் அவரை தேர்ந்தெடுக்க வைக்க அனைத்து முயற்சிகளையும் மேற்கொண்டோம் என்பது அதில் முக்கிய பதிவு.

மீனாம்பாள் சிவராஜ் அம்பேத்கர் இயக்க முக்கிய பெண் தலைவர். *SCF* பெண்களின் முதல் மாநாட்டை தலைமை தாங்கி நடத்தியவர். அம்பேத்கரின் சகோதரி என பொதுவாக கருதப்படுபவர். அவரின் பதிவை பார்க்கலாம்.

சென்னை ராயப்பேட்டையில் மாநாடு 1944ல் நடந்தது. தன் கணவர் சிவராஜ் அமெரிக்கா செல்லவேண்டும். இரண்டாம் உலகப்போர் சமயம் என்பதால் எதுவேண்டுமானாலும் நடக்கலாம். எந்த உத்தரவாதமும் தரமுடியாது அனுப்பட்டுமா என அம்பேத்கர் மிக பொறுப்புடனும் கவலையுடனும் கேட்டார். தாங்கள் நல்ல காரியத்திற்காகவே அனுப்புகிறீர்கள் என்கிற பதிலை மீனா தந்தார்கள். உங்கள் தைரியத்தை மெச்சுகிறேன் என்றார் அம்பேத்கர்.

டி ஜி ஜாதவ் 1935ல் அம்பேத்கருடன் இணைந்து பம்பாய் அசெம்பிளிக்கு சென்றவர். தேர்தலில் வென்றதாலேயே லட்சியத்தை அடைந்ததாக கருதக் கூடாது என்றார் அம்பேத்கர். ஜாதவை சட்டம் படிக்க சொன்னார். யாரிடமும் கைநீட்டாமல் வாழவேண்டும் என்றார். நமது வருவாயில் 10 சதம் அளவிற்காவது புத்தகங்களுக்கு செலவிட வேண்டுமென்றார். லண்டன் செல்லநேர்ந்தபோது 1946

அக்டோபரில் ஜாதவிற்கு கடிதம் எழுதினார் அம்பேத்கர். இந்தியாவில் பாராளுமன்ற உறுப்பினர்களின் உணர்வுநிலை போதாமை, அறியாமை பெரிதாக இருக்கிறது. அவர்கள் தெளிவின்றி இருக்கிறார்கள். காபினட் மிஷன் செட்யூல்ட் இனத்தவர் பற்றிய குறிப்புகளை அச்சிடுவது மிகக்கடினமாக இருக்கிறது. செலவும் அதிகமாவதால் அங்கு அனுப்புகிறேன். லண்டனில் சில நாடாளுமன்ற உறுப்பினர்களை சந்திக்க வுள்ளேன் என அம்பேத்கர் தகவல் தருகிறார். உள்ளூர் நெருக்கடிகளுக்குள் சிக்காமல் தனது எழுத்துக்கள் காலத்தில் வெளியாகவேண்டும் என்கிற அவரது தவிப்பை நாம் உணரமுடியும்.

ஜின்னா அவர்கள் ஜோகேந்திரநாத்தை இணைத்துக் கொண்டது தந்திரமானது என்றாலும் நாம் ஆதரிக்கவேண்டும் என்றார் அம்பேத்கர். நாம் காங்கிரஸ், லீக் இருவரையும் எதிர்க்கவேண்டிய நிலையிலேயே இருக்கிறோம். காந்திக்கு அதிர்ச்சியைத் தரவேண்டும். அவரது அணுகுமுறையில் எந்த மாற்றமும் தென்படவில்லை எனவும் அம்பேத்கர் குறிப் பிட்டிருந்தார்.

கர்த்தார் சிங் போலோனியஸ் சிவில் சர்வீஸ் அதிகாரியாக உயர் பதவி வகித்தவர். அவர் சில முக்கிய தகவல்களை தரு கிறார். அம்பேத்கர் வைஸ்ராய் கவுன்சில் உறுப்பினராக மிக உயர்ந்த பொறுப்பில் இருந்தபோது அலுவலகத்திலிருந்து வீடு திரும்பிக்கொண்டிருந்தார். தெருவில் வயதான ஒருவர் கிழிந்த ஆடையுடன் நடுங்கிக்கொண்டிருந்ததைப் பார்த்து அவரை வீட்டிற்கு அழைத்துச் சென்று அம்பேத்கர் உபசரித்தார். அவர் சிகிட்சைக்கு ஏற்பாடு செய்தார்.

அவர் தங்கியிருந்த பங்களாவிற்கு தினமும் பல கடைநிலை ஊழியர்கள், எளியநிலையில் இருப்பவர்கள் வந்து செல்வர். அவர்களின் குறைகேட்டு சரி செய்ய முயற்சி மேற்கொள்வார் அம்பேத்கர். வீட்டின் பெயர் House of Justice என்பதற்கேற்ப அங்கு நியாயம் பிறக்கும் என பலர் வந்ததை போலோனியஸ் சொல்கிறார். அவர் அவ்வீட்டை காலி செய்யநேர்ந்தபோது

அங்கு பணியாற்றியவர் அனைவருக்கும் மாற்று இடங்களில் பணிகிடைத்ததா என உறுதி செய்வதில் கவனம் எடுத்துக்கொண்ட செய்தியையும் போலோனியஸ் குறிப்பிடுகிறார்.

அம்பேத்கரிடம் இருந்த புத்தகங்களின் எண்ணிக்கை அளவிற்கு வேறு எந்த தனிநபரும் பெற்று இருக்கமுடியாது. மூன்று புத்தகங்கள் *Life of Tolstoy, LesMiserables by Hugo, Far from the madding crowd by Hardy* ஆகியன தன்னை அழ வைத்துவிட்டன என அம்பேத்கர் குறிப்பிட்டதாக போலோனியஸ் தகவல் தருகிறார். விடியற்காலையா, நள்ளிரவா என்பதெல்லாம் பொருட்படுத்தாமல் எந்த நேரமும் படிக்க உகந்த நேரங்களாக அவர் வைத்துக் கொண்டார். நல்ல பேச்சு அல்லது எழுத்து என்பது குண்டுவீச்சு போல் அமையவேண்டும் என்பார் அம்பேத்கர்.

அம்பேத்கர் தனது நாயுடன் மிகவும் பிரியமாக நடந்து கொள்வார். நல்ல உடைகளை விரும்புவார். கண்ணுக்கு நேர்த்தி தரும் படங்களை பார்வையிடும்போது மகிழ்வார். அவரது படங்களின் தேர்வுகள் அவரது அழகியல் உணர்வுகளை நமக்கு வெளிப்படுத்தும் என்கிறார் போலோனியஸ். உடையில் தேசியம் தெரியவேண்டாமா என்ற விவாதம் வந்தபோது நமது மூதாதையர் அணிந்த ஒன்றா எனக்கேட்டு ஆதாம் ஏவாள் ஏதும் அணியவில்லையே என கேலியாக பதில் தந்தார் அம்பேத்கர். அதேபோல் அடிக்கடி நிலையில்லாமல் கட்சி மாறுபவர்கள் மீது கடும் விமர்சனம் அவரிடம் இருக்கும். நமது எதிரிகளுடன் மோத நமக்கு பலம் இருக்கிறது. ஆனால் துரோகிகளை என்ன செய்வது என்பார்.

சோகன்லால் சாஸ்திரி அம்பேத்கருடன் 25 ஆண்டுகள் தொடர்பில் இருந்தவர். அவர் அம்பேத்கர் பற்றிய சில நினைவுகளை பகிர்ந்து கொள்கிறார். மகர் பகுதியிலிருந்து வந்த முதல் பாரிஸ்டர் அம்பேத்கருக்கு பம்பாயில் சட்டத்

தொழிலில் ஈடுபடுவது கொடுங்கனவாக இருந்தது. நீதிமன்றம் பிராம்மணர், பனியாக்களால் நிரம்பிவழிந்த காலமது. எந்த சொலிசிட்டரும் அவரை ஜூனியராக ஏற்க தயங்கிய காலமும் கூட.

அம்பேத்கர் வர்த்தக கல்லூரி ஒன்றில் ரூ 150 சம்பளத்திற்கு ஆசிரியப்பணியை மேற்கொண்டார். பல எதிர்ப்புகளை கடந்தே அதுவும் கிடைக்கப்பெற்றது. துணைவியார் ரமாபாய் அவர்களிடம் ரூ 50யை குடும்ப செலவிற்கு தருவார். அவர் பொறுப்புடன் 1 1/2 ரூபாய் முடிச்சுகளாக 30 போட்டுக்கொண்டு அன்றாட செலவை அதற்குள் செய்துகொள்வார். ரூ 5 எதிர் பாராத செலவிற்கு என ஒதுக்கி வைப்பார். எவ்வளவு நெருக்கடி எனினும் இன்று பட்ஜெட் முடிந்தது என அடுத்த முடிச்சை எடுத்துவிடாமல் குடும்பம் நடத்தினார். பாரிஸ்டர் துணைவியார் என்ற எண்ணமின்றி சாணி வராட்டிகளை கூடைநிறைய சுமந்துவருவார். அக்கம்பக்கத்து கேலிகளை அவர் பொருட்படுத்தவேமாட்டார் என சாஸ்திரி பதிவு சொல்கிறது.

அம்பேத்கர் மகாராஷ்டிர பற்றுக்கொண்டவர். ஞானேஸ் வரின் கீதையைப்பற்றிப் பேசுவார். துளசிதாசரைவிட அவர் சிறந்தவர் என்பார். திலகர் போல் துன்பப்பட்ட அரசியல் தலைவர் எவரும் இல்லை. அவரின் சிறைக்கொடுமைப் பற்றி எங்களிடம் எடுத்து சொல்வார். காங்கிரசில் கோவிந்த் வல்லப் பந்த் பெரும் அறிஞர் என்பது அம்பேத்கரின் மதிப்பீடு என சாஸ்திரி குறிப்பிடுகிறார்.

சட்ட அமைச்சராக அவர் இருந்தபோது பெரும் அரசு கொண்டாட்டங்களில் அவர் பங்கேற்று நேரம் ஏன் வீணடிக்க வேண்டும் என நினைப்பார். ஒயின் கூத்துகள் என்று விமர் சிப்பார். புகைகூட பிடிக்க அவர் விரும்பமாட்டார். ஒருமுறை பான் கொடுத்தபோது மென்றுவிட்டு உடன் துப்பிவிட்டார். அவர் எளிய உணவுவகைகளையே விரும்பினார். மூன்று மீன் துண்டுகள், கொஞ்சம் சாதம் – சப்பாத்தி – தயிர் போதும் என்பார்.

அம்பேத்கர்: அறிமுகமும்-கம்யூனிசமும்

எம் ஓ மதாய் நேருவிற்கு தனி உதவியாளராக இருந்தவர். அம்பேத்கர் மட்டும் தனது கசப்புகளை சற்று குறைத்துக் கொண்டு பணியாற்றினால் பெரும் தலைவர் அவர்தான் என மதாய் கருதி அதை அம்பேத்கர் நண்பரிடம் சொல்லி யிருந்தார். மதாய் சொன்னதை அறிந்த அம்பேத்கர் மாலை தேநீர் உரையாடலுக்கு அவரை அழைத்தார். மதாய் வந்த வுடன் நேரிடையாக சுற்றி வளைக்காமல் அப்போ என்னிடம் குறை இருக்கு என்கிறீர்கள் என வினவினார். அவற்றை ஏற்கிறேன் எனவும் தெரிவித்தார்.

நமது அரசியல் அமைப்புச் சட்டம் பேப்பரில் தீண்டா மையை ஒழித்திருக்கும், நடைமுறையில் அது இருக்கும் என அம்பேத்கர் விளக்கி சொன்னார். நூறாண்டுகளுக்கு அந்த வைரஸ் நீடிக்கலாம் என அக்கொடுமை குறித்த மதிப்பீட்டை முன்வைத்தார். அமெரிக்காவில் நீக்ரோ முன்னேற்றம் எவ்வளவு மெதுவாக நகர்கிறது என்பது பற்றிப்பேசினார்.

இந்துக்களுக்கு வேதம் தேவை என்றபோது வியாசர் தேவைப்பட்டது. காவியம் தேவைப்பட்டபோது வால்மீகி, இப்போது அரசியல் சட்டம் தேவை என்கிறபோது அம்பேத்கர் என ஒருசேர தனது கோபம்- வருத்தத்தை மதாயிடம் பதிவுசெய்தார். மலையாளிகளான நீங்கள் இந்த நாட்டிற்கு சங்கரரை பிறப்பித்து பெரும் தீங்கு விளைவித்து விட்டீர்கள். அவர் பாதயாத்திரை செய்து தர்க்கம் மூலம் ‘புத்தமதத்தை’ விரட்டிவிட்டார் என்றார் அம்பேத்கர். இந்தியா பிறப்பித்த உன்னத ஆன்மா புத்தர்தான் என்றார். அடுத்து நாம் காந்தியை சொல்லக்கூடாது விவேகானந்தரை குறிப்பிடலாம் என்றார். காந்திதான் நேருவிடம் தங்களை அமைச்சரைவையில் சேர்த்துக்கொள்ளவேண்டும் என்றார் என மதாய் தெரிவித்தார். அது எனக்கு செய்திதான் என்றார் அம்பேத்கர்.

நாம்தியோ நிம்கடே பெரும் அறிஞர். விவசாய வல்லுனர். அம்பேத்கருக்கு பின்னர் அமெரிக்காவில் டாக்டர் பட்டம்

பெற்றவர். அவர் சிறுவராக இருந்தபோது நெகிழ்ந்த காட்சி ஒன்றை சொல்கிறார். அம்பேத்கர் நாக்பூர் ஓட்டல் அறையி லிருந்து வெளிவந்தபோது ஏழைப்பெண்கள் சிலர் அவருக்கு மாலை அணிவித்து தங்கள் துயரங்களை ஏழ்மையை தெரி வித்தனர். மாலைக்கு எப்படி ஏற்பாடு செய்தனர் என அம்பேத்கர் அறிய விரும்பினார். காட்டு சுள்ளிகளை சற்று அதிகம் பொறுக்கி விற்று மாலை வாங்கி அப்பெண்கள் வந்ததை அறிந்து மனம் அவர் கலங்கினார். சிறு வயதிலேயே தன் தாயாரை இழந்த அவர் அப்பெண்களிடம் என் அம்மா இருந்திருந்தால் இப்படித்தான் அன்பு காட்டியிருந்திருக்க முடியும் என்றார். உங்கள் குழந்தைகள் முன்னேற என்னால் முடிந்தவற்றை செய்வேன் என அப்பெண்களிடம் உறுதி கூறினார். எனக்கு எத்தனையோ வாசனைப்பூக்களின் மாலைகள் சூடப் பட்டிருக்கலாம். ஆனால் நீங்கள் சூட்டியது எனது இதயத்தை தொட்டு நிற்கின்றன என்றார்.

மற்ற அமைச்சர்கள் பங்களாக்கள் போல்தான் வெளிப் பார்வைக்கு அம்பேத்கர் பங்களாவும் தெரியும். ஆனால் உள்ளே செல்பவர்கள் பெரும்பாலும் சமூக ஒடுக்குமுறைகளுக்கு உள்ளான மிகச் சாதாரண மக்களாகவே இருந்தனர் என நிம்கடே சொல்கிறார். ஒருமுறை அவரது நூலகம் பற்றிய உரையாடல் நிம்கடேவுடன் நடந்தது. உலகின் உன்னத நூலகம் என சொல்லலாம் அல்லவா எனக்கேட்டபோது அது எனக்கு தெரியாது என அடக்கமாக அம்பேத்கர் பதில் தந்தார். ஏறக் குறைய 30000 புத்தகங்கள் அவரது நூலகத்தில் இருந்திருக்கும். எனக்கு ரிலாக்சேசன் என்பதே ஒரு புத்தகத்தை மூடிவைத்து விட்டு மற்றொரு புத்தகத்தை படிப்பதுதான் என்பார் அம்பேத்கர். அவருடன் எந்த பொருள் குறித்தும் உரையாட முடியும். அதற்குரிய விஷய ஞானத்துடன் இருப்பார் என்கிறார் நிம்காடே...

பிரிட்டிஷார் ஒருமுறை தங்கள் கமிஷன் சார்ந்த அறிக்கை ஒன்றை தவறவிட்டு எங்கும் கண்டுபிடிக்கமுடியாமல் போன போது அம்பேத்கரை கேளுங்கள் அவரால் உதவமுடியும் என

தெரிவிக்கப்பட்டது. அந்த அறிக்கையை தன் நூலகத்திலிருந்து பயன்படுத்திவிட்டு உடன் ஒப்படைக்கவேண்டும் என்ற நிபந்தனையுடன் அவர் அதை நல்கினார். அதேபோல் அம்பேத்கருக்கு ஒரு அறிக்கை உடனடியாக 'ரெபரன்ஸ்க்கு' தேவைப்பட்டது. அவரது நூலகத்தில் இல்லை. அமெரிக்க கொலம்பியா மாணவரை அழைத்து தேட சொன்னார். அங்கு எப்பகுதியில் என்ன 'கேட்டலாக்' தலைப்பில் இருக்கும் என சரியான இடம் சுட்டி, புத்தக அளவு கலர் உட்பட தெரிவித்து கண்டுபிடிக்க வைத்தார். புத்தகம் குறித்த பெரும் விழிப்புணர்வு மற்றும் தேடல் மிகுந்தவராக இருந்தார் அம்பேத்கர்.

அம்பேத்கர் அமைச்சராக இருந்தபோது அவருக்கு கொடுக்கப்படும் உபசரிப்பு அலவன்ஸ் ரூ 500க்கும் புத்தகங்கள் வாங்க சொல்வார். அனைவருக்கும் குடிக்க தண்ணீர் உபசரிப்பாக இருக்கும். பாபாசாகிப் அவர்களிடம் எவரும் புத்தகங்களை கடனாக பெற்று செல்லமுடியாது. நூலகத்தில் அமர்ந்து எவ்வளவு நேரம் வேண்டுமானாலும் செலவழிக்க அனுமதிப்பார். பிரஸ் கிளிப்பிங் கூட எவராலும் எடுத்துச் செல்ல முடியாது. ஆண்டுவாரியாக அவை தொகுக்கப்பட்டிருக்கும்.

அரசியல் சட்ட வரைவுக்காலத்தில் அவர் உறங்கினாரா என்பது கூட சந்தேகமே. இரவு முழுக்க படித்து குறிப்பு எடுத்துக்கொண்டு இருப்பார். அமெரிக்க பத்திரிகையாளர்கள் எப்போது நேரம் ஒதுக்கமுடியும் எனக்கேட்டனர். நேரு, காந்தியின் உதவியாளர்களை அணுகியபோது அவர்கள் ஓய்வில் என சொல்லி நேரம்பெற வாய்ப்பில்லாமல் செய்துவிட்டனர் என அவர்கள் அம்பேத்கரிடம் தெரி வித்தனர். அதற்கு 'அவர்கள் லக்கிதலைவர்கள்'என்றார் அம்பேத்கர். என் மக்கள் உறங்கிக்கொண்டிருக்கும்போது நான் விழித்துதானே இருக்கவேண்டும்- நீங்கள் எப்போது வேண்டுமானாலும் வாருங்கள் என்றார்.

நாம்தியோ பதிவில் அம்பேத்கர் கண்ணீர் மல்க தன் நினைவுகளை பகிர்ந்துகொண்ட காட்சி விவரிக்கப்படுகிறது. பொதுவாக வறுமை, வெளிநாடு போய் சட்டப்படிப்பு முடித்து வந்தும் சாதிக்கொடுமை காரணமாக வழக்குரைஞர் பணியில் சங்கடங்கள், குழந்தை இறந்தபோது அதை அடக்கம் செய்யும் அளவிற்கு கூட உடலில் தெம்பு இன்மை, துணைவியார் ரமாபாய் அவர்கள் உடல்நிலை பாதிக்கப்பட்ட நிலையில் மேற்கொண்ட பிரம்மசரிய வாழ்க்கை என பல தொடர் துயரங்களை அம்பேத்கர் பகிர்ந்துகொண்டார்.

1953ஆம் ஆண்டில் அம்பேத்கர் நோய்வாய்ப்பட்டிருந்தார். நிம்கடே பார்க்கச் சென்றபோது உடல் தகித்துக்கொண்டிருந்தது. பலவீனமாக காணப்பட்ட அவர் என்னால் கவனமாக பணியாற்ற முடியவில்லை என்றார். இனி நான் ஆலோசனை சொல்பவனாக மட்டும் மாறிவிடுவேனோ என கவலையை பகிர்ந்துகொண்டார். ஊதியம் மாதம் ரூ 240 வருகிறது. கடன் பொறுப்போ 22 லட்சம் அளவிற்கு இருக்கிறது. சித்தார்த் கல்லூரி, மிலிந்த் கல்லூரி, தேர்தல் செலவுகள் என பெரும் சுமை கூடிவிட்டது. அவ்வளவு சுமைகளுடன் இருந்தபோதும் அவர் தன்மானத்தை கைவிட்டதில்லை. எவரிடம் உதவி என போய் நின்றதில்லை. அவர் மகனுக்கு டெல்லி வீட்டுவாரியத்தில் வேலை என பேச்சுவந்தபோது, நான் அமைச்சர் என்பதால் சலுகையா என கடும் கோபத்தை வெளிப்படுத்தினார்.

புத்தர் பற்றிப் பேசும்போதெல்லாம் பெருமிதம் பொங்க பேசுவார். அவர் பெரும் விஞ்ஞானி என்பார். கிடைத்த டேட்டாக்களைக்கொண்டு மட்டுமே முடிவிற்கு வருவார். உலகம் எப்போது தோன்றியது - இத்தனை நாட்களில் வளர்ந்தது என ஏதும் அவர் சொல்லவில்லை. ஆன்மா, கடவுள் என புத்தர் கவலைப்பட்டதில்லை. அறிவியலுக்கு எதிரானவர் புத்தர் என நிருபிக்க ஏதும் இல்லை என அம்பேத்கர் விளக்கி சொல்வார். பாராளுமன்ற உறுப்பினர் ஒருவர் கடவுள் உங்கள் ஆன்மாவை காக்கட்டும் என சொன்னதைக் கேட்டவுடன் இரண்டிலும் எனக்கு நம்பிக்கையில்லை என்பதை நீர் அறியவேண்டும் என்றார்.

இளைஞர்கள் திருமண அழைப்பிதழை அவரிடம் கொடுக்கவரும்போது, மணமாகி குழந்தை பெறுவதை ஏதோ ட்ராபி விளையாட்டுப் போல் நினைத்து நின்றுவிடக்கூடாது. பிறக்கும் குழந்தை கல்விமானாக வளர்க்கப்படவேண்டும் என அறிவுரை நல்குவார். தன் பெயரை வைப்பவர்களிடம் பெயரில் என்ன இருக்கிறது. லஷ்மி எனப் பெயர்வைத்து அவள் பாத்திரம் கழுவி பிழைக்கிறாள். சிவாஜி என பீடிக் கட்டுக்கு பெயரை வைக்கிறார்கள். சுபாஷ் போஸ் என பெயர் உள்ளவர் சலூன் வைத்துள்ளார். ஆகவே பெயரை பெரிதாக நினைக்கவேண்டாம். செயல்தான் முக்கியம் என்பார்.

புத்தமதத்திற்கு மாறும் நேரத்தில் தன்னால் இரு சரணங் களையே சொல்ல இயலும். புத்தம் சரணம் கச்சாமி, தம்மம் சரணம் கச்சாமி என்றார். மூன்றாவதான சங்கம் சரணம் கச்சாமி என்பதை தவிர்க்கவிரும்புகிறேன் என்றார். மகா போதி அமைப்பின் செயலர் வலசிம்ஹா அனுப்பப்பட்டு அம்பேத்கருடன் உரையாடி அவரை சம்மதிக்க வைக்க வேண்டியதாயிற்று,

ஆகஸ்ட் 1956ல் ஒருமுறை அம்பேத்கரை சந்தித்தபோது அவர் சோகத்துடன் காணப்பட்டார். விவரம் கேட்டபோது புத்தகங்கள் வாங்கிக்கொண்டு திரும்பியபோது மழையின் காரணமாக கார் கோளாறுக்குள்ளாகி பெரும் பள்ளத்தில் சிக்கி ஏற்பட்ட சாலை விபத்து பற்றிக் கூறினார். இந்துவாக என் மரணம் நேர்ந்துவிடக்கூடாது என்பதே என் கவலை. உடனடியாக புத்தமதம் மாறியாக வேண்டும் என்றார்.

நிம்கடே டிசம்பர் 6 அன்று அம்பேத்கர் புத்தகம் ஒன்றை வாங்கச் சென்றபோது கடைக்காரரர் நீங்கள் கேட்ட புத்தகம் எழுதிய ஆசிரியர் இறந்துவிட்டார் என சொல்கிறார். பெரும் அழுகையுடன் சைக்கிளை எடுத்துக்கொண்டு அம்பேத்கர் இருப்பிடத்திற்கு தான் விரைந்ததாக நாம்தியோ சொல்கிறார். அம்பேத்கரின் உடல் சந்தனபேழையில் வைக்கப்பட்டு பம்பாய் எடுத்து செல்வதற்கான ஏற்பாடுகள் நடந்தன.

சங்கரானந்த் சாஸ்திரி பாபாசாகேப் அவர்களுடன் 20 ஆண்டுகளுக்கும் மேல் நெருக்கமாக பழகியவர். சிவில் சப்ளை துறையில் இருந்தவர். அம்பேத்கரின் *Annihilation of Caste* யை கொணர்ந்தவர். அம்பேத்கரின் நினைவுகள் என்ற புத்தகத்தை எழுதியவர். அவர் சில குறிப்புகளைத் தருகிறார்.

ஜி டி பிர்லாவின் சகோதரர் கிஷோர் பிர்லா அம்பேத்கர் இல்லத்திற்கு மார்ச் 31, 1950 அன்று வந்தார். முன்னதாக மதராசில் பெரியார் தலைமையில் நடந்த பிராம்மணர் அல்லாதவர் கூட்டம் ஒன்றில் கீதையை அம்பேத்கர் விமர்சித் திருந்தார். கீதையை விமர்சித்து இந்து மக்களின் மனதை ஏன் புண்படுத்துகிறீர்கள் என பிர்லா வினவினார். கீதையை விமர்சிப்பதை நிறுத்திவிட்டு இந்துமதத்தை வலுப்படுத்த அம்பேத்கர் உதவ வேண்டும். தாழ்த்தப்பட்டோர் முன்னேற்றத் திற்கு 10 லட்சம்வரை நிதி உதவி செய்யத் தயார் என்றார் கிஷோர் பிர்லா.

நான் என்னை விற்றுக்கொள்ளமுடியாது. கீதை சமூகத்தை பிளவுபடுத்தி பேசுவதால் விமர்சிக்கவேண்டியுளளது, அது வெறுப்பு பிரதியாகவுள்ளதால் விமர்சிப்பதாக பதிலை தந்தார் அம்பேத்கர். அதேபோல் ராமர் கோயில் புத்தர்கோயில் கட்டியதையெல்லாம் பிர்லா பேசினார். தங்கள் தயாள சிந்தனைக்கு நன்றி என்றார் அம்பேத்கர். செட்யூல்ட் வகுப்பார் முன்னேற்றத்திற்கு தாங்கள் ஆற்றி வரும் பணிக்காகவும், அரசியல் அமைப்புச் சட்ட பணிக்காகவும் என் நன்றியை தெரிவிக்கிறேன் என சொல்லி பிர்லா விடைபெற்றார்.

தேவி தயாள் அம்பேத்கரின் நூலகத்தை பராமரித்தவர். அன்றாட நடவடிக்கைகள் குறித்த டைரி குறிப்புகளை அவர் வைத்திருந்தார். அம்பேத்கர் இரவு வெகுநேரம் கண்விழித்து படித்துவிட்டு புத்தகங்கள் சூழவே உறங்கிவிடுவார். காலை தினசரிகள் சகிதம் அவரை எழுப்புவோம். சில இரவுகளில் 1 மணி, 2 மணிக்குக் கூட தேவைப்படும் புத்தகம், குறிப்பு களைச் சொல்லி எடுத்துவா என்பார். 12 சதுர அடி படுக்கை யறையில் பல ஸ்டூல்களில் புத்தகங்களாக வைத்திருப்பார். படுத்துக்கொண்டால் கூட புத்தகம் கையில் இருக்கும். மிகவும்

லயித்து படிக்க ஆரம்பித்தால் கழிப்பறை செல்லும்போது கூட அவர் கையுடன் எடுத்து செல்வதை பார்க்கமுடியும். மறந்து அங்கே வைத்துவிட்டு வந்ததை நாங்கள் திரும்ப எடுத்து வருவோம். குளித்துவிட்டு காலை உணவிற்கு வரும்போதும் ஏதாவது ஒன்று கையில் எடுத்து வருவார்.

திருவிதாங்கூர் திவான் சர் சி.பி. ராமசாமி அவரை பார்க்க வந்தார். அவர் வருகிறார் என செய்தி வந்தவுடன், திவான் சில ஆண்டுகளுக்கு முன்னர் பேசிய கோயில் நுழைவு உரிமை குறித்த பேப்பர் கட்டிங் ஒன்றை அம்பேத்கர் தேட சொன்னார். நினைவுபடுத்திக்கொண்டு 12 ஆண்டு களுக்கு முன்னரான செய்தி அது என்றார். 3 அங்குலம் கூட இல்லாத அந்த துண்டு செய்தியைக்கூட பத்திரப்படுத்தி வைத்திருந்த பொறுப்பு வியப்புக்குரிய ஒன்று,

திடீரென தானே இன்று சமையல் செய்யப்போகிறேன் என்பார். அப்படி ஒருநாள் செப்டம்பர் 1944ல் 7 வகை பதார்த்தங்களை செய்து வைத்தார். அன்று மீனாம்பாள் சிவராஜ் வந்தார். அவருக்கு உணவை பரிமாறி அம்பேத்கர் மகிழ்ந்தார். சமையல் வேலையில் இருந்தபோது உயர் அதிகாரிகள் அவரிடம் உத்தரவு கேட்டு வந்தனர். அவர் வைஸ்ராய் கவுன்சிலில் தொழிற்துறையை பெற்றிருந்த சமயம். அப்படி உயர் பொறுப்பில் இருந்தபோதும் தனக்கு சமையல் செய்து தந்ததை பெருமிதமாக மீனாம்பாள் நன்றி பாராட்டி சொன்னார்.

பொதுவாக பொழுதுபோக்கு என்பதில் நாட்டமில்லாத வராக பாபசாகேப் இருந்தார். விருந்துகளை - கேளிக்கைகளை நேர விரயம் என தவிர்த்துவிடுவார். நண்பர்கள் மிகவும் வலியுறுத்தினால் உணவிற்காக எப்போதாவது செல்வார். பொதுவாக யாராவது உபசரிப்பு என பேசினால் வீட்டி லேயே வாங்கிவந்து உபசரித்துவிடுங்கள் - வெளியே நேரம் வீணடிக்க முடியாது என சொல்லிவிடுவார். விடுப்பு எடுத்துக்கொண்டு ஊர் செல்வது, சினிமா பார்ப்பது என்பதெல்லாம் அவரிடம் இல்லாத பழக்கம்.

தன்னை எவராவது தனிப்பெரும் மேதை எனப் புகழ்ந்தால் உடனே அதை அங்கீகரிக்காமல் பதில் சொல்லி புரிய வைப்பார். கடுமையான, தொடர் உழைப்பு இருந்தால் சாதிக்க இயலும் என்பார். *Intellectual singularity* என்பதை தான் ஏற்பதில்லை என்பார். மனித சக்திக்கு அப்பாற்பட்டது என நினைப்பது மாயை- 'சூப்பர் மானுடன்' என்பதில் நம்பிக்கை இல்லை என தெளிவுபடுத்தி விடுவார்.

அம்பேத்கரிடம் 45000 புத்தகங்கள் இருந்திருக்கலாம் என தேவிதயாள் குறிப்பிட்டுள்ளார். தான் சம்பாதித்த அனைத்தையும் புத்தகத்திற்காக செலவிட்டுவிட்டேன் என அம்பேத்கர் அடிக்கடி கூறுவார். புத்தகங்களை எப்படி வைப் பாரோ, அது அப்படியே இடம் மாறாமல், கலைக்கப்படாமல் இருக்க வேண்டும் என விரும்புவார். மாறியிருந்தால் அவர் கோபத்திற்கு இலக்காக நேரிடும். கடுமையான உடல்வலி என சொல்வார். ஓய்வு எடுக்கக்கூடாதா எனக்கேட்டால் புத்தகம் படிக்கத் தொடங்கிவிட்டால் வலி தெரியாது, படிப்பதே வலிநிவாரணி என்பார்.

நானக் சந்த் ரட்டு அம்பேத்கருக்கு செயலர் போல பணி யாற்றியவர். அவரின் நினைவுகளை தொகுத்துக்கொடுத்தவர். அம்பேத்கரின் இல்லத்திற்கு அவர் தினமும் 25 கிமீ சைக்கிளில் வந்து வேண்டிய உதவிகளை செய்து திரும்புவார். சில நாட்களில் தனியாக அமைதியாக அமர்ந்து அம்பேத்கர் வயலின் வாசித்துக்கொண்டிருப்பார் என்பதை ரட்டு சொல் கிறார். தனது சுயசரிதை, மகாத்மா பூலே வரலாறு, இந்திய ராணுவ வரலாறு ஆகியவற்றை எழுதவேண்டும் என அம்பேத்கர் நினைத்திருந்தார் என ரட்டு குறிப்பிடுகிறார். 'வைட்டிங் பார் விசா' என்கிற அம்பேத்கர் சுயசரிதை குறிப்புகள் பற்றியும் ரட்டே சொல்கிறார். அதையும் *Attendant Details* புத்தகத்தில் இணைத்துள்ளனர்.

Reference:

* *Ambedkar The Attendant Details Edited by Salim Yusufji*

3

ஆளுமைகளின் அம்பேத்கர்

இந்திய நாடாளுமன்றம் புகழ்வாய்ந்த நாடாளுமன்ற உறுப்பினர்களின் நினைவை போற்றும் வகையில் நூல்களை கொணர 1990ல்முடிவெடுத்தது. லோகியா, ஷியாமாபிரசாத், தேஷ்முக், அனந்தசயனம், கோவிந்தமேனன், புபேஷ் குப்தா, ராஜேந்திரபிரசாத், டாங்கே, ஏ கே கோபாலன், மதுதந்தவதே போன்றவர்கள் குறித்து வெளியீடுகள் வந்தன. 1991ல் அம்பேத்கரின் நூற்றாண்டை ஒட்டி அம்பேத்கரின் வாழ்க்கை பற்றிய சிறுகுறிப்புடன் அவரைப்பற்றி அறிந்த புகழ்வாய்ந்த ஆளுமைகள் சிலர் அம்பேத்கர் பற்றி பேசி யிருந்தனர். ஆளுமைகளால் வர்ணிக்கப்பட்ட அம்பேத்கர் பற்றிய சுருக்கமான சொற்சித்திரம் இங்கு தரப்படுகிறது

திரு ரங்கா அவர்கள் விடுதலை போராட்டவீரர். இந்திய நாடாளுமன்றத்தில் பல ஆண்டுகள் உறுப்பினராக இருந் தவர். விவசாய இயக்கத்தை வழிநடத்தியவர். நாடாளுமன்ற சேவைக்காக புகழ்பெற்றவர். ரங்கா அவர்கள் அம்பேத்கர் குறித்து தரும் பதிவைக்காண்போம்.

முதல்வட்டமேஜை மாநாட்டில் அம்பேத்கரின் பங்கேற்பு அவரை தேசிய அரசியல் அரங்கிற்கு எடுத்துச் சென்றது. சுயராஜ்யத்தை அவர் எதிர்ப்பார் என நினைத்தவர்க்கு ஏமாற்றமே கிடைத்தது. முதல் சுதந்திரப்போருக்கு பின்னர்

1857ல் விக்டோரியா ஆட்சிப் பிரகடனம், பிரிட்டிஷ் ஆட்சி இந்தியாவில் நிலவி வந்த சமூக- மத விவகாரங்களில் பாரா முகம் காட்டியதை அம்பேத்கர் விமர்சன பார்வையுடனேயே முன்வைத்தார்.

இந்த உரைக்குப் பின்னர் அம்பேத்கரை லண்டனில் ரங்கா சில நண்பர்களுடன் சந்தித்து விவாதித்ததை சொல்கிறார். பாரபட்சமின்றி அடிப்படை உரிமைகள் பெறுவதற்கும், சமூக அரசியல் உரிமைகளை பெறுவதற்கும் சோசலிச அணுகுமுறையே சிறந்தது என்கிற ஏற்பு ரங்காவிடம் இருந்தது. அம்பேத்கருக்கு காந்தியின் தலையீடு குறித்த கவலை இருந்தது. காந்தி சனாதன தர்மம் எனப்பேசுவதை அம்பேத்கர் விமர்சித்தார். மகாத்மா காந்தி அடிப்படையில் சமூக புரட்சிக்காரர்தான். இந்து மத புராணங்கள், நம்பிக்கைகள் சாதாரண மக்களின் முன்னேற்றத் திற்கு தடையாக இருக்கும் என காந்திஜி நினைத்தால் அவற்றை அவர் ஏற்கமாட்டார் என்கிற விளக்கத்தை அம்பேத்கரிடம் ரங்கா தெரிவிக்கிறார். அம்பேத்கர் ரங்காவின் விளக்கத்தை ஏற்கவில்லை. அம்பேத்கருடன் விவாதங்கள் தொடர்வதற்கு இவ்வேறுபாடுகள் தடையாக இல்லை என்பதை தான் உணர்ந்ததாக ரங்கா பதிவிடுகிறார்.

அதேபோல் காந்தியின் 'ஹரிஜன முன்னேற்ற' நடவடிக்கை களை அம்பேத்கர் தாக்கிப்பேசியதையும் நியாயத்திற்குரிய ஒன்றாக ரங்கா ஏற்கவில்லை. புனா உடன்பாட்டு காலத்தில் அம்பேத்கர் எடுத்த நிலைப்பாடுகளை பல தேசத் தலைவர்கள் உவப்பான ஒன்றாக ஏற்கவில்லை. வேலூர் சிறையில் சக சிறை வாசிகளிடம் அம்பேத்கரை புரிந்துகொள்வோம் என ரங்கா பரிந்து நின்று பேசியதும் எடுபடவில்லை.

இரண்டாம் உலகப்போர் காலத்தில் வைஸ்ராய் கவுன்சிலுக்கு செல்வதில் அவர் காட்டிய நிர்பந்தம் - செட்யூல்ட் மக்களின் பிரதிநிதி என பகிரங்கமாக தைரியமாக வெளிப்படுத்தியது பாராட்டையும் பெற்றது. விடுதலை இந்தியாவில் அமைச்சரவை யில் அம்பேத்கரும் இணைக்கப்படவேண்டும் என சொன்னவர் களில் ரங்காவும் ஒருவர். அதேபோல் அரசியல் நிர்ணயசபை

'டிராப்டிங் கமிட்டி' சேர்மன் என்பதிலும் அவருக்கு ஆதர வாக ரங்கா நின்றார்.

அம்பேத்கருக்கு இந்திய மிதாலஜி குறித்த ஆய்வில் மிக ஆர்வம் இருந்தது. புத்தமத பெரும்பான்மை மக்கள் மீதான பிராமண மத தாக்குதலாகவே அவர் இந்திய வரலாற்றை விவரிப்பார். கர்மா என காரணம் காட்டி திராவிட மக்களும், பழங்குடி மக்களும் கடும் சமூக வதைகளுக்கும், கீழான நிலைக்கும் தள்ளப்பட்டதை பொறுத்துக்கொள்ள முடியவில்லை என்பார். பெரியார், அம்பேத்கர் போன்ற சமூக சீர்திருத்த போராளிகள் இதன் பொருட்டே காந்தி யிடம் பெரும் அதிருப்தி கொண்டவர்களாக இருந்தனர்.

வைஸ்ராய் கவுன்சில் உறுப்பினராக இருந்தபோதும் அம்பேத்கர் தன் ஆய்வுக்கான வேலைகளை- தீவிர வாசிப்பை கைவிடவில்லை. சூத்திரர்கள், தாழ்த்தப்பட்டவர்கள் குறித்த சிறந்த ஆய்வுகளை அவர் நல்கினார். பிராம்மணியத் திற்கு மாற்றாக வேறு மாற்று கலாச்சார பெருமிதங்களை வெளிப்படுத்தினால் மட்டும் போதாது என்பதை அவர் அறிந்தவராக இருந்தார். தலித்களின் அரசியல் பொருளா தார உரிமைக்கு அவர் முன்னுரிமை தந்தார்.

கம்யூனிஸ்டுகள் மத்தியில் இணங்கி செல்வதற்கான அடிப்படைகள் அம்பேத்கரிடம் இருந்தபோதும் அவர் தனது தொழிற்சங்கத்தை கம்யூனிஸ்டுகள் வழியொற்றிய நடவடிக்கைகளாக அமைத்துக்கொள்ளவில்லை. மார்க்சி யர்கள் பேசிய வன்முறை பாதை உகந்ததல்ல என அவர் கருதினார்.

முத்தாய்ப்பாக ரங்காவின் மொழியில் அம்பேத்கர் இப்படித்தான் பார்க்கப்பட்டார். "Dr. Ambedkar's scholarly speeches in the Constituent Assembly show how erudite, independent and far-sighted his contributions were to the shaping of our Constitution. He was a true democrat. He lived as a humane pointer to the future social-democracy of Indian Swaraj."

முரளிதர் பண்டாரே ராஜ்யசபை உறுப்பினராக இருந்தவர். உச்சநீதிமன்றத்தில் நீதிபதியாகவும் செயல்பட்டவர். அவர் மராட்டிய மாநில மூத்த காங்கிரஸ்காரராகவும் அறியப்பட்டவர். அவர் அம்பேத்கரை எவ்வாறு வெளிப்படுத்துகிறார் எனப் பார்க்கலாம்.

தீண்டாமையை கடவுள் சகித்துக்கொள்கிறார் எனச் சொன்னால் அக்கடவுள் எனக்கு வேண்டாம் என குறிப்பிட்டவர்தான் திலகர். சுயராஜ்யம் எனது பிறப்புரிமை என்ற திலகர் தாழ்த்தப்பட்டவர்களுக்கு அடிப்படை உரிமைகள் இல்லையெனில் அது சுயராஜ்யமாக இருக்காது எனவும் குறிப்பிட்டார். அது புதிய அடிமைத்தனமாகவே அமையும் என்றார்.

அம்பேத்கருக்கு தலித் மக்களின் சமுக, அரசியல் பொருளாதார விடுதலை தலையாயதாக இருந்தது. அதற்கு அவர் வேர் முதல் வேலை செய்யவேண்டியிருந்தது. இதற்காக நாடு சுற்றினார். உலக அரங்குகளில் பிரச்சனையை எடுத்துச் சென்றார். சைமன் சாட்சியம், வட்டமேஜை மாநாடுகளில் உரைகள், அரசியல் நிர்ணய சபையில் பங்களிப்பு என அவர் நடவடிக்கைகள் வரலாற்று பாத்திரங்களாகியுள்ளன.

தாழ்த்தப்பட்டவர்களுக்கு சமன்மை வாய்ப்பைப்பெற முதலில் அரசியல் உரிமை வேண்டும் என அம்பேத்கர் உழைத்தார். அவர்களுக்கு அதிகாரத்தில் குரல் இருக்கச் செய்தார். இந்த அதிகாரம் மூலம் அவர்களின் அனைத்து பின்னடைவுகளையும் ஓரளவிற்காவது சரி செய்து கல்வி, வேலைவாய்ப்புகளில் முன்னேற்றம் கொணரமுடியும் எனக் கருதினார்.

1919 மிண்டோ மார்லி சட்டம்தான் அதிகாரபூர்வமாக ஒடுக்கப்பட்ட மக்கள் பற்றி குறிப்பிட்டது. மத்திய அசெம்பிளிக்கு நியமிக்கப்பட்ட 14ல் ஒருவர் ஒடுக்கப்பட்ட பிரதிநிதி என்றது. அதேபோல் மாநில பிரதிநிதிகள் 4 என கொடுத்தது.

1928ல் வந்த சைமன் கமிஷனிடம் அம்பேத்கர் செட்யூல்ட் சாதியினரின் ஒதுக்கீட்டை- இணைந்த வாக்காளர் முறையுடன்

கோரினார். இஸ்லாமியரின் தனி வாக்காளர் தொகுதியை எதிர்க்கவும் செய்தார். பின்னர் அம்பேத்கரும் தனி வாக்காளர் தொகுதி என மாற்றிக்கொண்டதும் ராம்சே அவார்ட் கொடுக்கப்பட்டு காந்தி உண்ணாவிரதம், புனா உடன்பாடு போன்ற நிகழ்வுகள் உருவாயின.

சைமன் கமிஷன் 1930ல் தனது அறிக்கையில் முஸ்லீம்களுக்கு தனி வாக்காளர் தொகுதி எனச் சொல்வது 'பொது குடிமகன்' எனும் கருத்துரு உருவாக தடையாக இருக்கும் என்று தெரிவித்தது. ஆனாலும் இருப்பதை தொடரவே பரிந்துரைத்தது. நேரு அறிக்கையையும் அது புறக்கணித்தது. சைமன் கமிஷன் கூட்டு வாக்காளர் முறையில் Depressed Class எனும் ஒடுக்கப்பட்ட பிரிவினர்க்கு இட ஒதுக்கீடு செய்யலாம் என்றது. ஆனால் வேட்பாளர் நிற்பதற்கு தகுதி சான்றிதழை கவர்னரிடம் பெறவேண்டும் என்கிற நிபந்தனை இருந்தது. அம்பேத்கர் 'நாமினேஷன்' என்பதை ஏற்பதற்கில்லை என தெரிவித்தார். எந்தவித நிபந்தனையுமில்லாமல் தேர்ந்தெடுக்கப்படவேண்டும் என்றார். மேலும் அவர் தனி வாக்காளர் தொகுதி எனவும் சொல்லத்துவங்கினார். சுயராஜ்யம் என்றால்தான் மக்களுக்கு உண்மையான அதிகாரம் கிடைக்கும். பட்டியல் சாதியினருக்கும் அதுதான் இலக்கு என அம்பேத்கர் குறிப்பிட்டார்.

சைமன் கமிஷனைத் தொடர்ந்து முதல் வட்டமேஜை மாநாடு 12-11-1930ல் கூட்டப்பட்டது. டிசம்பர் 1 வரை நடந்த இக்கூட்டத்தொடரில் காங்கிரஸ் பங்கேற்க மறுத்துவிட்டது. இரண்டாவது வட்டமேஜை மாநாட்டின் கூட்டத்தொடர் 7-9-31 முதல் 1-12-1931 வரை நடைபெற்றது. காங்கிரஸ் சார்பில் காந்தி பங்கேற்றார்.

முதல் வட்டமேஜையில் அம்பேத்கர் இந்தியாவில் உள்ள அனைத்து தாழ்த்தப்பட்டவர்களும் இன்றுள்ள அதிகார வர்க்க அரசாங்கத்தை மாற்றி மக்களால் மக்களுக்கான அரசாங்கத்தை உருவாக்கவே விரும்புகிறார்கள். நீங்கள்

விபத்தாக உருவாக்க நினைக்கும் அரசியல் சட்டத்தை மக்கள் எப்படி ஏற்பார்கள். பெரும்பான்மை மக்களின் விருப்பத்தை கொள்ளாத அரசியல் சட்டம் நிற்காது என்றே பேசியிருந்தார்.

ஒடுக்கப்பட்ட மக்களின் பிரச்னை சமுக ரீதியானது எனச் சொல்வதை பார்க்கிறோம். ஆனால் அதன் தீர்வு அரசியலில் இருக்கிறது. எங்கள் கரங்களுக்கு அரசியல் அதிகாரம் கிடைக்கப்பெறாமல் எங்கள் பிரச்னை தீராது. எவராலும் அதை தீர்க்கவும் முடியாது என அம்பேத்கர் உரை அமைந்தது.

"We feel that nobody can remove our grievances as well as we can, and we cannot remove them unless we get political powers in our own hands."

இரண்டாவது வட்டமேஜைக்கு முன்னர் அம்பேத்கர் காந்தியை சந்திக்கிறார். அம்பேத்கரும் ஒடுக்கப்பட்ட பிரிவி லிருந்து வந்தவர் என காந்தி அறிந்திருக்கவில்லை. பிராம்மணர் என்று கூட நினைத்திருந்தார். அம்பேத்கர் காந்தியிடத்தில் எனக்கு தாய்நாடு இல்லை என்கிறார். வட்டமேஜையில் தங்கள் கருத்துக்களைப் பார்த்தபோது சிறந்த தேசபக்தர் என்றே கருத முடியும் என்றார் காந்தி. இல்லை எனக்கு சொந்த நாடு இல்லை என அழுத்தமாக மறுமொழி தருகிறார் அம்பேத்கர். நாங்கள் நாய்கள் பூனைகளைவிட கேவலமாக நடத்தப்படுகிறோம். எப்படி இந்த மதத்தை, நாட்டை சொந்தம் என கொண்டாட முடியும். சுயமரியாதை கொண்ட எந்த ஒடுக்கப்பட்டவராலும் இந்த நாடு குறித்து பெருமிதம் கொள்ளமுடியாது என்ற பதிலே காந்திக்கு அம்பேத்கரிடமிருந்து கிடைத்தது.

எங்களுக்கு இழைக்கப்படும் அநீதி காரணமாக நாங்கள் விசுவாசிகள் இல்லாமல் ஆகியுள்ளோம். என்னை துரோகி என சொன்னாலும் அதற்கு வருத்தப்படமாட்டேன். நான் ஏதாவது தேச சேவை செய்கிறேன் என்றால் அது தேசபக்தி காரணமாக அல்ல. மாசற்ற மனசாட்சியால்தான் *(it is due to my unsullied conscience and not due to any patriotic feelings in me.)* எனவும் அம்பேத்கர் குறிப்பிட்டிருந்தார்.

காலம் காலமாக ஒடுக்கப்பட்டுவரும் என் மக்களுக்கு உரிமைகளை பெறுவதற்கு நான் செய்வது பாவமாகாது. என்னால் இந்த நாட்டிற்கு தீங்கு வராமல் இருப்பது என் மனசாட்சி காரணமாகத்தான் *(any disservice to this country, it would not be a sin; and if any harm, does not come to this country through my action, It may be due to my conscience.)* என தன் வருத்தம் தோய்ந்த குரலை வெளிப்படுத்தினார் அம்பேத்கர்.

முஸ்லீம்களும், சீக்கியர்களும் தாழ்த்தப்பட்டவர்களைவிட மேலான நிலையில் இருந்தும் அவர்களுக்கு அரசியல் அங்கீகாரம் கிடைத்துள்ளது. காங்கிரசும் முஸ்லீம்கள் கோரிக்கையை ஏற்றுள்ளது. முதல் அமர்வு ஒடுக்கப்பட்டவர் களுக்கு அரசியல் பாதுகாப்பு, போதுமான பிரதிநிதித்துவம் கொடுத்துள்ளது. இதில் தங்கள் கருத்தென்ன என அம்பேத்கர் வினவினார். இந்துக்களிடமிருந்து அரசியல் பிரிப்பை உருவாக்குவதை ஏற்கமுடியாது. அதற்கு எதிராக இருக்கிறேன். அது தற்கொலைக்கு சமம் என்றார் காந்தி.

வட்டமேஜையில் இவ்வேறுபாடு எதிரொலித்தது. தனித்த வாக்காளர் தொகுதி தராத எந்த அரசியல் சட்டத்தையும் 'டிசி'க்கள் ஏற்கமாட்டார்கள். இடஒதுக்கீடு, கூட்டுவாக்காளர் என்றால் பெரும்பான்மை கருணையில்தான் ஒடுக்கப் பட்டவரின் பிரதிநிதி இருக்கமுடியும் என அம்பேத்கர் கருதி னார். வாழ்வைப்போல் தீண்டப்படாதவர் முன்னேற்றமும் எனக்கு முக்கியமானது. எனவே தனி ஒருவனாக இருந்தால் கூட இதை தடுக்கவே முயற்சிப்பேன் என்றார் காந்தி.

கம்யூனல் அவார்ட் என அறியப்படும் வகுப்புவாரி பிரதிநிதித்துவத்தை பிரிட்டிஷ் பிரதமர் ராம்சே மக்டானல்ட் ஆகஸ்ட் 17 1932ல் அறிவித்தார். இதில் இட ஒதுக்கீடு தொகுதிகள், இரட்டை வாக்குரிமை சொல்லப்பட்டிருந்தது. இந்த ஏற்பாடு 20 ஆண்டுகளுக்கு பின்னர் மறைந்துபோகும் என்றனர். முஸ்லீம்கள், சீக்கியர், அய்ரோப்பியர், கிறிஸ்துவர்

என தனி வாக்காளர் முறை ஏற்படுத்துவதன் மூலம் நாடு பிரிவினையுள் போகும் (The Award completely balkanlsed India) என்ற கவலை இருந்தது என பந்த்ரே சொல்கிறார்.

காந்தி காலவரையற்ற பட்டினிப்போரை செப்டம்பர் 20 1932ல் துவக்கினார். முன்னதாக செப்டம்பர் 19 அன்று பம்பாயில் மதன்மோகன் மாளவியா தலைமையில் இந்து தலைவர்கள் கூடினர். அம்பேத்கர் பங்கேற்றார். காந்தியின் உண்ணாநோன்பு இரண்டு அம்சங்களை தீவிரமாக்கியது. காந்தியின் உயிர், தீண்டாமை இல்லாத சமூகம். அம்பேத்கர் மீது நாட்டின் முழு கவனமும் திரும்பியது. அவர் மகாத்மா உயிரைக் காப்பாரா?

தேஜ்பகதூர் செப்டம்பர் 21 அன்று கூறிய திட்டத்தில் 197யை (71 இடங்களுக்கு பதில்) அம்பேத்கர் கோருகிறார். இரட்டை நிலையில் தேர்வு என்பதும் பேசப்படுகிறது (evolved a scheme of primary and secondary elections). காந்தியை அம்பேத்கர் சிறையில் சந்திக்கிறார். உருவாகியிருக்கும் பொதுக்கருத்துக்கு அஞ்சாமல் தனது நிலையை உறுதியாக வைக்கவும் வேண்டும், காந்தியின் உயிரும் காக்கப்படவேண்டும் எனும் பெரிய பொறுப்பு அவர் தலையில் சுமத்தப்பட்டிருந்தது.

காந்தி பலவீனமாக இருந்தார். அம்பேத்கர் சொல்வதை செவிமடுத்தார். "You have my fullest sympathy. I am with you, Doctor, in most of the things you say. But you say you are interested in my life". எங்கள் மக்களுக்காக மட்டும் நீங்கள் அர்ப்பணித்துக் கொண்டால் நீங்கள் எங்கள் நாயகர்தான் என அம்பேத்கர் மறுமொழி பகர்கிறார். காந்தி "Well, then, if it is so, then you know what you have got to do to save it. Do it and save my life" என்கிறார்.

"I know you do not want to forego what your people have been granted by the Award. I accept your panel system, but you should remove one anomaly from it. You should apply the panel system to all the seats. You are untouchable by birth and I am by adoption.

We must be one and indivisible. I am prepared to give my life to avert the disruption of the Hindu community" என காந்தி தெரிவிக்கிறார்.

இந்த ஏற்பாடு எவ்வளவு காலம் 10 ஆண்டுகளா? 5 ஆண்டுகளா என்பதில் சர்ச்சை இருந்தது. உடன்பாடு ஏற்படவில்லை. ராஜாஜி அதை எதிர்காலத்தில் இருபக்கமும் பேசி தீர்த்துக்கொள்ளலாம் என்றார். செப்டம்பர் 24 மாலை 5 மணிக்கு உடன்பாடு ஏற்பட்டு கையெழுத்திடுகின்றனர். அம்பேத்கர் 148 இடங்களை பெற்றார். பிரிட்டிஷ் அரசாங்கம் உடன்பாட்டை ஏற்றவுடன் செப்டம்பர் 26 1932ல் காந்தி உண்ணாநோன்பை முடித்துக்கொண்டார்.

அம்பேத்கர் தனது அனுபவத்தின் அடிப்படையில் மீண்டும் இப்பிரச்னையை மார்ச் 1947ல் 'அரசாங்கமும் சிறுபான்மையினரும்' என்கிற குறிப்பில் எழுப்பினார். ஆனால் நாட்டுப் பிரிவினையின் கசப்பான அனுபவங்களால் தனித்த வாக்காளர் முறை என்பது ஒழிக்கப்பட்டது. தனித் தொகுதி முறையை சட்டப்படி நீட்டிக்கும் வகையில் அம்பேத்கர் செய்த ஏற்பாடு பாதுகாப்பிற்குரியதாக அமைந்தது. *The system of separate electorates was abolished in the new Constitution. Ambedkar was so right that article 334 was repeatedly amended to extend the period of reservation* என்பதையும் சேர்த்தே பார்க்கவேண்டும் என பந்த்ரே விளக்குகிறார்.

விடுதலை இந்தியாவில் நாடாளுமன்றத்தில் பட்டியல் பிரிவினர் இடம்பெற்றும் தலித்களின் சமூக வாழ்க்கையில் பெரும் முன்னேற்றம் ஏற்படவில்லை. வாய்ப்புகளில் சமத்துவம் என்பது ஏட்டளவிலேயே உள்ளது. தலித்கள் மீதான ஒடுக்குமுறைகள் நின்றபாடில்லை. அம்பேத்கர் பெரிதும் நம்பி உழைத்த முழக்கங்களான *Liberty, equality and fraternity sounds to them a hollow slogan* என்கிற கவலை தோய்ந்தக்குரலை பந்த்ரே வெளிப்படுத்தியிருக்கிறார்.

புருஷோத்தம் மாவலங்கர் புகழ்வாய்ந்த தாதாசாகேப் மாவலங்கரின் மகன். தாதாசாகேப் விடுதலைபெற்ற இந்திய நாடாளுமன்றத்தின் சபாநாயகர். மகனான புருஷோத்தம் மாவலங்கர் ஹரால்ட் லாஸ்கியின் மாணவர். நாடாளுமன்ற உறுப்பினராக இருந்தவர். அம்பேத்கர் குறித்து புருஷோத்தம் மாவலங்கர் குறிப்பிட்டுள்ளதை பார்க்கலாம்.

அனைத்து அம்சத்திலும் அம்பேத்கர் தேசியத்தலைவராக மதிக்கப்படவேண்டியவர். ஒடுக்கப்பட்டவர்களின் உரிமைகள் மற்றும் வாழ்க்கை மேம்பாட்டைப் பொறுத்துத்தான் இந்தியா உண்மையான சுதந்திரநாடு என சொல்லப்படமுடியும். இந்த மேம்பாட்டைக்கொணரப் போராடிய தலைவர் அம்பேத்கர்.

கல்வி வாய்ப்பு என்பதற்கு அவர் முன்னுரிமை கொடுத்தார். அவரே தன் அளவில் கற்றறிந்த, புலமை வாய்ந்த அரசியல் தலைவராக இருந்தார். அவரின் இச்சிறப்பிற்கு நாடு பெருமைப்படவேண்டும். அவரால் எந்த முட்டாள்தனத்தையும் சகித்துக்கொள்ள முடியவில்லை.

டாக்டர் அம்பேத்கர் தனித்துவம் நிறைந்த தனிநபர் எனும் குணத்திற்குரியவர். அரைவேக்காட்டுபேர்வழிகளை அவர் சகித்துக்கொண்டதேயில்லை. அதே நேரத்தில் தனக்கு ஒதுக்கப்பட்ட வேலைகளை பிறருடன் நேர்த்தியாக இணைந்து செய்தும் காட்டினார். தன் சொந்த மனிதர்கள் எனக் கருதிய வர்களின் மேம்பாட்டிற்காக அவர்களை திறம்பட வழி நடத்துவதில் கவனம் குவித்தார். அவர் இயக்கங்களை நடத்தியிருந்தாலும் தன்னை அமைப்பு மனிதனாக 'organisation man' ஆக நிறுவிக்கொண்டதில்லை. பலநேரங்களில் அவர் தனித்த காவலாளியாகவே (a lone sentinel) காணப்பட்டார்.

பம்பாயில் அம்பேத்கர் ஜூலை 19, 1937ல் எம் எல் ஏ ஆனார். முன்னதாக அவர் நியமன உறுப்பினராக இருந்தார். அவரது பட்ஜெட் விவாதங்கள் அவரின் மேதமையை காட்டும். விமர்சனங்கள் தெறிக்கும். அவையில் உள்ளோர் அனைவரும் தன்னை உற்று கவனிக்க வைப்பார். அடிப்படைக் கல்வி,

தொழில் தகராறு, மொழிவாரி மாநிலம், இரண்டாம் உலக யுத்தத்தில் இந்தியப்பங்கேற்பு போன்ற விவாதங்களில் அவரது அறிவுக்கூர்மை பளிச்சிட்டது.

இன்றுள்ள நிலையிலேயே தொடர்ந்து கல்வி கற்பிக்கப் படும் என்றால் பெண் குழந்தைகள் முழுமையாக கல்வி பெற 300 ஆண்டுகள் பிடிக்கும் எனப் பேசி மனசாட்சியை உலுக்கினார். அன்று மாகாண பிரதமராக இருந்த பி ஜி கேர், உள்துறைஅமைச்சர் முன்ஷி அனைவருடனும் அவர் கடுமையான விவாதங்களை மேற்கொண்டவர்.

ஆகஸ்ட் 23 1937 அன்று அம்பேத்கர் முக்கிய மசோதா ஒன்று குறித்து கருத்தை வெளியிட்டார். அமைச்சர்களுக்கு ஒரே மாதிரியான standard salary என்பது சரியல்ல. அவரின் சமூக பின்புலத்திற்கேற்ப ஊதியம் என்பது அவசியம். திறமை, நிர்வாக நேர்மை, ஜனநாயக பண்புகள் போன்றவை களும் அளவுகோலாக இருக்கலாம் என்றார். அமைச்சர்கள் தாங்கள் சிறந்தவர்களாக, கற்பவர்களாக எடுத்துக்காட்டான வர்களாக இருக்க வேண்டும். "The executive must be the brain trust" என்கிற மேற்கோளை அவர் தந்தார்.

நேரு அமைச்சரவையில் அம்பேத்கர் சட்ட அமைச்சராக நியமிக்கப்பட்டார். 'இந்து கோடு' பில் கொணரும்போது கடும் எதிர்ப்பைக் கண்டார். அமைச்சரவையிலிருந்து அவரின் விலகலுக்கு இதுவும் முக்கிய காரணமானது. உடல் நிலை சரியில்லாததால் அவர் விலகினார் என்று மாவலங்கர் சொல்கிறார். அம்பேத்கர் உடல்நிலை சரியில்லை என சொல்லி எந்த பொறுப்பிலிருந்தும் தான் வெளியேறியதில்லை என தன் விலகல் குறித்த உரையில் தெளிவுபடுத்தியிருந்ததை மாவலங்கர் ஏன் சுட்டிக்காட்டத் தவறினார் எனத் தெரியவில்லை.

அம்பேத்கர் எப்போதும் நேர்த்தியாக உடை அணிந்து வருவார். கம்பீரமாக எதையும் உறுதியான தொனியில் பேசக்கூடியவராக இருந்தார். கேள்வி நேரத்தில் அவரின்

திறமை கூடுதலாக தெரியும். கச்சிதமான பதிலை உரியவகையில் தர முயற்சிப்பார். எது கேட்கப்படுகிறதோ அதற்கு சம்பந்த மில்லாமல் எதையும் அவையில் தெரிவிக்க மாட்டார். அவரது பதில் அதிகாரபூர்வமானதாக சரியானதாக இருக்கும். அவர் கடுமையாக நடந்துகொள்கிறார் என அவை உறுப்பினர்கள் சிலர் நினைப்பர். ஆனாலும் அவரின் ஆளுமை காரணமாக அவர் காட்டும் கோபம் பெரிதாக எடுத்துக்கொள்ளப்படாமல் போகும் எனச் சொல்கிறார் மாவலங்கர்.

அம்பேத்கரின் விசாலமான அறிவையும் இதயத்தையும் அவர் இந்திய நாட்டின் அரசியலமைப்பு சட்ட வரைவில் வெளிப்படுத்திய விவாதங்களில் காணமுடியும். -He acted superbly as an "Assembly Man". He led, as well as was led, in this project என காட்டுகிறார் மாவலங்கர்.

அம்பேத்கரின் உரையிலிருந்து சிறந்த மேற்கோள் ஒன்றை மாவலங்கர் எடுத்து அவரின் எச்சரிக்கையை புலப்படுத்துகிறார்.

Thus spoke Ambedkar 25th Nov 1949 in the Constituent Assembly:

"However good a Constitution may be, it is sure to turn out bad because those who are called to work it, happen to be a bad lot. However bad a constitution may be, it may turn out to be good, if those who are called to work it, happen to be a good lot. The working of a Constitution does not depend wholly upon the nature of the Constitution".

அரசியல் அமைப்புச் சட்டம் நல்லதாக தொழிற்படுவது என்பது அதை கையாள்பவர்களை பொருத்தே இருக்கிறது. ஆகவே... என்கிற எச்சரிக்கை உணர்வை பொறுப்பை மக்களிடம் அம்பேத்கர் விட்டுச் சென்றுள்ளார்.

பேராசிரியர் சித்தேஸ்வர் பிரசாத் (Prof. Sidheshwar Prasad) பீகார் நாளந்தாவிலிருந்து காங்கிரஸ் சார்பில் பலமுறை லோக் சபாவிற்கு தேர்ந்தெடுக்கப்பட்டவர். பல புத்தகங்களை

இந்தியில் எழுதியவர். அம்பேத்கர் குறித்து சுருக்கமாக அவரின் கருத்து இங்கு இடம் பெறுகிறது.

அம்பேத்கர் சமூக மாற்றத்தை விதைத்த முன்னோடி. அம்பேத்கரின் வாழ்நாள் போராட்டம் சமூகநீதிக்கானது- அநீதிக்கு எதிரானது. சமூக பொருளாதார ஜனநாயகம் வராமல் அரசியல் ஜனநாயகம் முழுமை அடையாது. தன் வாழ்நாளுக்குள்ளாகவே தனது கனவிற்கான அடிப்படைகள் நடைமுறைக்கு வருவதை அவரால் காணமுடிந்தது.

அம்பேத்கர் தன் உரையில் நாடு சந்திக்கும் முரணை சுட்டிக்காட்டினார். அரசியலில் ஒரு மனிதன் ஒரு மதிப்பு கொண்டு நுழையும் நாம் சமூக, பொருளாதார அசமத்து வத்தை சுமந்தே செல்கிறோம். சமதையான சமூகம் என்பது புறக்கணிக்கப்பட்டே வருகிறது. இந்த முரண் எவ்வளவு காலம் நீடிக்கமுடியும் என்கிற கேள்வியை அவர் எழுப்பினார். சமூக பொருளாதார சமத்துவம் என்கிற கோட்பாட்டில் எவ்வளவு காலம் நாம் பாராமுகமாக இருக்கமுடியும். அதன் மறுப்பு என்பது அரசியல் ஜனநாயக அமைப்பிற்கே ஆபத்தானதாக மாறிவிடும். அதன் அடிப்படையே தகர்ந்து போகும் என்கிற அபாய சங்கை அம்பேத்கர் ஊதியே சென்றுள்ளார்.

அவரைப்பொறுத்தவரை வாழ்வின் தத்துவம் சமத்துவம், சுதந்திரம், சகோதரத்துவம் நிரம்பியதாக இருக்கவேண்டும். இதை அவர் மும்மூர்த்திகள் என அழைப்பார். உடலின் ஏதோ ஒரு பாகம் பழுதுபட்டாலும் எப்படி பலவீனப்படுமோ அப்படித்தான் இந்த அங்கங்கள் எது குறைந்தாலும் மனித வாழ்க்கை பங்கப்படும். ஜனநாயகம் மெல்ல அழுகிப்போகும் என்றார்.

'வர்ணாஸ்ரமம்' என்பதை எதிர்த்து போராடவேண்டும்- அப்போதுதான் விடுதலைக்கு சரியான அர்த்தம் கிடைக்கும் என்றவர் அம்பேத்கர். ஜனநாயகத்தின் சீரான வளர்ச்சிக்கு பிறப்பு அடிப்படையிலான மேல் சாதி-கீழ் சாதி எனும்

கட்டமைப்பு தகர்க்கப்படவேண்டும் என அவர் விழைந்தார். அவரின் கனவு இந்திய ஜனநாயகம் வளர்ந்தோங்கிய ஒன்றாக இருக்கவேண்டும் என்பதாகவே இருந்தது.

ரேணுகா ராய் தனது 16 ஆம் வயதிலேயே காந்தியின் செயல் பாடுகளில் ஈர்க்கப்பட்டவர். ரேணுகா லண்டன் எகானமிக் ஸ்கூல் சார்ந்தவர். அரசியல் நிர்ணயசபை மற்றும் நாடாளுமன்ற உறுப்பினராக இருந்தவர். அம்பேத்கர் குறித்து அவர் சொல்லியதைச் சுருக்கமாகக் காண்போம்.

தான் நியாயம் என உணர்ந்ததிலிருந்து எளிதில் வழுவாமல் இருக்கும் உள உறுதிகொண்டவர் அம்பேத்கர். தனது கருத்துக் காக போராடிக்கொண்டிருந்தாலும் எதார்த்த நிலைகளுக்கேற்ப சமரசங்களை அனுமதித்தவராகவும் அவர் இருந்தார். கிராமங் களில் நிலவும் சாதிய மேலாதிக்க நிலையில் பஞ்சாயத்து ராஜ் எனப்பேசுவது பயனளிக்காது என அம்பேத்கர் கருதினார். அதனால் அதை வழிகாட்டும் நெறிகளின் பகுதியாக இருக் கலாம் எனக்கருதினார். அதன் வடிவமாக அரசமைப்பு சட்ட ஷரத்து 40 அமைந்தது.

Article 40:Directive Principles of State Policy as follows: "The State shall take steps to organise village panchayats and endow them with such powers and auth0rity as may be necessary to enable them to function as units of self-government". ராஜிவ் ஆட்சி காலத்தில் பஞ்சாயத்து நகர்பாலிக சட்டம் உருவானது.

அதேபோல் இந்து தொகுப்பு சட்டத்தில் பெண்களுக்கு சொத்துரிமை என்பதில் அம்பேத்கர் உறுதியாக நின்றார். நாடாளுமன்றத்தில் அதற்கு எதிர்ப்பு இருந்தது. அம்பேத்கருக்கும் எதிர்ப்பாளர்களுக்கும் இடையில் நேரு இருந்து அதை 4 பகுதிகளாக பிரித்து நிறைவேற்ற முயற்சித்தார். தன்னை சந்தித்த பெண் தலைவர்களிடம் வருகிற நாடாளுமன்ற தேர் தலில் தேர்தல் அறிக்கையாக வைத்துவிட்டோம் எனில் எதிர்ப்பாளர்கள் வாயை அடைத்துவிடலாம் எனவும் நேரு தெரிவித்து வந்தார். ரேணுகா ராய், துர்கா பாய் போன்றவர்

களுக்கு இதை தள்ளிப்போடுவதில் அம்பேத்கர் போலவே விருப்பமில்லை. நேருவின் முன்முயற்சியால் பின்னர் அம்மசோதா இரு பிரிவுகளாக திருமணம்- சொத்துரிமை எனச் சட்டமானது.

இப்போதைக்கு பஞ்சாயத்து ராஜ் வேண்டாம் என அன்று தள்ளிப்போட்டனர். இந்து கோடு கொண்டுவருவதற்கு அம்பேத்கர் எடுத்த பெரும் முயற்சிகளுக்காக இந்தியப் பெண்கள் அம்பேத்கருக்கு கடன்பட்டுள்ளனர்.

எஸ் எல் ஷக்தர் *(S L. Shakdher)* இந்திய நாடாளுமன்ற செயலராக இருந்தவர். அவர் தலைமை தேர்தல் ஆணைய ராகவும் இருந்துள்ளார். அம்பேத்கர் குறித்து அவர் பதிவைக் காண்போம்.

அம்பேத்கர் மேற்குவங்கத்திலிருந்து அரசியல் நிர்ணய சபைக்கு தேர்ந்தெடுக்கப்பட்டார். புகழ்வாய்ந்த வரலாற்றாள ரான எம் வி பைலி அம்பேத்கர் குறித்து பேசியதை ஷக்தர் எடுத்துக்காட்டுகிறார். தனது விவாத கூர்மையால் மற்ற எவரையும்விட அரசியல் நிர்ணயசபையில் அம்பேத்கர் மிளிர்ந்தார். அவரிடம் இருந்த தெளிவு பிரமிக்கத்தகுந்தது. தனது விமர்சகர்களையும் காதுகொடுத்து கேட்கும் பொறுப் புணர்வை அவர் காட்டினார். அவரை 'நவீன மனு' என அழைக்கலாம்.

நேரு அவர்கள் அம்பேத்கர் மறைவை நினைவுகூர்ந்து உரையாற்றும்போது இந்து ஒடுக்குமுறைகளுக்கு எதிராக கலகக்கொடி உயர்த்தியவர் எனக் குறிப்பிட்டார். அவர் எதை எதிர்த்து போராடினாரோ அதை எதிர்த்து நாம் அனைவரும் போராடவேண்டியவர்களாகவே இருக்கிறோம். இந்த நாடாளுமன்ற அவைக்கூட அவர் பிரதிபலித்த வண்ணமே இயங்குகிறது என புகழாரம் சூட்டினார்.

இந்த நாட்டில் பெரும்பான்மை- சிறுபான்மை என இரு பிரிவினருமே தவறான அணுகுமுறையை மேற்கொண்டு

வருகின்றனர். சிறுபான்மையினர் இருப்பை பெரும்பான்மை யினர் புறக்கணிக்கக்கூடாது. அதேபோல் தங்கள் இருப்பை பெரிதுபடுத்திக்கொண்டே சிறுபான்மையினர் இருப்பது சரியல்ல என அம்பேத்கர் கருதினார்.

சிறுபான்மை என்பது வெடிமருந்து போன்றது- எப்போது வேண்டுமானாலும் பற்றிக்கொண்டுவிடும் என்கிற விழிப்புணர்வு தேவை. சிறுபான்மையினருக்கு பாரபட்சம் காட்டக் கூடாது என்பதை பெரும்பான்மையினர் உணர்ந்து நடந்துகொள்ள வேண்டும் என்பது அம்பேத்கரது அறிவுரை. அவர்களை உதாசீனம் செய்யத்துவங்கிவிட்டால் அவர்களின் இருப்பே கேள்விக்குள்ளாகும் என மிகுந்த தூரப்பார்வையுடன் இதை அவர் விளக்கினார்.

வெளிப்படையாக பத்திரிகை சுதந்திரம் பற்றி அரசியல் அமைப்புச் சட்டம் ஏன் பேசவில்லை என்கிற விமர்சனம் வந்தது. அம்பேத்கர் இதற்கும் விளக்கம் தந்தார். இந்திய குடிமகன் என்பாருக்கு உள்ள உரிமைகளைத் தாண்டி பிரஸ் என்பதற்காக எவ்வித தனிச்சலுகையும் அவசியமில்லை. பத்திரிகை ஆசிரியரும் குடிமகன் என்கிற உரிமையுடன்தான் செயல்படப் போகிறார்- *"freedom of speech and expression"* என சொல்லியுள்ளது போதாதா என அவர் எதிர் கேள்வி எழுப்பி தன் பதிலை தந்தார்.

அரசியல் நிர்ணய சபையின் தலைவராக இருந்த ராஜேந்திர பிரசாத் அம்பேத்கரின் செயல்பாட்டை விதந்து பேசினார். அம்பேத்கர் போல ஆர்வமும் உற்சாகமும் ஈடுபாடும் கொண்டு வேலை செய்த உறுப்பினர் வேறு எவரும் இல்லை என்பதை தான் உணர்ந்ததாக அவர் தெரிவித்திருந்தார். அவரை நகல் வரைவுக் குழு தலைவராக தேர்ந்தெடுத்தது எவ்வளவு சரி என்பதை மட்டும் அவர் நிரூபிக்கவில்லை - அதற்கு கூடுதல் ஒளிர்வையும் *(has added luster)* அவர் ஏற்படுத்தினார்.

அம்பேத்கர் பிப்ரவரி 1951ல் அறிமுகம் செய்த இந்து கோடு மசோதாவை 1952 தேர்தலுக்கு முன்னர் சட்டமாக்க

விழைந்தார். அவர் தன் வாழ்நாட்களுக்குள் அம்மசோதா பகுதிகளாக சட்டமானதை கண்டார். அவர் உருவாக்கிய அடிப்படைகள் மேலானதாக இருந்தன எனக் கருதுபவர்களும் உண்டு.

.அம்பேத்கர் எப்போதும் புத்தகங்கள் சூழவே வாழ்ந்தார். அவரை பார்ப்பது, உரையாடி புதிய புதிய கருத்துக்களைப் பெற்றது மகிழ்ச்சியான தருணங்களாகவே இருந்தன என நினைவு கூர்ந்துள்ளார் ஷக்தர்.

அக்சய் குமார் ஜெயின் புகழ் வாய்ந்த பத்திரிகையாளர். முப்பது ஆண்டுகளுக்கு மேலாக நவபாரத் டைம்ஸ் எடிட்டராக இருந்தவர். பத்மபூஷன் விருதுக்குரியவர். அவர் அம்பேத்கர் குறித்து சுருக்கமான பதிவை தந்துள்ளார்.

அம்பேத்கர் 1920ல் மூக்நாயக் மாதம் இருமுறை பத்திரிகையை துவக்கினார். நான்கு ஆண்டுகளுக்கு பின்னர் 'பகிஷ்கரித் ஹிட்காரி' எனும் பத்திரிகை' நடத்தினார். அதற்கு அடுத்த மூன்று ஆண்டுகளில் 1927ல் மாதம் இரு முறை பத்திரிகையாக 'பகிஷ்கரித் பாரத்' தொடங்கி நடத்திவந்தார்.

பொதுக்கிணற்றில் தண்ணீர் எடுக்கும் போராட்டம் ஒன்றையும் அம்பேத்கர் நடத்தினார். இந்துக்கள் கலவரத்தில் ஈடுபட்டனர். போலீசார் தலையிட்டு அம்பேத்கரை கலைந்து போக வைத்தனர். அவர் அதை நீதிமன்ற வழக் காக்கி பம்பாய் உயர்நீதிமன்றம் சென்று 10 ஆண்டுகள் போராடி உரிமையை நிலைநாட்டினார்.

1935ல் அவர் நண்பர்களிடத்திலும் பத்திரிகையாளர்களிடத் திலும் இந்துமதத்தில் தன்னால் தொடர்ந்து நீடிக்க இயலாது என்பதை தெரிவிக்கத் துவங்கினார். ஆனால் உடனடியாக அவரால் அதை அமுலாக்கமுடியவில்லை. அம்பேத்கர் தான் சொல்லிவந்தபடி அக்டோபர் 14 1956ல் அவர் ஆயிரக் கணக்கானவர்களுடன் புத்தமதம் தழுவினார்.

இடைக்கால அரசாங்கம் 1946ல் பதவியேற்றவுடன் அரசியல் அமைப்புச் சட்ட நிபுணர் எவரையாவது தேடவேண்டும் என தன் கவலையை நேரு காந்தியிடம் தெரிவித்தார். சரோஜினி அவர்களும் உடன் இருந்தார். நேரு ஜென்னிங்ஸ் என்பாரின் பெயரையும் காந்தியிடம் குறிப்பிட்டார். காந்தி அப்போது அம்பேத்கர் பெயரைக் குறிப்பிட்டார்.

இந்து சட்ட தொகுப்பு குறித்த வேறுபாடுகளால் அம்பேத்கர் பதவி விலகினார். அம்பேத்கர் பதவிவிலகல் ஏன் என அவர் தந்த விளக்கத்தில் இந்து சட்டம் மட்டும் அல்லாமல் பல்வேறு அம்சங்கள் குறிப்பிடப்படுகின்றன. வேறுபாடுகள் வளர்ந்து 'இந்து சட்டம்' குறித்த பிரச்னை அவர் வெளியேறத்தூண்டியது என சொல்லமுடியும்.

சுருக்கமான பதிவை அக்சர் தந்தாலும் காந்தி நேரு இரு வரும் ஆலோசித்து அம்பேத்கரை பயன்படுத்தவேண்டும் என்கிற முடிவிற்கு வந்ததை உறுதிப்படுத்துகிறார். நேரு அமைச்சரவையில் ஏற்பட்ட கசப்புகள், காந்தியடிகளின் மறைவு, இந்துகோடு பில்லில் அம்பேத்கரின் எதிர்பார்ப்பு நிறைவேறாமை போன்ற சூழல்கள் அம்பேத்கர் இணைந்து பணியாற்ற முடியாமல் செய்தன என புரிந்துகொள்ளலாம்.

நேரு- அம்பேத்கர் இணக்கமாக பணியாற்ற முடிந்திருந்தால், அம்பேத்கர் வாழ்நாட்கள் 1956க்கு பின்னரும் கூடியிருந் தால் இந்திய அரசியலில் மேலும் விரும்பத்தக்க மாற்றங்கள் வந்திருக்கக்கூடும் என்று தோன்றுகிறது. ஆனால் இந்த 'if களால்' என்ன செய்யமுடியும்?

4
அம்பேத்கரின் பகவத்கீதை விமர்சனம்

பண்டைய இந்தியாவில் புத்தத்தின் புரட்சியும் அதை வீழ்த்த நடத்தப்பட்ட பிராமணிய எதிர்புரட்சியும் குறித்து அம்பேத்கார் விரிவான ஆய்வு ஒன்றை செய்திருந்தார். அதில் 'எதிர்புரட்சி' தத்துவ அடிப்படையில் பாதுகாப்பை கிருஷ்ணன் கீதையிடமிருந்து எவ்வாறு பெற்றுக்கொண்டது- கீதை எப்படிக்கொடுத்தது என்பதை விவரிக்கிறார்.

புத்தம் நலிவுற்றதற்கு ஆறு பிராம்மண இலக்கியங்களை பாபாசாகேப் அம்பேத்கர் காரணமாக காட்டினார். அதில் கீதை ஒன்று. மற்ற இலக்கியங்கள் வேதாந்தம், மனு ஸ்மிருதி, மகாபாரதம், ராமாயணம், புராணங்கள். பகவத் கீதை காலம் பற்றி ஆய்வு செய்யும்போது அதில் திலகர், தெலாங், கோசாம்பி இடையில் ஒரே கருத்தில்லாமையை அவர் சுட்டிக்காட்டுகிறார்.

வியாசர் பாரதம் என்பது வரலாற்று கதை. ஆனால் பின் வந்தவர்கள் அதில் அறநெறி, சமுதாய நியதி- நீதி கதையாக போதனை நூலாக மாற்றிவிட்டனர் என்பது அவரின் குற்றச்சாட்டு. அதன் காலம் பற்றி வேறுபட்ட கருத்துக்கள் இருந்தாலும், காலந்தோறும் அதில் மாற்றங் கள் இடம்பெற்றன என்பதில் வேறுபாடில்லை என்கிறார் அம்பேத்கர்.

பேராசிரியர் கார்பே, ஹாப்கின்சன் போன்றவர்களின் மேற்கோள்களை அம்பேத்கார் எடுத்துக் காட்டுகிறார். கூர்மதி படைத்த மேதை ஒருவரால் உருவான படைப்பன்று கீதை என்கிறார். பல பாடல்கள் உபநிடதங்களிலிருந்து எடுத்தாளப் பட்டுள்ளன. கீதை சில இடங்களில் விழுமியம் உள்ளதாகவும் பல இடங்களில் சிறுபிள்ளைத்தனமாகவும் இருப்பதாக அம்பேத்கர் வெளிப்படுத்துகிறார். கீதை பாடாலாசியருக்கு இலக்கண விதிகள் தெரியவில்லை என்பதை பேராசிரியர் ராஜ்வதே எடுத்துக் காட்டுவதை அம்பேத்கார் சுட்டிக்காட்டு கிறார். ராஜாராம் சாஸ்திரிகள் என்பார் 60 பாடல்கள் மட்டுமே மூல சிறப்புகொண்டவை மற்றவை இடைச்செருகல் என கூறுவதையும் தெரிவிக்கிறார். ராஜ்வதே அத்தியாயம் 10, 11 போலியானது எனக் கூறுவதாக அம்பேத்கார் மேற்கோள் காட்டுகிறார்.

போரிடுவதா வேண்டாமா என்பதுதான் அதில் எழுப்பப் படும் கேள்வி. பதில் தரும் முறையில் கிருஷ்ணன் மிக சாதாரண மனிதனாக துவங்கி படிப்படியாக கடவுள் நிலைக்கு தன்னை உயர்த்திக்கொள்கிறார். வேதங்களை, பலியிடுதலை குறைத்து மதிக்கும் பாடல்கள் இருப்பதையும் அம்பேத்கர் சுட்டிக் காட்டுகிறார்.

எதிர்புரட்சிக்கு தத்துவரீதியான பாதுகாப்பு கிருஷ்ணனும் கீதையும் என்ற கட்டுரை ஒன்றை 40 பக்க அளவில் அம் பேத்கர் எழுதியிருந்தார். அக்கட்டுரை முழுமைபெறவில்லை என அம்பேத்கர் நூல்களை தொகுத்தவர்கள் நமக்கு தெரி விக்கிறார்கள். இந்து சமயத்திற்கு கிருஸ்துவ மத பைபிள் போன்ற வேதாகமா கீதை என்கிற கேள்வியை அவர் எழுப்பு கிறார். கீதை நற்செய்தி தரும் வேதமன்று என பதிலாக தருகிறார். சமயத்தை காக்க அது தத்துவத்தை பயன்படுத்தியது என்கிறார். நான்குவர்ண கோட்பாட்டிற்கு தத்துவ பாது காப்பை தருகிறது. கர்மயோகத்துடன் பக்தியோகம் இணைத்து அனாசக்தி கோட்பாட்டை வைக்கிறது என்கிறார்.

செயலுக்கும் அறிவிற்கும் இடையே நடைபெறும் பொதுவான தத்துவ விசாரணைப் பற்றி கீதை அக்கறை கொள்ளவில்லை. பொதுமையான தத்துவப்பொருள் குறித்தும் அது பேசவில்லை என்ற முடிவிற்கு அவர் வருகிறார்.

புத்தமத தாக்கத்திலிருந்து சமுகத்தை காக்க விரும்பியது கீதை. புத்தம் எதிர்த்துவந்த நான்குவர்ண கோட்பாட்டிற்கு வேதங்களால் அவை விதிக்கப்பட்டவை, பிழையற்றவை, கேள்விக்கு அப்பற்பட்டவை என சொல்ல வருகிறது கீதை. கொலையை கொலையன்று என வழக்குரைக்கும் கிருஷ்ணன் மனநோய் மருத்துவமனைக்கு அனுப்பப்பட வேண்டியவன் என கடுமையான விமர்சனத்தை அவர் வெளிப்படுத்துகிறார்.

கீதை புத்தருக்கு எதிரான புரட்சியை உயிர்ப்பித்து காத்து வருகிறது. பகவத்கீதை கர்மயோகத்தை மாற்றி உரைப்பதுடன் எளிய தூய கர்மயோகிகளை சாடுவதாகவும் அம்பேத்கார் சொல்கிறார். கீதையும் புத்தமதமும் அக்கால 'சமயத்தில்' நடந்த ஆன்மீக புரட்சியின் இருவடிவங்கள். பிராமணியத்திற்கு புத்தமதம் கொடுத்த அடியினால் தளர்ச்சியுற்ற பிராமணியத்தை தூக்கிப்பிடிக்கும் முயற்சியே கீதை என்கிறார்.

புத்தமதம் பற்றி அறிந்த எவராலும் புத்த கோட்பாடுகளை கீதை எடுத்து மொழிவதை மறுக்க இயலாது என்பதை அவர் உறுதிபட தெரிவிக்கிறார். அர்ஜுனன் கேட்டது தத்துவ வினாக்கள் அல்ல. உலகியல் சிக்கல்களை எதிர் கொள்ளும் சாதாரண மனிதன் கேட்ட இயல்பான வினாக்கள்தான் அவை. கிருஷ்ணனை ஈஸ்வரனாக சித்தரிக்கும் பகுதிகள் மெகஸ்தனிஸ் காலத்திற்கு பின்னர் வந்திருக்கலாம் என்பது அவர் கருத்து.

அம்பேத்கார் தனது ஆரம்ப காலத்தில் கீதை தாழ்த்தப் பட்டவர்களுக்கும் ஏற்ற ஒன்று என கருதியதாக கீதை ஆய்வாளர் கௌடா தெரிவிக்கிறார். பம்பாய் உயர்நீதி மன்றத்தில் மனுஸ்மிருதி எதிர்ப்பு போராட்டத்தில் ஏப்ரல்

2, 1930ல் தனது வாதமாக ' I do not accept any book except Bhagavat Gita to be worthy of respect or as an authority. Though I do not accept the authority of Vedas, I consider my self to be sanatan hindu" என குறிப்பிட்டதாக கௌடா தெரிவிக்கிறார். அவரின் அனுபவம் மற்றும் தொடர் ஆய்விற்கு பின்னர் கீதையையும் புத்தமத எதிர்ப்பையும் பிராம்மண வகைப்பட்டதாக கருதலானர்.

புத்தரின் மகத்தான அகிம்சை, சமத்துவ சிந்தனைகளால் பிராம்மண அதிகாரம் ஆட்டம் கண்டது. இதை எதிர்க்கும் வகையில் புஷ்யமித்திரன் தலைமையில் எதிர்புரட்சி நடந்த வரலாற்றை அவர் விளக்குகிறார். இதை சாவர்க்கரோ மீட்பு, பெருமைக்குரிய சகாப்தம் என்றார். மௌரியர் ஆட்சியில் 140 ஆண்டுகள் பிராம்மணர் ஒடுக்கப்பட்டு இருந்தனர். ஜைமினி பூர்வாம்ச கோட்பாடுகள் நிற்கமுடியாத சூழலில் அதன் தத்துவ பஞ்சத்தை போக்கிட கீதை பிறந்ததாக அம்பேத்கார் விளக்குகிறார். கீதையில்லாவிட்டால் எதிர்புரட்சி தோற்றிருக்கும் என அவர் கணிக்கிறார். இன்றுவரை எதிர்புரட்சி நிலைப் பெற்றிருக்க கீதைதான் காரணம் என அதன் வலிமையை கூறுகிறார். அதே நேரத்தில் இந்திய சமூகத்தை கீதையால் ஒருங்கிணைக்க முடியும் என்பதை அவர் ஏற்கவில்லை. குரான், பைபிள் போன்ற புனித புத்தகமாக அதை ஏற்கமுடியாது என்கிறார்.

"The Bhagavat Gita is not a gospel and it can therefore have no message and it is futile to search for one. It is neither a book of religion nor a treatise on philosophy.. It uses philosophy to defend religion" என்பது அவரது ஆழமான கருத்து. பகவத் கீதையின் 4 அம்சங்களாக அவர் குறிப்பிடுவது...

1. நான்தான் சதுர்வர்ணத்தை உருவாக்கியவன் என்கிற ஒப்புதல் மொழி

2. அவரவர் தர்மத்தை அவரவர் பின்பற்றவேண்டும். மற்றவர் தர்மத்தை பின்பற்றுவது ஆபத்தானது.

3. கல்வியறிவில்லாதவர் தொழில்மீது பற்றுள்ளவர். அந்த நம்பிக்கையை அறிவுள்ளவர் மாற்றவேண்டும்

4. எப்போதெல்லாம் இக்கடமைகள் வீழ்கிறதோ அப்பொழு தெல்லாம் நான் மீண்டும் அவதரிப்பேன்.

இதை சுட்டிக்காட்டி மனுஸ்மிருதி போலவே கீதை பேசு கிறது என்பார் அம்பேத்கர். யுத்தம், அழிவு குறித்து அது கவலைப்படவே இல்லை. சாவு தவிர்க்கமுடியாதென்றால் எப்படி நிகழ்ந்தால் என்ன சாவிற்கு ஏன் அஞ்சுகிறாய் என அது பேசுகிறது. போர், கொலை குறித்து அதற்கு மனசாட்சி என்கிற பிரச்னையெல்லாம் இல்லை. இந்த வன்முறைக்கு அழுத்தம் வருவதே புத்தமத எதிர்ப்பினால்தான் என்று தன் பார்வையை வைக்கிறார். கர்மம், ஞானம் என்கிற வார்த்தை களுக்கெல்லாம் மதிப்பைக் கூட்டி அதை ஏதோ உயர் ஞானம் போல் சித்தரிக்கும் வேலையைத்தான் கீதை செய்துள்ளது என்கிறார் அம்பேத்கர். ●

5
பாபாசாகேப் அம்பேத்கரின் அரசியல் பொருளாதார சிந்தனைகள்

மனிதர்கள் அடையாளமற்று வாழ முடியுமா? கற்பனை செய்வது கூட கடினமாக உள்ளது. பெயர், ஊர், சாதி, மதம், இனம், தேசம், இசம் என ஏதோ ஓர் அடையாளம் உறவாடிக் கொண்டே வருகிறது. அடையாளமற்று போவதல்ல பிரச்சனை. ஒற்றை அடையாளம் - அதுவே அடையாளம் என ஒன்றை மட்டும் புனிதப்படுத்தி மற்றவற்றை ஒதுக்கிவிடுவது - கண்டுகொள்ளாமல் புறந்தள்ளுவது - ஒன்றை அதிகாரத்திற்கு உயர்த்திவிடுவது - மற்றவற்றை அதற்கு கீழிறக்கிவிடுவது என்பதே பிரச்சனையாகிறது. மனிதர்களுக்கிடையிலும், ஒரே மனிதருக்குள்ளும் பல அடையாளங்கள் நிலவுகின்றன. நிகழ்ச்சி நிரலில் ஒவ்வோர் காலத்திலும் ஏதேனும் ஒன்றை பிரதானப் படுத்தவேண்டிய தேவை எழலாம். இதற்கு பொருள் அந்த நேரத்தில் வேறு அடையாளங்கள் ஏதுமே இல்லை என்பதாகாது.

அம்பேத்கருக்கும் பொதுவாக ஏற்கப்பட்ட பிரதான அடை யாளம் என ஒன்று உள்ளது. அந்த அடையாளம் பரவலாக வெளிக்கொணரப்பட்டு அறியப்பட்டுள்ளது. அது சில நேரங ்களில் புனைவாகக்கூட உயர்த்தப்பட்டுள்ளது. ஆனால் இதற்கு நேர் எதிராக, அம்பேத்கரின் தீவிர ஆளுமை கொண்ட மேதைமை - நிகரற்ற அறிவாற்றலின் நீள்பாதை - தன் வழியில் சந்தித்த அனைத்தையும் விசாரித்தது - ஆய்வு செய்தது என்பது போதுமான அளவிற்கு வெளிக்கொணரப்படவில்லை. சாதி,

தீண்டாமை கொடுமை, இந்துமதம், சாதி ஒழிப்பு பற்றிய அவரது சிந்தனைகள் இந்திய சமூகத்தின் செவ்வியல்களாக ஏற்கப்படவேண்டியவை. அவரது அரசியல் பொருளாதார சிந்தனைகள் குறித்த விவாதங்கள் தொடரப்படவேண்டும் என்கிற நோக்கில் சில அம்சங்கள் இங்கே முன்வைக்கப்படுகிறது.

மேற்கித்திய சிந்தனை மரபின் தாக்கத்திற்கு உள்ளானவர்களில் அம்பேத்கரும் ஒருவர். மார்க்சிய சிந்தனைகளை உள்வாங்கி விமர்சனரீதியான அணுகுமுறைகளையும் மேற்கொண்டவர். இந்தியாவிற்கு உகந்தது நாடாளுமன்ற அரசாங்கமா - சர்வாதிகாரமா என்பதை தொடர்ந்து விவாதத்திற்கு உள்ளாக்கியவர். தனது இலட்சிய சமூகம் சுதந்திரம், சமத்துவம், சகோதரத்துவ அடிப்படையில் அமையும்- தேக்கமற்று முன்னேறும் எனக் கருதினார்.

பல நூற்றாண்டுக் கால வாழ்வெளியில் அரசியல் அதிகாரம் ஒரு சிலரின் கைகளிலேயே குவிந்து கிடந்து பெரும்பான்மை மக்கள் சமூக வாழ்விலிருந்து அப்புறப்படுத்தப்பட்ட நாட்டில் அரசாங்க அதிகாரம் அரசியல் அதிகாரம் பெறும் முறைகள் பற்றி அவர் ஆய்ந்து நடைமுறைப்படுத்த விழைந்தார். அப்படி பரவலாக அரசியல் அதிகாரம் நகர்ந்து நீடித்து பலன்களை உருவாக்கும் அரசியல் முறைப்பற்றியும் அவர் யோசித்தார். சர்வாதிகாரம் அது பாட்டாளிவகைப்பட்டதாக இருந்தாலும் முதலாளிவகைப்பட்டதாக இருந்தாலும் கொடுங்கோன்மைக்கே வழிவகுக்கும் - எனவே நாடாளுமன்ற ஜனநாயகமே தேவை என்றார். அரசு சோசலிசம், நாடாளுமன்ற ஜனநாயகம், சர்வாதிகாரமின்மை என்ற அம்சங்களின் இணைப்பையே அவர் பரிந்துரைத்தார்.

அரசே எல்லாம் என்கிற முழுமுதல் கொள்கையை அவர் ஏற்கவில்லை. மாக்கியவெலி கோட்பாடுகளை அவர் விமர்சிக்காமல் இல்லை. அரசை புனித புதிராக்கி கடவுளின் கட்டளையாக்கும் கூத்தை அவர் கேலி செய்தார். சட்டங்களுக்காக மக்கள் இல்லை - மக்களுக்காகவே சட்டங்கள்

- மக்களுக்காகவே அரசு என்றார். மக்களின் விருப்பார்வங்களுக்கு பணிந்து நடக்கும் அரசையே அவர் விழைந்தார். சட்ட மறுப்பு என்பதை அராஜகம் என வர்ணித்தார். நாகரீகமான சமுதாயம் சட்டரீதியாகவே அமைய முடியும் என்றார். பலதரப்பட்ட மக்களின் சமூக அமைதிக்கு நீதி செய்வதே சட்டம் என்றார். தனிநபர் உரிமையை தொடர்ந்து வலியுறுத்திய அம்பேத்கர் அரசு நிறுவனத்தின் மீதான நம்பிக்கையையும் அத்துடன் இணைப்பதற்கு முயன்றார்.

விடுதலை, குடிமக்கள் ஒவ்வொருவரின் வாழ்வு, அவர்தம் மகிழ்ச்சி, மத உரிமை, ஒடுக்கப்பட்ட மக்களின் அரசியல் சமூக பொருளாதார ஏற்றத்தாழ்வுகளில் சிறப்பு கவனம், பயமற்ற சூழல் ஆகியவற்றை உத்தரவாதம் செய்யவேண்டியது அரசின் அடிப்படை கடமைகள் என்றார் அம்பேத்கர். அரசு என்பது எஜமான மனப்பாங்குடன் நடந்துவிடக்கூடாது - சேவகத்தன்மை கொண்டதாக இருக்கவேண்டும் என்றார். அரசியல் விடுதலை யுடன் நிற்பதல்ல மானுடவிடுதலை. சமூக, பொருளாதார ஆன்மீக அறிவாற்றல் என விடுதலையின் பாதை நீண்டது என்றார் அம்பேத்கர்.

ஜனநாயகம் என்பது ஓர் அரசாங்க வடிவம் அல்ல. அது சமூக அமைப்பின் வடிவம். ஜனநாயகம் வெற்றி பெற சாதக மான சமூக ஏற்பாடு தேவையாகிறது. ஒருவர் மற்றவர்க்கு மரியாதையையும் உரிய மதிப்பினையும் கொடுத்து இணைந்து வாழும் முறை ஜனநாயகம். மனிதர்கள் தங்களிடம் அமைந் துள்ள பொதுமை குணங்களையும், பொதுமை உணர்வுகளையும், தேவைகளையும் முன்னிட்டு சமூகமாக அமைகிறார்கள். மொழி, தகவல் இதர தொடர்புகளால் சமூகம் தொடர்ந்து நிலைபெறுகிறது - வாழ்கிறது.

இந்தியாவில் சாதிய ஏற்பாடுகளால் பொது ஏற்பாடு தடுக்கப் பட்டுவிட்டது. மக்களிடம் மலரவேண்டிய ஒத்துழைப்பை சாதி தடை செய்துவிடுகிறது. மிக உன்னதமான இலட்சியம் என்கிற ஒன்றை நிறைவேற்றிடக்கூட அவர்களை ஒன்றுபட முடியாமல் செய்துவிடுகிறது. மனித உரிமைகள் அடிப்படையானது,

ஜனநாயக சமூகம் அவற்றை உத்தரவாதப்படுத்தவேண்டும். ஒவ்வொரு தனிமனிதனும் ஜனநாயகத்தில் ஆக முக்கிய மானவர். அவர்களுக்கான வாழ்வை ஓய்வை ஜனநாயகம் உறுதிசெய்திடவேண்டும் என்கிற வரையறைகளை அவர் முன்வைத்தார்.

கட்டுப்பாடற்ற சுதந்திரம் என்பதை அவர் ஏற்கவில்லை. ஏன் எல்லாவற்றிலும் அரசாங்கம் தலையிடுகிறது என வரும் குரல்களை அவர் கூர்ந்து கவனித்தவராகவும் இருந்தார். அதேநேரத்தில் அரசாங்கம் தன் தலையிடாக் கொள்கை மூலம்தான் விடுதலையை உணரவைக்கமுடியும் என்பதை அவர் ஏற்கவில்லை. அந்த விடுதலை யாருக்கானது- எதற் கான விடுதலை என்பதை அவர் அம்பலப்படுத்தினார். நிலப்பிரபுக்களின் முதலாளிகளின் சுரண்டலுக்கு, அவர்களின் உயர்வாழ்விற்கான விடுதலை என அவர் சாடினார்.

சமத்துவம் எனப் பேசும்போது சம அளவு வருவாய்- சம அளவு சொத்து என புரிந்து கொள்ளக்கூடாது என அவர் எச்சரித்தார். சிலருக்கு மட்டும் சிறப்பு சலுகைகள் இல்லா மல் இருப்பது- அனைவருக்குமான வாய்ப்புகள் என அதை நாம் புரிந்துகொள்ளவேண்டும் என்றார். இந்தியாவில் சோசலிசத்திற்கான சவால்கள் பொருளாதார தளத்தைவிட சமூக தளத்தில்தான் என்பதை புரிந்துகொள்ளுங்கள் என அவர் உரத்து சொல்லிவந்தார். இந்தியாவில் பொது உடைமை நனவாக வேண்டும் என நினைக்கும் கம்யூ னிஸ்டுகள் சமூக சீர்திருத்தம் மிக அவசியமானது என்பதை புரிந்துகொள்ளவேண்டும் என்றார். இதில் தப்பிக்கவே முடியாது எனவும் அழுத்தமாக அம்பேத்கர் வாதிட்டுவந்தார்.

புத்தமா-மார்க்சியமா எவ்வழி என்கிற ஆய்வில் வன் முறை, சர்வாதிகாரம், பொதுவுடைமை சித்தாந்தத்தின் பலம் - பலவீனம் பற்றி அவர் விவாதித்தார். கம்யூனிச வாழ்க்கை முறையைவிட புத்த வாழ்க்கைமுறை சிறந்தது என பரிந்துரைக்கிறார். புத்தருக்கும் மார்க்சிற்கும் குறிக்கோள்

பொதுவானதாக இருந்தாலும் மார்க்கம் வேறுபடுகிறது. எவ் வழி மேலானது? எது நீண்டகாலம் நிலைத்து பயன்தரப்போவது என்கிற வினாக்களை அவர் எழுப்பி விடைகாண முயன்றார்.

பொதுவுடைமைவாதிகள் வன்முறையை ஒரு முற்றான தத்துவமாக முன்வைக்கிறார்கள். உழைப்பாளர் சர்வாதிகாரம் எனப் பிரகடனப்படுத்துகிறார்கள். புத்தர் சர்வாதிகாரத்தை ஒருபோதும் ஏற்றதில்லை. குறிக்கோள் போலவே அதை அடையும் மார்க்கமும் மதிப்பிற்குரியதாக இருக்கவேண்டும். கம்யூனிஸ்டுகள் தங்கள் மதிப்புமிக்க குறிக்கோளை அடைய வேறு மதிப்புமிக்க குறிக்கோள்களை அழிக்கவில்லை என சொல்லமுடியுமா என அம்பேத்கர் கேள்வி எழுப்பினார். மனிதகொலைகளுக்கு மதிப்பு கிடையாதா? உயிர்வதையில்லாமல் உடைமை மீட்பு முடியாதா? அரசு உதிர்ந்துபோகும் என்கிறார் களே அதற்கு பதில் அவ்விடத்திற்கு ஏதேனும் வருமா? அராஜகம் அரங்கேறிவிடுமா என்கிற வினாக்கள் அவரிடம் இருந்தன.

ருஷ்யாவின் பொதுவுடைமை சர்வாதிகாரம் பல சாதனைகள் புரிந்திருப்பதை மறுக்க முடியாது.எனவேதான் பிற்பட்ட நாடுகளுக்கு அதை நான் பரிந்துரைக்கிறேன் என அவர் கூறினார். பலத்தினால் நடத்தப்படும் அரசு என்பதைவிட அறநெறி இயல்பின் வழியான அரசு உயர்ந்தது என்பதில் ஆழமான நம்பிக்கையை அம்பேத்கர் வெளிப்படுத்தினார். ருஷ்யப்புரட்சியை நாம் வரவேற்கிறோம். அதன் நோக்கம் சமத்துவத்தை உருவாக்குவது என்பதாக இருக்கிறது. சமத்துவத்தை உருவாக்கும்போது சகோதரத்துவத்தை, சுதந்திரத்தை தியாகம் செய்துவிடமுடியாது என்கிற எச்சரிக்கை உணர்வையும் அவர் சேர்த்தே சொல்லிவந்தார். புத்தரின் வழியால்தான் இம்மூன்றையும் தர இயலும். கம்யூனிசத்தால் ஒன்றைத்தான் கொடுக்க முடியும் என்கிற முடிவிற்கு அவர் வந்தடைந்தார்.

சோவியத் விமர்சகராக இருந்தபோதிலும் அமெரிக்க ஆதரவு என்கிற நிலைப்பாட்டை அவர் எடுக்கவில்லை. அமெரிக்கா ஜனநாயகம் பேசினாலும் நடைமுறையில் முதலாளித்துவமாகவே

அம்பேத்கர்: அறிமுகமும்-கம்யூனிசமும்

இருக்கிறது என்றார். அமெரிக்காவின் செல்வாக்கு விரிவு படுவது பேராபத்தின் அறிகுறி என எச்சரித்து வந்தார். நேருவின் வெளிநாட்டு கொள்கையை வாய்ப்பு கிடைத்த பொழுதெல்லாம் தாக்கியவர்களில் அம்பேத்கரும் ஒருவர். கூட்டுசேரா கொள்கை இந்தியாவை நண்பரற்ற நாடாக மாற்றிவிடும் என நாடாளுமன்றத்திலேயே எச்சரித்தவர் அம்பேத்கர். ருஷ்யா, சீனாவிற்கு இந்தியாவில் கம்யூனிசம் பரவவேண்டும் என்கிற நோக்கம் உள்ளது என்பதையும் அவர் குற்றசாட்டாக பேசினார். நமது வெளிநாட்டுக்கொள்கை நமது பிரச்சனைகளை தீர்க்கிறதோ இல்லையோ மற்ற நாடுகளின் பிரச்சனைகளை தீர்த்துவிடுகிறது என கேலியாக குறிப்பிட்டவர் அம்பேத்கர்.

'ஒரு மொழி, ஒரு மதம், ஒரு வாழ்க்கைமுறைதான்' நாட்டில் அதன் தேசியத்திற்கான தூண்டலாக அமையும் என்ற கருத்து அம்பேத்கரிடம் இருந்தது. நாடு முழுவதற்கும் ஒரே ஆட்சிமொழியாக இந்தி இருந்திடலாம் என்றும் அவர் தெரிவித்தார். திராவிடப்பகுதியில் எதிர்ப்பு வரலாமே என வினவியபோது தேசத்திற்கு அவசியம் என கருதுவதை நாம் செய்தாகவேண்டும் என்றார். நிர்வாக வசதிக்காகவே நாடு பிரிக்கப்பட்டுள்ளது. மொழிவாரி மாநிலங்கள் ஜனநாயகத்தை விரிவுபடுத்தும் என்றாலும், நாளடைவில் இந்தியா சிதறுண்டு போவதற்கு இது வழிவகுத்துவிடும் என வெளிப் படையாக பேசினார் அம்பேத்கர். மராட்டியன் என்கிற பெருமிதம் காரணமாக மீண்டும் பிறந்தால் அங்கேயே பிறக்கவேண்டும் என விழைந்தார். அதேநேரத்தில் இந்தியன், ஆசியக்காரன், உலக குடிமகன் என பெருமைப்படுதலையே தான் விரும்புவதாக தெரிவித்தார்.

பொருளாதாரக் கோட்பாடுகள் பற்றிய ஆக்கங்களை அம்பேத்கர் தந்துள்ளார். நாணயத்தின் பிரச்சனை, நிதி பற்றிய புத்தகங்கள் உலக அரங்கில் பாராட்டைப்பெற்றன. நிலவரி, வரிக்கொள்கை, தொழில்கொள்கை, விவசாயம், உணவு பாதுகாப்பு, தேசியமயம் போன்ற பல பிரச்சனைகளில்

தலையிட்டு தன் கருத்துக்களை அவர் முன்வைத்துள்ளார். சோவியத் திட்டமிடுதல், ரிகார்டோ துவங்கி கீன்ஸ்வரை மேற்கின் பொருளாதார சிந்தனைகளை அவர் உள்வாங்கி யிருந்தார்.

மூலதனம் என்பது சேமிப்பால், சேமிப்பு என்பது உபரியால் தான் என்பதை தெளிவாக ஏற்றுக்கொண்டார். துண்டு துக்காணி நிலங்களும், துண்டு துண்டாக நில விநியோகங்களும் நிலமற்ற தொழிலாளர்க்கு உதவாது என நினைத்தார். கம்யூ னிஸ்ட் தலைவர் டாங்கேவுடன் நடத்திய உரையாடலில் எல்லோருக்கும் பிரித்துக்கொடுக்க எங்கே நிலம் இருக்கிறது. சோவியத் முறையை பின்பற்றுவதே நல்லது. கூட்டுப்பண்ணை முறை சிறந்தது என்றார். விவசாயம் நவீனப்படுத்தப்படவேண்டும். உரிய விஞ்ஞான திட்டங்கள் உடனடி அவசியம் என்றார். நில அடமான வங்கிகள், கூட்டுறவு மற்றும் மார்கெடிங் சொசைட்டி கள் ஆகியவை ஏற்படுத்தப்படும் என்பதை அவர்தன் கட்சி தேர்தல் அறிக்கையாக வெளியிட்டார்.

விவசாயமானாலும் தொழிற்சாலையானாலும் மூலதனத்தை அரசே வழங்கிடவேண்டும் எனக் கோரினார். விவசாயத் தொழிலாளர்க்கு குறந்தபட்ச கூலி உத்தரவாதம் செய்யப்பட வேண்டும் என்றார். பொருளாதார வாழ்வை அரசாங்கமே திட்டமிடல் நன்று என்றார். அதே நேரத்தில் அரசாங்க சோசலிசம் என்கிற பெயரில் சர்வாதிகாரம் நிகழ்ந்துவிடக் கூடாது என்கிற எச்சரிக்கை உணர்வையும் அவரெழுப்பிக் கொண்டே இருந்தார். தனது கட்சியின் தேர்தல் அறிக்கையில் இன்ஷ்யூரன்ஸ், பேருந்துகள் தேசிய மயம் என முன்வைத்தார்.

அரசியல் சாசன சட்டங்கள் நாட்டின் அரசியல் அமைப்பை மட்டுமல்ல, பொருளாதார அமைப்பையும் தீர்மானிக்கக் கூடியதாக இருக்கவேண்டும் என அவர் வலியுறுத்திவந்தார். விரைவான தொழிற்மயமாக்கலுக்கு அரசாங்க சோசலிசம் அவசியம் என அவர் நினைத்தார். தர்மகர்த்தாமுறை என்பதை அவர் கடுமையாக சாடினார். சாதியும் பொருளாதார முன் னேற்றமும் பொருந்திபோகாது - கைகோர்க்காது. சாதிய

உணர்வு பொருளாதார வளர்ச்சிகளை தடை செய்துவிடும் ஆற்றல் கொண்டது என்றார்..

நாட்டு மக்களின் வாங்கும் சக்திதான் நாணயம் தொடர்பான கொள்கையின் சாரமாக இருக்கவேண்டும். மற்ற நாடுகளின் நாணயங்களுடன் ஒப்பீடு செய்து நாணய மதிப்பு வீழ்ச்சி என்கிற கணிப்பை தவறு என்றார். இரு நாடுகளின் பரிவர்த்தனை மதிப்புகள் மாறாமல் இருக்கும் போது இருநாடுகளின் பொருட்கள் விலையில் வித்தியாசமிருப்பது ஏன் என்கிற முக்கிய கேள்வியை அவர் எழுப்பினார். இந்தியாவிலும் தங்கமே நாணயமாக்கப்பட வேண்டும் என்றார்.

மாநில வருவாயை உயர்த்தும் வரிவிதிப்பு குறித்து அம்பேத்கர் பேசினார். விற்பனைவரி முழுமையாக மாநில பட்டியலில் இருக்கவேண்டும் என்றார். நிலவரியில் கெடுபிடி கூடாது என்றார். பட்ஜெட்டில் இராணுவ செலவினங்கள் கூடுதலாகி வருவதை அவர் விமர்சனக் கண் கொண்டு பார்த்தார். மது ஒழிப்பு என்பதைவிட பட்டினி ஒழிப்பில் கவனம் குவிப்போம் என்ற அம்பேத்கர் தனது 1952 தேர்தல் அறிக்கையில் மதுத்தடை நீக்குதல், இராணுவச் செலவைக் குறைத்தல் ஆகியவற்றை எழுப்பினார்.

கிராமப்புறங்களை தொழில்மயமாக்குதல் என்பதை அம்பேத்கர் வலியுறுத்தினார். தனியார் சொத்துரிமையை முற்றிலுமாக ஒழித்தல் என்பதில் அவருக்கு உடன்பாடு இருக்கவில்லை. உயர் உற்பத்தி பெருக்கம் பொதுத்துறைகள் மூலமே சாத்தியம் என்பதையும் அவர் சொல்லிவந்தார். முதலாளிகள் தங்கள் தொழிலின் பட்ஜெட்டை கண்டிப்பாக அறிவிக்கவேண்டும் என்பதற்கான சட்டம் ஒன்று தேவை என்றவர் அம்பேத்கர். வேலை நிறுத்தம் என்பது கிரிமினல் குற்றமல்லவே என்றார். அனைத்து தகராறுகளிலும் அரசாங்கம் முதலாளிகள் பக்கமே நிற்பது ஏன் என்கிற வினாவை அவர் எழுப்பினார். பொதுப்பணத்தில் இயங்கும்

போலீஸ்துறையை வேலைநிறுத்தம் செய்திடும் தொழிலாளர் மீது ஏவிவிடும் அரசாங்க செயலை ஏற்கமுடியாது என்றார். அப்படி செய்யும் உரிமை அரசாங்கத்திற்கு இருக்கக்கூடாது எனவும் கருதினார்.

கூடுதலாக சற்று கூலி ஏற்றிக் கேட்டால் அஞ்சுவோர் யுத்தத் திற்கு கண்மூடித்தனமாக செலவு செய்வதில் என்ன நியாயம் இருக்கிறது என்கிற கேள்வியை தொடுத்தவர் அம்பேத்கர். தொழில் அமைதி என்பது சமூக நீதி சார்ந்தது. அதை வெறும் அதிகாரம் சார்ந்து நிலைப்பெற செய்யமுடியாது. சட்டம் சார்ந்து கூட செய்யமுடியும். தொழிலாளர் பிளவுப்பட்டுக் கிடப்பதை, உள்ளீடற்று இருப்பதை, புரிந்துகொள்ளும் ஆற்றலில் மிக மேலெழுந்துவாரியாக இருப்பதை கண்ணுற்று துயருற்றவர் அம்பேத்கர். விடுதலை அடைவது என்பதைவிட எவர் அதை கையகப்படுத்துவது என்பதே மிக முக்கியமானது என்றார்.

அம்பேத்கரின் அறிவுப்பயணத்தில் அவர் பார்த்திடாத மைல் கற்களே இல்லை எனலாம். தன் கருத்து குறித்து எழும் விமர்சனங்களுக்கு அவர் அஞ்சியதே இல்லை. ஒடுக்கப்பட்டவர் முன்னேற்றம் என்பதற்காக தன் சிந்தையில் தேடிப்பிடித்து பதிந்தவைகளை அவர் நெஞ்சுரத்துடன் முன்வைத்தார். ●

– மே 1998, 'மேடை' இதழில் வெளிவந்தது

6
அம்பேத்கரின் முகப்புரை

1

இந்திய இளம் தலைமுறையினர் ஆணும் பெண்ணுமாக கூடிநின்று அரசியல் அமைப்புச் சட்டத்தின் முகப்புரையை உரக்க படிப்பதையே போராட்ட வடிவமாக மாற்றினர். திரு மோடி அரசாங்கத்தின் குடியுரிமை சட்டத்திருத்தத்திற்கு எழுந்த எதிர்ப்பு வடிவமாக இதை நாம் காணமுடிந்தது. இப்படிப்பட்ட முகப்புரை 1949-50ல் எவ்வாறு உருவானது என்பது குறித்து விரிவான விவாதங்கள் இளம் தலைமுறையை சென்றடையட்டும் என்றெண்ணி இக்கட்டுரை எழுதப் பட்டுள்ளது.

அப்போராட்டத்தில் முகப்புரை வாசிக்கப்பட்டதும், முகப்புரை குறித்து விரிவாக விவாதித்த ஆகாஷ் ரதோர் (Aakash Singh Rathore) அவர்களின் ஜனவரி 2020ல் வந்த Ambedkar's Preamble புத்தகமும் இக்கட்டுரை எழுத என்னை தூண்டிய நிகழ்வுகள் என சொல்லலாம். இனி 81 சொற்களை மட்டுமே கொண்ட நம் முகப்புரை வந்த வரலாறை- அதை எழுதியதற்கு பாத்தியதை யாருக்கு என்பதை பார்க்கலாம்.

இந்திய அரசியல் நிர்ணயசபை ஏற்றுக்கொண்ட அரசியல் அமைப்புச் சட்டத்தின் preamble எனும் முகப்புரை இவ்வாறு செல்கிறது.

WE, THE PEOPLE OF INDIA, having solemnly resolved to constitute India into a SOVEREIGN DEMOCRATIC REPUBLIC and to secure to all its citizens

JUSTICE, social, economic and political;

LIBERTY of thought, expression, belief, faith and worship;

EQUALITY of status and of opportunity; and to promote among them all

FRATERNITY assuring the dignity of the individual and the unity of the Nation;

IN OUR CONSTITUENT ASSEMBLY this 26th day of November 1949, do HEREBY ADOPT, ENACT AND GIVE TO OURSELVES THIS CONSTITUTION.

இந்த முகவுரை டிசம்பர் 18 1976ல் திருத்தப்பட்டு கீழ்க் கண்டவாறு அமைக்கப்பட்டது.

WE, THE PEOPLE OF INDIA, having solemnly resolved to constitute India into a SOVEREIGN SOCIALIST SECULAR DEMOCRATIC REPUBLIC and to secure to all its citizens

JUSTICE, social, economic and political;

LIBERTY of thought, expression, belief, faith and worship;

EQUALITY of status and of opportunity; and to promote among them all

FRATERNITY assuring the dignity of the individual and the unity and integrity of the Nation;

IN OUR CONSTITUENT ASSEMBLY this 26th day of November 1949, do HEREBY ADOPT, ENACT AND GIVE TO OURSELVES THIS CONSTITUTION.

இதன் அதிகாரபூர்வ தமிழ் வடிவம்

"முகப்புரை

இந்திய மக்களாகிய நாம், இந்திய நாட்டினை இறையாண்மையும் சமநலச்சமுதாயமும் சமயச்சார்பின்மையும் மக்களாட்சிமுறையும் அமைந்ததொரு குடியரசாக நிறுவவும்,

அதன் குடிமக்கள் அனைவரும்

சமுதாய, பொருளியல், அரசியல் நீதி,

எண்ணம், அதன் வெளியீடு, கோட்பாடு, சமயநம்பிக்கை, வழிபாடு இவற்றில் தன்னுரிமை,

சமுதாயப்படிநிலை, வாய்ப்புநலம் இவற்றில் சமன்மை ஆகியவற்றை எய்திடச் செய்யவும்,

அவர்கள் அனைவரிடையேயும் தனிமனிதனின் மாண்பு, நாட்டு மக்களின் ஒற்றுமை, ஒருமைப்பட்டு இவற்றை உறுதிப்படுத்தும் உடன்பிறப்புரிமையினை வளர்க்கவும் உள்ளார்ந்த உறுதியுடையராய்,

நம்முடைய அரசமைப்புப் பேரவையில், 1949 நவம்பர் இருபத்தாறாம் நாளாகிய இன்று, ஈங்கிதனால், இந்த அரசமைப்பினை ஏற்று, இயற்றி, நமக்கு நாமே வழங்கிக் கொள்கிறோம்"

முதலில் தரப்பட்டதற்கும் 1976க்குப் பின்னரான திருத்தத்திற்கும் 4 கலைச் சொற்களில் வேறுபாடு இருக்கிறது. அதாவது Sovereign Democratic என்பதுடன் socialist, secular பதங்களும் unity of the Nation என்பதுடன் and Integrity வார்த்தைகளும் திருத்தமாக சேர்க்கப்பட்டு இன்றுவரை இதுவே முகவுரையாக இருந்துவருகிறது.

1949ல் இறுதிசெய்யப்பட்ட அந்த முகப்புரையை எவர் எழுதியிருக்கமுடியும் என்பது விவாதத்திற்குரிய ஒன்றாகவே

இருந்துவருகிறது. அதை நேரு எழுதினார் என உரிமை கோருபவர்களும் உண்டு. அவரின் நோக்க தீர்மான வாசகங்கள் அவை என்பது ஒருவகை வாதமாக இருந்துவருகிறது. இல்லை பி என் ராவ் எனும் அரசியல் அமைப்புச் சட்டங்களின் வல்லுனர் எழுதினார் என ஒரு சாரார். பலரின் கூட்டுழைப்பால் அமையப்பெற்ற வாசகங்கள் அவை எனச் சிலர். இல்லை முழுமையாக அம்பேத்கரின் வாசக அமைவு தான் முகவுரை என்பது ரதோர் முன்வைக்கும் வாதம்.

இந்த நான்கு வாதங்களையும் மனச்சாய்வின்றி ஆய்ந்து பார்த்தால் அது அம்பேத்கரின் முகப்புரை என்ற முடிவை எட்டமுடியும் என்பதே அம்பேத்கர் முகப்புரை என்ற புத்தகத்தின் சாரம். ஆகாஷ் சிங் ரதோர் இதற்கான நூலை 230 பக்கங்களில் தந்துள்ளார். அம்பேத்கரின் இவ்வாசகங்கள் சரியாக பிப்ரவரி 6, 1948ல் பிறந்ததாக நிறுவுகிறார் ரதோர்.

2

முகப்புரை 81 வார்த்தைகளை கொண்டிருந்தது. 1976 திருத்தத்தால் 85 வார்த்தைகளாக அது மாற்றப்பட்டது.

"We, The People of India...

In Our Constituent Assembly this twenty- sixth day of November 1949, do Hereby Adopt, Enact And Give To Ourselves This Constitution" என்பது அதன் பிரகடனப்பகுதி -declaratory part.

இதன் நோக்கப்பகுதி எனும் objective part " Having solemnly resolved to constitute India into a Sovereign Democrartic Republic.." என்பதாகும்.

அரசியல் நிர்ணய சபையில் ஒவ்வொரு வார்த்தையும் விவாதத்திற்கு உள்ளாகும் என்பதை நாம் அறிந்தே இருப்போம். அதேபோல் நோக்கப்பகுதியும் உள்ளானது. ரிபப்ளிக் எனச் சொல்வதா ஸ்டேட் என அழைப்பதா என்பது கூட வந்தது. யூனியன் என்பதா பெடரேஷன் என்பதா விவாதமானது.

முகப்புரையின் குறிக்கோள் பகுதி *descriptive part* விளக்கப் பகுதி எனச் சொல்லப்படுகிறது.

To secure to all its Citizens Justice, social, economic and political; Liberty of thought, expression, belief, faith and worship; Equality of Status and of Opportutnity; and to promote among them all Fraternity assuring the dignity of the individual and the Unity of the Nation

இவைத்தவிர அரசியல் அமைப்புச் சட்ட முகவுரையில் சில நாடுகள் கடவுள் அல்லது உயர்ந்தோரை அழைத்து சொல்லும் இழுத்துச் சொல்லும் *invocative part* என்பதை வைத்திருக்கும். நமது விவாதத்திலும் *In the name of God Almighty, By the Grace of Parameshwar, invoking name of Mahatama Gandhi* என்பன வந்தன. ஆனால் அப்படி இழுத்து கடவுளை அழைத்தல் என்பது இந்திய அரசியல் அமைப்புச் சட்ட முகவுரையில் இடம்பெறவில்லை. சீனாவில் மாவோ பெயர் இழுக்கப்பட்டுள்ளது. அய்ரோப்பா நாடுகள் யேசு வின் பெயரையும், இஸ்லாமிய நாடுகள் அல்லாவின் பெயரையும் அழைத்துள்ளதை நாம் காணமுடியும்.

ரதோரின் ஆய்வு *descriptive part* ல் கவனம் செலுத்துகிறது. அப்பகுதி கீழ்கண்ட வாசகங்களை கொண்டுள்ளது.

To secure to all its Citizens Justice, social, economic and political; Liberty of thought, expression, belief, faith and worship; Equality of Status and of Opportutnity; and to promote among them all Fraternity assuring the dignity of the individual and the Unity of the Nation

அதாவது *To secure to all its Citizens* என்கிற ஆறு வார்த்தைகளுடன் அது பயணிக்கிறது.

பிரிட்டிஷ் காலத்தின் 1935 இந்திய அரசாங்க சட்டம் நீக்கப்பட்டு விடுதலை இந்தியாவின் அரசியல் அமைப்புச் சட்டம் ஜனவரி 26, 1950ல் அமுலுக்கு வந்தது. அரசியல்

சட்ட நிர்ணயசபை இறுதி செய்து ஏற்றுக்கொண்ட நவம்பர் 26, 1949 தினத்தை போற்றும் வகையில் நவம்பர் 26 constitutional Day அனுசரிக்கப்படுகிறது.

காங்கிரஸ் செயற்குழு எதிர்கால அரசியல் அமைப்புச் சட்டம் குறித்து பரிந்துரைக்க ஜூலை 1946ல் நேரு தலைமையில் வல்லுனர் குழு ஒன்றை அமைத்தது. ஆசப் அலி, கே எம் முன்ஷி, என் கோபால்சாமி அய்யங்கார், கே டி ஷா, ஹுமாயுன் கபீர் போன்றோர் அதில் இடம்பெற்றனர். அக்குழு தந்த வாசகங்களின் முக்கியப்பகுதி இங்கு தரப்பட்டுள்ளது.

"Wherein

All power and authority of the Sovereign Independent India, its constituent parts and organs of government, are derived from the people; and

Wherein

Shall be guaranteed to all the people of India by law and secured to them by declared social objectives and purposes, economic organization and administrative machinery

a) justice, social, economic and political

b) equality of status, of opportunity, and before the law;

c) freedom of thought, belief, vocation, association, and action, subject to law and public morality; and

wherein

adequate safeguards shall be provided for minorities, backward areas, and classes; and

whereby

shall be maintained the integrity of the territory of the Republic and its sovereign rights on land, sea, and air according to Justice and the law of civilized nations.

அரசியல் சட்ட நிர்ணய சபைக்கு டிசம்பர் 13, 1946ல் 'Resolution Regarding Aims and Objectives' என்கிற நோக்கத் தீர்மானத்தை நேரு தந்திட்டார்.

a) This Constitution assembly declares its firm and solemn resolve to proclaim India as an Independent Sovereign Republic and to draw up for her future governance a Constitution

தொடர்ந்து இதில் d, e, f, g பகுதிகளின் வாசகங்கள் மேற்குறிப்பிட்ட காங்கிரஸ் செயற்குழு வல்லுனர் கமிட்டி வாசகங்களாக அமைந்துள்ளன. ஆனால் நேருவின் வாசகத்தில் இடம்பெற்ற முக்கிய மாற்றம் freedom of expression, faith and worship எனச் சொல்வதில் இருந்தது. இந்த இரண்டு தீர்மானங்களிலும் freedom என்பதே இடம்பெற்றது - liberty இடம் பெறவில்லை. அங்குதான் அம்பேத்கரின் முக்கியத்துவம் வருகிறது என ஆய்ந்தளிக்கிறார் ரதோர்.

நேரு முன்மொழிந்த நோக்கத்தீர்மானம் முழுமையாக நிர்ணய சபையால் ஜனவரி 22, 1947ல் ஏற்றுக்கொள்ளப் பட்டிருந்தது. முன்பாக டிசம்பர் 17, 1946ல் இதன் மீதான விவாதம் நடைபெற்றது. அம்பேத்கர் அவர்களையும் கருத்துக்கூற ராஜேந்திர பிரசாத் அழைத்தார். அம்பேத்கர் தனது உரையில் முக்கிய கேள்வி ஒன்றை முன்வைத்தார்.

"I do not understand how it could be possible for any future Government which believes in doing justice socially, economically and politically, unless its economy is a socialist economy" எதிர்வரும் அரசாங்கம் சோசலிச பொருளாதாரத்தை அமைத்துக்கொள்ளாவிடில் சமூக, பொருளாதார, அரசியல் நீதி சாத்தியமா என்கிற மிக முக்கியமான கேள்விதான் அவர் முன்வைத்தது.

3

அம்பேத்கரின் 'States and Minorities: What are Their Rights and How to secure Them in the Constitution of Free India'

என்கிற நூல் 1947ல் வெளியானது. அம்பேத்கர் இதை 20000 வார்த்தைகள் கொண்ட ஆவணமாக வல்லபாய் படேல் தலைமையிலான கமிட்டிக்கு (நிர்ணயசபை அட்வைசரி கமிட்டி) அனுப்பியிருந்தார். அதன் துணைக்கமிட்டிகள் கிருபளானி மற்றும் எச் சி முகர்ஜி தலைமையில் இருந்தன. அம்பேத்கரும் அதில் உறுப்பினராக இருந்தார். ஆனால் அம்பேத்கர் ஆவணத்தை கமிட்டி பெரிதாக பொருட்படுத்த வில்லை. எனவேதான் அதை அவர் AISCF சார்பில் நூலாக வெளிக்கொணர்ந்தார். அம்பேத்கர் அதில் United States of India எனக் குறிப்பிட்டிருந்தார்.

Constituent Assembly Debates குறித்த இணையதளத்தில் இப்புத்தகம் 1945ல் வெளியானதாகவும் நிர்ணயசபைக்கு ஆவணமாக 1947ல் கொடுக்கப்பட்டதாக தெரிவிக்கப்பட்டுள்ளது. அந்த ஆவணத்தில் அம்பேத்கர் எழுதிய முகவுரை கீழ்கண்டவாறு அமையப்பெற்றுள்ளது

PROPOSED PREAMBLE

We the people of the territories of British India distributed into administrative units called Provinces and Centrally Administered Areas and of the territories of the Indian States with a view to form a more perfect union of these territories do-- ordain that the Provinces and the Centrally Administered Areas (to be hereafter designated as States) and the Indian States shall be joined together into a Body Politic for Legislative, Executive and Administrative purposes under the style The United States of India and that the union so formed shall be indissoluble and that with a view:

(i) *To secure the blessings both of self-government and good government throughout the United States of India to ourselves and to out posterity,*

(ii) *To maintain the right of every subject to life, liberty and pursuit of happiness and to free speech and free exercise of religion,*

(iii) To remove social, political and economic inequality by providing better opportunities to the submerged classes,

(iv) To make it possible for every subject to enjoy freedom from want and freedom from fear, and

(v) To provide against internal disorder and external aggression, establish this Constitution for the United States of India.

இங்கு அம்பேத்கர் சோசலிசம் என்கிற வார்த்தையை பயன் படுத்தவில்லை. காரணம் குறித்து அம்பேத்கர் ஆய்வாளர் களிடம் வேறுபட்ட பதில்களே கிடைக்கின்றன. தனது விருப்பத்திற்கு மாறான பலவற்றையே நான் செய்யவேண்டிய நிலையில் இருந்தேன் என்கிற அம்பேத்கரின் ஒப்புதல் வாக்குமூலத்தை சுட்டிக்காட்டுபவரும் உளர். நாட்டின் பிரிவினை என்கிற எதார்த்தம் நிர்ணய சபையில் கொணர்ந்த மாற்றம் என்பதை ரதோர் காரணமாக காட்டுகிறார்.

பி என் ராவ் அவர்கள் தந்த முகவுரை நிர்ணயசபையில் மே 30, 1947ல் சேர்த்துக்கொள்ளப்பட்டது. ஜூன் 30 அன்று தற்காலிகமாக அதை ஏற்றனர். அதில் காணப்படும் வார்த்தைகள்...

"We, the people of India, seeking to promote the common good, do hereby, through our chosen representatives, enact, adopt and give to ourselves this Constitution."

நாட்டின் பிரிவினையை ஒட்டி நேருவின் நோக்கத் தீர்மானத்தை எவ்வாறு சரி செய்துகொள்வது என்பதற்கு வல்லுனர் குழு ஒன்றை அமைத்தனர். கே எம் முன்ஷி, கோபால்சாமி அய்யங்கார் ஆகியவர்களுடம் அல்லாடி கிருஷ்ணசாமி அய்யர், அம்பேத்கர் இடம் பெற்றனர். ஆலோசகராக ராவ் அமர்த்தப்பட்டார். நேருவும் சில மாற்றங்கள் தேவை- அடிப்படை அம்சங்கள் அப்படியே இருக்கும் என்றார். ஜூலை 18, 1947ல் அரசியல் சட்ட வரைவு கமிட்டி அமைக்கப்படும் என நேரு அறிவித்தார்.

அதேபோல் ஆகஸ்ட் 27 1947ல் வரைவுக்குழு அமைக்க நிர்ணய சபை தீர்மானம் இயற்றியது. கே எம் முன்ஷி, கோபால்சாமி அய்யங்கார், அல்லாடி கிருஷ்ணசாமி அய்யர், அம்பேத்கர், டி பி கைத்தான், மாதவ ராவ், முகமதுசதுல்லா, கிருஷ்ணமாச்சாரி இடம் பெற்றனர். முதல் அமர்விலேயே அம்பேத்கர் ஒரு மனதாக வரைவுக்குழு சேர்மனாக ஏற்கப்பட்டார்.

4

பிப்ரவரி 6, 1948 வரைவுக்குழு கூட்டத்தில் ராவ் முகப்புரைக் குப்பதில் கீழ்கண்ட முகப்புரை பதிலீடாகிறது என மினிட்ஸ் பதிவானது. அது என்ன முகப்புரை- வானத்திலிருந்து குதித்த ஒன்றா. அம்பேத்கர் தனது 'கோட்பாக்கட்டிலிருந்து' எழுதிவந்த பேப்பர்தான் அது என ரதோர் நிறுவுகிறார். அதில் காணப் படும் வார்த்தைகள்...

> *We, the people of India, having solemnly resolved to constitute India into a sovereign independent state, and to secure to, or promote among, all its citizens: Justice, social, economic and political; liberty of thought, expression, belief, faith, worship, vocation, association and action; Equality of status, and of opportunity; and, Fraternity assuring the dignity of every individual without distinction of caste or creed..do hereby adopt enact and give to ourselves this constitution.*

அக்கூட்டம் 3 மணி நேரத்திற்கு மேல் நடந்தும் முகப்புரை குறித்து விவாதம் 10 நிமிடங்கள் கூட நடக்கவில்லை என்கிறார் ரதோர். இதை அம்பேத்கர் தான் எழுதியிருக்கமுடியும் என்பதை அந்த ஒரு வரி *'Fraternity assuring the dignity of every individual without distinction of caste'* காட்டும் என்பதை எவரும் மறுக்க இயலாது. நேரு, ராவ் என அனைவரின் வார்த்தைகளை யும் இடம்பெற செய்து அம்பேத்கர் எது இந்தியத்தன்மைக்கு சரியாக இருக்குமோ அவ்வார்த்தைகளையும் இடம் பெற வைத்தார். நேரு *'to secure'* என நோக்கத்தீர்மானத்தில் பேசிய போது அம்பேத்கர் *'to remove inequalities'* என state and Minorities

ஆக்கத்தில் பேசியிருந்தார். அதுதான் *affirmative action*க்கு வழிவகுக்கும் என அம்பேத்கர் கருதினார்.

பிப்ரவரி 9, 1948ல் அம்பேத்கரின் முகவுரை குறித்த விவாதம் வந்தது. அதனடிப்படையில் திருத்தப்பட்ட நகலில் காணப்பட்ட வார்த்தைகள்

Fraternity, without distinction of caste, class or creed so as to assure the dignity of every individual and the unity of the nation என மாற்றம் பெற்றன.

பிப்ரவரி 21, 1948ல் அரசியல் சட்ட நிர்ணயசபையின் தலைவருக்கு அம்பேத்கர் அரசியல் சட்ட நகலை அனுப்பினார். அதில் இறுதி செய்யப்பட்டிருந்த முகவுரையின் வாசகங்கள் கீழ்கண்டவாறு அமைந்திருந்தன. அதில் *without distinction of caste, class or creed* என்பது இடம்பெறவில்லை.

"WE, THE PEOPLE OF INDIA, having solemnly resolved to constitute India into a SOVEREIGN DEMOCRATIC REPUBLIC and to secure to all its citizens: JUSTICE, social, economic and political; LIBERTY of thought, expression, belief, faith and worship; EQUALITY of status and of opportunity; and to promote among them all FRATERNITY assuring the dignity of the individual and the unity of the Nation.."

மேற்கண்ட வார்த்தைகள்தான் இறுதிவடிவமாக 1949லும், 1950லும் ஏற்கப்பட்ட வடிவமானது. அரசியல் சட்ட நகல் அம்பேத்கரின் மூன்று வாசிப்புகளை நிர்ணய சபையில் கண்டு முகவுரையில் எந்த மாற்றமும் செய்யப்படாமல் ஏற்கப்பட்டது.

5

Justice, social, economic and political என்கிற பதங்கள் விவாதமானபோது அல்லாடி கிருஷ்ணசாமி தனது வியத்தகு அறிவாற்றலால் அதன் அவசியத்தை வலியுறுத்தி நிலைபெறச்

செய்தார் என்கிற பதிவையும் ரதோர் செய்கிறார். 1976ல் 42வது சட்டத்திருத்தத்தின்போது கூட இந்த clauseல் மாற்றம் கோரப்பட்டும் செய்யப்படவில்லை. அதில் Religious என்கிற வார்த்தை சேர்க்கப்பட வேண்டும் என்பது ஏற்கப்படவில்லை.

அம்பேத்கர் தனது எழுத்துக்களில் 'Justice, social, economic and political' குறித்து ஏராள விளக்கங்களை தந்துள்ளார். சவுத்பாரோ கமிட்டி 1919, வட்டமேஜை மாநாடுகள் 1930, சாதியை ஒழிப்பது 1936, அரசும் சிறுபான்மையினரும் 1947, மொழிவாரி மாநில சிந்தனைகள் 1955, புத்தர் கார்ல் மார்க்ஸ் 1956 ஆகிய அவரது ஆக்கங்களில் அரசியல் நியாயம் குறித்து ஏராளம் பேசப்பட்டுள்ளதாக ரதோர் பட்டியலிடுகிறார்.

அதேபோல் இந்தியாவில் சாதிகள், சாதியை ஒழிப்பது, இந்துயிசத்தின் தத்துவம் போன்றவற்றில் சமூக, பொருளாதர நியாயங்களை அவர் பேசுவதாக ரதோர் குறிப்பிடுகிறார். ஜான் துவே, ஜேம்ஸ் சாட்வெல், எட்வின் செலிகன், ஜேம்ஸ் ஹார்வே ராபின்சன் போன்ற கொலம்பியா பல்கலை பேரா சிரியர்கள் அவருக்கு வாய்த்தனர். அவர் 1920லேயே லண்டனில் MSc, DSc Economics மற்றும் law degree பெற்றவராக இருந்தார்.

காந்தியுடன் அவருக்கு கடுமையான கருத்துவேறுபாடு இருந்தது. காந்தி 'cunning politician' என்கிற மதிப்பீடு அவரிடம் இருந்தது. தீண்டாமை என்பதை 'அசமத்துவ நீக்கம்' எனும் பிரச்சினையாக பார்க்காமல் அதிலும் அரசியல் செய்தார் காந்தி என்கிற கருத்தும் அவரிடம் இருந்தது. கிராமம் என்பது குறித்த பார்வையிலும் அடிப்படை வேறுபாடு இருந்தது. காந்தியும் அம்பேத்கரிடம் நிலவும் எண்ணத்தை உணர்ந்தவராக இருந்ததை அவரின் 6 ஆகஸ்ட், 1944 தேதியிட்ட கடிதம் உணர்த்தும்.

"தீண்டாமை விஷயத்தில் நம் இருவருக்கும் மாறுபட்ட பார்வைகள் இருக்கின்றன. பரந்த அரசியல் விஷயத்திலும் வேறுபட்ட கோணங்கள் இருக்கின்றன. இந்த இரண்டு அம்சங்களிலும் நாம் சந்திக்கும் புள்ளிகள் இருந்தால் மகிழ்ச்சி

அடைவேன். தங்களின் திறமையை நான் அறிவேன். இணைந்து வேலை செய்தால் மகிழ்ச்சியாக இருக்கும். அதே நேரத்தில் தங்களிடம் நெருங்கிவரமுடியாத தோல்வியை நான் ஏற்றுக்கொள்கிறேன். சந்திக்கும் பொதுப்புள்ளியை தாங்கள் காட்டினால் அதைக் காண விழைகிறேன். இந்த துரதிருஷ்டமான வேறுபாட்டை நான் புரிந்துகொண்டு என்னை சமரசப்படுத்திக்கொள்கிறேன்" என்பது காந்தி எழுதிய வாசகங்களின் சாரமாக இருந்தது.

திலகர் சுயராஜ்யம் எனது பிறப்புரிமை என முழங்கினார். எவருக்கான பிறப்புரிமை என்ற கேள்வி அம்பேத்கரிடம் எழுவது இயல்பே. அம்பேத்கரிடம் பிரஞ்சு புரட்சியின் முழக்கங்கள் *Liberty, Equality, Fraternity* தாக்கத்தை உருவாக்கி யிருந்தன. *Freedom* என்பது பொருத்தமில்லை- *Liberty* என்பதை எடுத்தாண்டார் அம்பேத்கர். இதை அற்புதமாகப் பாராட்டி கிருபளானி அக்டோபர் 17, 1949ல் அரசியல் நிர்ணய சபையில் பேசினார். சமூகத்தில் வன்முறை இருந்தால் அனைத்து லிபர்ட்டியும் பாதிக்கப்பட்டுவிடும் என காந்திய கொள்கையை சுட்டிக்காட்டி அவர் லிபர்ட்டி யின் அவசியத்தை உணர்த்தினார்.

'நிலவும் சமூகத் தன்மைகளை' மாற்றுவதற்கு அஞ்சாத அரசாங்கம் தேவை- அது பிரிட்டிஷ் சர்க்காராக இருக்க முடியாது என அம்பேத்கர் வட்டமேஜை மாநாட்டில் குறிப்பிட்டார்.

..we must have a Govt in which men in power will not be afraid to amend the social and economic code of life which the dictates of justice and expediency so urgently call for. This role the British Govt will never be able to play. It is only a Govt which is of the people, for the people and by the people that will make this possible.

எங்களிடம் அரசியல் அதிகாரம் தரப்படாமல், நாங்கள் எங்களை விடுவித்துக்கொள்ள வழிவகையில்லாமல் விடுதலை எங்களுக்கு சாத்தியமில்லை என்பதையும் அவர்

தன் வாதமாக முன்வைத்தார். 'ஸ்வராஜ்' என்று சொல்லும்போது எங்கள் மீதான காலம் காலமான ஒடுக்குமுறைகள் தொடருமோ என்கிற எண்ணம் வருகிறது என்றும் அவர் குறிப்பிட்டார்.

காந்தி அம்பேத்கருக்கு இந்துயிசத்திலேயே தீர்வைக் காணுதல் என்பதை பரிந்துரைத்தார். அந்நிய ஆட்சியிடம் போய் தீர்வை எதிர்பார்ப்பது சட்டியிலிருந்து நெருப்பிலே விழுவதாகிவிடும். முழுமையாக இந்துமதம் விடுத்து மதம் மாறுதல் என்பது வழியாகாது. தேசிய இயக்கத்தில் இதயபூர்வமாக பங்கேற்று அடிமைப்படுத்தும் அரசை தூக்கி எறிவது உகந்த வழி என்பது காந்தி தெரிவித்த கருத்துக்கள். சுயராஜ்யத்தில் தலித்களின் இடமென்ன என்பது அம்பேத்கரின் தலையாய கேள்வியாக இருந்தது. சுயராஜ்யத்தில் தரமான வாழ்க்கை, படிக்க வாய்ப்பு, தீண்டாமை கொடுமைக்கு உள்ளாகாமல் இருத்தல் இருக்குமா என அவர் வினவினார். சாதியை ஒழிப்பது என்கிற ஆக்கத்தில் *swaraj for Hindus may turn out to be only a step toward our slavery* என அவர் தன் அய்யத்தை வெளிப்படுத்தியிருந்தார்.

அம்பேத்கர் 5 வகைப்பட்ட இந்துக்கள் என்கிற பட்டியலை சூத்திரர்கள் யார் என்பதில் தருகிறார்.

* இந்து சமூக முறையில் குறையில்லை என அப்படியே ஏற்பவர்கள்- மாற்றம் புனிதம் கெட்டுவிடும் என நினைக்கும் இந்துக்கள்

* ஆர்யசமாஜிகள் போன்று வேத அடிப்படையில் எல்லாம் என்பவர்கள்

* இந்து முறையில் குறையிருக்கிறது என்பது உண்மைதான். சட்டம் அதை ஆதரிப்பதில்லை. எனவே மெதுவாக தவறான முறைகள் செத்து மடிந்துவிடும் என நினைக்கும் இந்துக்கள்

* அரசியலை முன்நிறுத்தும் இந்துக்கள். சமூக சீர்திருத்தம் என்பதெல்லாம் அரசியல் விடுதலைக்கு பின்னர்தான் என நினைப்பவர்கள்

* அய்ந்தாவது வகையினர் சமூக சீர்திருத்தம் தலையாயது என கருதுபவர்கள்- சுயராஜ்யத்தைவிட முக்கியமானது என நினைப்பவர்கள்

எனவே சுயராஜ்யம் என பேசுபவர்கள் 6 கோடி தீண்டாமை கொடுமைக்குள்ளானவர்க்கும் சேர்த்துதான் என்பதை புரிந்து கொண்டுள்ளனரா என்பது அவர் விடை தேடிய மிக முக்கிய கேள்வி.

6

சமன்மை எனும் *Equality* என்பதை நேரு தீர்மானம் பேசினால் அம்பேத்கர் அசமத்துவம் நீக்கல் *removal of inequality* என்பதை பேசினார். அவரின் 'புரட்சி எதிர்புரட்சி' ஆக்கத்திலும், மார்க்சியம் குறித்த பார்வையிலும் *caste antagonism* என்பதை அம்பேத்கர் முன்வைத்தார். *The history of India is nothing but a history of moral conflict between Buddhism and Brahminism* என அவர் விளக்கினார். புத்த இயக்கம் என்பதை பிரஞ்சு புரட்சி போன்ற ஒன்றாக அவர் சித்தரித்தார். பிராம்மணியம்தான் *graded inequality* க்கு காரணம் என எடுத்துரைத்தார். மார்க்சியம் பேசுகின்ற முதலாளி- தொழிலாளி என்கிற இருமை போன்றதல்ல இந்த *graded inequality* என்றார். மிகவும் சிக்கலானது என அவர் கருதினார். சமூகத்தின் அனைத்து படிநிலைகளிலும் அதற்கு ஆதரவும் எதிர்ப்பும் இருக்கிறது. அகமணமுறை எனும் சகோதரியையும் அது கொண்டிருக்கிறது.

புத்தமத வீழ்ச்சிக்கு உள்ள காரணங்களில் ஒன்றாக இஸ்லாமியர் படையெடுப்பும் காரணமாக இருந்தது என அம்பேத்கர் கருதியதாக ரதோர் சொல்கிறார். சில புத்த மதத்தினர் ரஜ்புட் மன்னர்கள் கொடுமையிலிருந்து தற்காத்துக்கொள்ள இஸ்லாமை தழுவியதாகவும் ரதோர் ஆய்வு செல்கிறது.

Fraternity என்கிற கலைச்சொல் முகப்புரையில் இடம் பெற்றதை கிருபளானி பாராட்டிப் பேசினார். கடவுளின் குழந்தைகள் நாம் அனைவரும் என்ற எண்ணம் ஜனநாயகத்திற்கு நெருக்கமாக துணைபுரியட்டும் என்றார் கிருபளானி. *We are one of another* என்கிற பைபிளின் வரியையும் அவர் சுட்டிக் காட்டினார்.

'சகோதரத்துவம்' என்கிற சொல்லாக்கம் முன்பு சொல்லப் பட்ட எந்த ஆவணத்திலும் இடம்பெறவில்லை. அம்பேத்கரின் ஆக்கமாக அது இடம்பெற்றது. காங்கிரசின் வல்லுனர் குழு அறிக்கை, நேருவின் நோக்கத்தீர்மானம், பி என் ராவின் முகப்புரை, ஸ்ரீமன் நாராயண் அவர்களால் தயாரிக்கப்பட்ட காந்திய அரசியல் சட்டம், எம் என் ராயின் அரசியல் சட்டம், சோசலிஸ்ட்கள் தயாரித்த அரசியல் சட்டம் என எதிலும் அச்சொல்லாக்கம் இடம்பெறவில்லை. பிப்ரவரி 6, 1948ல் அம்பேத்கர் 'கோட்பாக்கட்டிலிருந்து' எடுக்கப்பட்டு வாசிக்கப் பட்ட பிரதியில்தான் அச்சொல் முதலில் இடம்பெறுகிறது என்பதை ரதோர் நிறுவுகிறார்.

அம்பேத்கர் பிப்ரவரி 6 1948ல் எழுதியது " *Fraternity, without distinction of caste, class or creed, so as to assure the dignity of every individual and the unity of the Nation*". விடுதலை இந்தியாவில் 1949-50ல் இவ்வாக்கியம் *Fraternity, assuring the dignity of the individual and the unity of the Nation* என மாற்றப்பட்டு ஏற்கப்பட்டது. 1976ல் இதில் '*and integrity*' என்பது சேர்க்கப்பட்டு '*Fraternity, assuring the dignity of the individual and the unity and integrity of the Nation*' என தற்போது இருக்கிறது. '*The need for fraternal concord and goodwill in India*' என்பதை அம்பேத்கர் தன் சொந்த வாழ்க்கை அனுபவங்களி லிருந்து உணர்ந்து அறிந்து இருந்ததால் அதில் அவரால் அழுத்தம் தந்து நிற்க, நிலைநாட்ட முடிந்தது.

ஆரம்பகாலங்களில் *Liberty, Equality, Fraternity* ஆகியவற்றை அவர் பிரஞ்சு புரட்சியின் தாக்கங்களிலிருந்து சொல்லிவந்தாலும், 1954ல் வானொலி பேட்டி ஒன்றில் தனது மாஸ்டர் புத்தரிட

மிருந்து அவற்றை எடுத்துக்கொண்டதாக கூறினார். "My philosophy has roots in religion and not in political science. I have derived them from the teachings of my master, the Buddha"

Annihilation of Caste ஆக்கத்தில் அவர் சகோதரத்துவம் குறித்து விளக்கியிருந்தார். அற்புதமான சில வரையறுப்புகளை அவ்வாக்கத்தில் அவர் செய்திருந்தார்.

"Democracy is not merely a form of Govt. It is primarily a mode of associated living, of conjoint communicated experience. It is essentially an attitude of respect and reverence towards fellow men"

மனிதன் சகமனிதன் மீது கொள்ளும் மதிப்பிடுகளின்படியே ஜனநாயகம் தழைக்கமுடியும். அது அரசியல் அரசாங்க ஏற்பாடு மட்டுமல்ல - வாழ்வியல் முறையாகவேண்டும் என அவர் விழைந்தார். நல்ல சமூகம் என்பது சாதி எனும் தேக்கத்தில் நிற்காமல் மொபைல் ஆக இருக்கவேண்டும். அதில் சேர்மானத் தடைகள் இருக்கக்கூடாது. அப்போதுதான் சகோதரத்துவம் அதன் மெய்மையை சந்திக்கும் என சொல்லித்தந்தார் அம்பேத்கர்.

அம்பேத்கர் சகோதரத்துவம் என்பதற்கு தந்த முக்கியத்துவத்தை கீழ்கண்ட வரிகள் புலப்படுத்துவதை உணரமுடியும்.

" without fraternity, liberty would destroy equality and equality would destroy liberty. If in Democracy liberty does not destroy equality and equality does not destroy liberty, it is because at the basis of both there is fraternity. Fraternity is therefore the root of Democracy"

சகோதரத்துவம் இருந்தால்தான் உரிமையும் சமன்மையும் கூட நிலைப்பெறும் என்பதை அவர் உணர்த்தினார். அர சமைப்பு சட்ட நெறி என்பது கூட சமூகம் வளர்த்துக்கொள்ள வேண்டிய நெறிதான் என்றார். ஜனநாயகம் தழைத்திட பொது ஊழியர்களிடம் அது வளரவேண்டும். அநியாயம்

எதிர்த்து அதை நீக்கிட நிற்கும் குரலாக அவர்கள் இருக்க வேண்டும். இந்த பொது உணர்வை சாதி உணர்வு கொன்று விடாமல் காக்கவேண்டும் என்ற கவலையை அவர் வெளிப் படுத்திவந்தார்.

இந்தக் கவலையை அவர் தன் உரையில் நவம்பர் 25, 1949ல் வெளிப்படுத்தினார். " On 26th Jan 1950, we are going to enter into a life of contradictions. In politics we will have equality and in social and economic life we will have inequality"

7

Dignity என்கிற தனிமனித மாண்பு என்பதும் சிறப்பான கலைச்சொல்லாக்கம். காந்தியின் அரசியல் சட்டம் என்கிற ஆக்கத்தில் dignified and peaceful existence என்கிற பதம் இருக்கிறது. நேருவின் நோக்க தீர்மானத்தில், ராவின் முகப்புரை, எம் என் ராய் அரசியல் சட்டம், சோசலிஸ்ட்களின் அரசியல் சட்டம் ஆகியவற்றில் 'டிக்னிட்டி' என்கிற வார்த்தையில்லை என்கிறார் ரதோர்.

We the people என்பதை ராவ் அய்ரிஷ் அரசியல் சட்டத்தி லிருந்து எடுத்துக்கொண்டாலும் அதில் இருந்த 'invocation clause' Divine Lord, Jesus போன்ற இறை குறிக்கும் சொற்களை எடுத்துக்கொள்ளவில்லை. ஐ.நா.வின் மனித உரிமை பிரகடனம் All human beings are born free and equal in dignity and rights என்பதை பேசுகிறது.

நிர்ணய சபையில் சீதாராமையா வேண்டிய முதலில் unity of Nation பின்னர் dignity of the individual வைக்கலாம் என்பது ஏற்கப்படவில்லை. கே எம் முன்ஷி மற்றும் பி என் ராவ் அவர்கள் இதில் அம்பேத்கருடன் உடன்பட்டு நின்றனர். கே எம் முன்ஷி இதை அழகாக விளக்கியிருந்தார். தனிமனித கண்ணியம் காப்பதில் அரசாங்கத்தின் கடமையை முன்ஷி வலியுறுத்தியிருந்தார்.

" Dignity was a word of moral and spiritual import; it implied an obligation on the part of the Union to respect the personality of the citizen and to create conditions in which every citizen would be left free to find individual self fulfillment" மேலும் ஹெகலின் 'அரசின் முழுமைத்துவம்' என்பதை மட்டுப் படுத்துவதாகவும் இந்த 'தனிமனிதன் மாண்பு' என்கிற அம்சம் இருக்கும் என்ற விளக்கத்தையும் முன்ஷியிடம் பெறமுடிகிறது. *Dignity of High Office* என்பதுடன் மாண்பு நிறுத்தப்படாமல் *Dignity of common man* என்பதற்கான நீட்சியை - சிந்தனையை முகப்புரையில் அம்பேத்கர் வெளிப்படுத்தினார்.

பேராசிரியர் மூாக் மரிடைன் அவர்களின் மேற்கோளை அம்பேத்கர் காட்டுகிறார். 'நபர்' என்பதற்கான எளிய பொருத்தமான விளக்கமது. 'நபர்' என்று மனிதன் ஒருவரை நாம் குறிக்கிறோம் என்றால் அவர் முழுமையானவர்-பகுதியல்ல. அடிமையல்ல- சுதந்திரமானவர் என்கிற புரிதல் வேண்டும். *The value of the person, his dignity and rights, belong to the order of things naturally sacred* என அப்பேராசிரியர் பேசும் தனிமனித மாண்பை அம்பேத்கர் எடுத்து விளக்கினார்.

'அரசும் சிறுபன்மையினரும்' என்கிற ஆக்கத்தில் அரசியல் ஜனநாயகம் நான்கு அம்சங்களில் நிலைகொண்டுள்ளது என்பதை அம்பேத்கர் சுட்டிக்காட்டினார். தனிநபர் அவரளவில் இறுதியானவர், தனிநபருக்கு அரசியல் சட்ட உரிமைகள், அரசியல் அமைப்பு தரும் சட்ட உரிமைகளை எந்த சலுகையையும் பெறுவதற்காக தனிநபர் இழக்க வேண்டியதில்லை.

அரசாங்கம் ஆள்வது என்கிற உரிமையை எந்த தனியாரிடமும் ஒப்படைக்க கூடாது. *'Not bread but honour is what they want'* என சுருக்கமாக அம்பேத்கர் மாண்பு குறித்து இலக் கணம் தந்தார்.

8

அரசியல் சட்ட நிர்ணய சபையில் அம்பேத்கர் மூன்று உரைகளை டிசம்பர் 17, 1946 - நவம்பர் 4, 1948- நவம்பர் 25 1949 ஆகிய நாட்களில் தந்தார். முதல் உரை பல்வேறு பொருதும் குழுக்களாக உள்ள இந்தியர்கள் மத்தியில் சில சலுகைகள், சில சமரசங்கள் மூலம் ஒன்றுபடுத்துதல் தேவை என்பதை வலியுறுத்தியது.

> ***Let us leave aside slogans, let us even make a concession to the prejudices of our opponents, bring them in, so that they may willingly join with us on marching upon the road...that is the only way by which we can carry with us all sections of the country..***

இரண்டாவது உரை நவம்பர் 1948ல் அரசியல் அமைப்புச் சட்டத்தில் ஏதேனும் தவறு ஏற்படும் எனில், அதன் பொருள் நம்மிடம் மோசமான சட்டம் இருக்கிறது என்பதல்ல. மனிதன் இழிவாக நடந்துகொள்கிறான் என்பதாகவே இருக்கும் என்ற கருத்தை பிரதிபலித்தது. *Constitutional morality* என்பதை அவர் வரையறுத்துப் பேசினார். அது வளர்த்தெடுக்கப்படவேண்டிய அவசியத்தை வற்புறுத்தினார்.

மூன்றாவது உரை நவம்பர் 25, 1949ல் சகோதரத்துவம் பற்றி குறிப்பிடுகிறார். சாதிகளாக பிளவுண்டு நிற்பவர்கள் எப்படி தேசமாகமுடியும் என வினவுகிறார். *The castes are anti national* என்றார். *Fraternity means a sense of common brotherhood of all Indians- of Indians being one people"* அதேபோல் தேசம் குறித்து அருமையான வரி ஒன்றை அவரின் எழுத்துக்களில் பார்க்கமுடியும். *Nation on the contrary is a spiritual reality binding people into a deep comradeship.*

அம்பேத்கர் அவ்வுரையில் மூன்று அம்சங்களை முன்வைக்கிறார். சட்டவழிகளை பின்பற்றுதல் - இரத்த புரட்சிகளை - சத்தியாக்கிரக போராட்டமுறைகளை கைவிடுதல்.

அம்பேத்கர் தன் உரையில் குறிப்பிட்ட முதல் அம்சம்

CAD Debates 11.165.323

B.R. Ambedkar

If we wish to maintain democracy not merely in form, but also in fact, what must we do? The first thing in my judgment we must do is to hold fast to constitutional methods of achieving our social and economic objectives. It means we must abandon the bloody methods of revolution. It means that we must abandon the method of civil disobedience, non-cooperation and satyagraha. When there was no way left for constitutional methods for achieving economic and social objectives, there was a great deal of justification for unconstitutional methods. But where constitutional methods are open, there can be no justification for these unconstitutional methods. These methods are nothing but the Grammar of Anarchy and the sooner they are abandoned, the better for us.

அம்பேத்கர் குறிப்பிட்ட இரண்டாவது அம்சம்

CAD Debates 11.165.324

B.R. Ambedkar

The second thing we must do is to observe the caution which John Stuart Mill has given to all who are interested in the maintenance of democracy, namely, not "to lay their liberties at the feet of even a great man, or to trust him with powers which enable him to subvert their institutions". There is nothing wrong in being grateful to great men who have rendered life-long services to the country. But there are limits to gratefulness. As has been well said by the Irish Patriot Daniel O'Connel, no man can be grateful at the cost of his honour, no woman can be grateful at the cost of her chastity and no nation can be grateful at the cost of its liberty. This caution is far more necessary in the case of India than in the case of any other country. For in India, Bhakti or what may be called the path of devotion or hero-worship, plays a part in its politics unequalled in magnitude by the part it plays in the politics of any other country in the world. Bhakti in religion may be a road to the salvation of the soul. But in politics, Bhakti or hero-worship is a sure road to degradation and to eventual dictatorship.

அரசியலில் தனிநபர் வழிபாட்டை - பக்தியை ஒழித்தல். மனிதர்கள் தங்கள் உரிமைகளை பெரிய மனிதர்களின் காலடியில் வைத்துவிடாமல் இருத்தல்- அவரின் அதீத அதிகாரம் மீது நம்பிக்கை கொள்ளாமல் இருத்தல்.

அம்பேத்கர் தன் உரையில் குறிப்பிட்ட மூன்றாவது அம்சம்

CAD Debates 11.165.325

B.R. Ambedkar

The third thing we must do is not to be content with mere political democracy. We must make our political democracy a social democracy as well. Political democracy cannot last unless there lies at the base of it social democracy. What does social democracy mean? It means a way of life which recognizes liberty, equality and fraternity as the principles of life...... On the social plane, we have in India a society based on the principle of graded inequality which elevation for some and degradation for others. On the economic plane, we have a society in which there are some who have immense wealth as against many who live in abject poverty. On the 26th of January 1950, we are going to enter into a life of contradictions. In politics we will have equality and in social and economic life we will have inequality. In politics we will be recognizing the principle of one man one vote and one vote one value. In our social and economic life, we shall, by reason of our social and economic structure, continue to deny the principle of one man one value. How long shall we continue to live this life of contradictions? How long shall we continue to deny equality in our social and economic life? If we continue to deny it for long, we will do so only by putting our political democracy in peril. We must remove this contradiction at the earliest possible moment or else those who suffer from inequality will blow up the structure of political democracy which is Assembly has to laboriously built up.

அரசியல் ஜனநாயகம் என்பது சமூக ஜனநாயகமாக மலரவேண்டும். அரசியலில் சமத்துவம்- சமூக பொருளாதாரத்தில் அசமத்துவத்துடன் குடியரசாக மலர்ந்துள்ளோம். இந்த முரண்பாடு நீக்கப்படவேண்டும். இல்லையெனில் பெரும் ஆபத்தை சந்திப்போம். கடின உழைப்பால் கட்டப்பட்ட ஜனநாயகம் முறை தூக்கி எறியப்படும்.

இந்திய மக்கள் தங்களுக்கு தாங்களே உறுதி ஏற்றுக் கொண்ட நீதி, உரிமை, சமன்மை, சகோதரத்துவம் என்கிற முகப்புரை சிலருக்கான ஏகபோகமாக மாறிவிடக்கூடாது என்பதில் நமது முன்னோடிகள் கவனமாக இருந்தனர். அம்பேத்கர் அதற்கான சரியான தேர்ந்தெடுத்த கலைச் சொற்களை வழங்கி நமது இலக்கிற்கான திசைகாட்டியாக நிற்கிறார். ●

References:

1. *Ambedkar's Preamble Aakash Singh Rathore*
2. *CAD Debates Vol 11 dated Nov 25, 1949*

7

அம்பேத்கரும் பட்டியல் சாதியினரின் அரசியல் அதிகாரமும்

1

பிரிட்டிஷாரிடமும் காங்கிரஸ் இயக்க தலைவர்களிடமும் பட்டியல் சாதியினரின் அரசியல் அதிகாரத்திற்காக உறுதியாக 35 ஆண்டுகளுக்கு மேல் போராடியவர் அம்பேத்கர். விடுதலைக் காலம் துவங்கி இன்றுவரை சட்டமன்ற நாடாளுமன்றங்களுக்கும் அமைச்சரவைகளுக்கும் அவர்களுக்கு உரிமையுண்டு என்றால் அதற்கான பெரும்பாட்டைத் தந்தவர் அம்பேத்கர்.

சவுத் பாரோ கமிட்டிக்கு 1919ல் தன் வாதங்களை எடுத்து சென்றது முதல் அம்பேத்கர் போராட்டம் தொடங்கியதெனலாம்.. லக்னோ உடன்படிக்கையின்படி 1916ல் காங்கிரஸ் - முஸ்லீம் லீக் தனித்த வாக்காளர் முறையில் முஸ்லீம்களின் தேர்தல் முறை என்பதை ஏற்று இருந்தனர். 1909ல் வந்த மிண்டோ மார்லி சீர்திருத்தப்படி இவ்வுடன்பாட்டை அவர்கள் எட்ட நேர்ந்தது.

மக்கள் தொகைக்கேற்ப விகிதாச்சார அடிப்படையில் தீண்டாமை கொடுமைக்கு உள்ளாகியுள்ளவர்க்கு பிரதிநிதித் துவம் என அம்பேத்கர் கோரினார். அப்போது சொத்துரிமை, கல்வித்தகுதி, வரிகட்டுவோர் என்பவர்களுக்கே வாக்குரிமை தரப்பட்டிருந்தது. மாண்டேகு- செம்ஸ்பொர்ட் 1919 சீர்திருத்தம்

800 இடங்களில் 5யை மட்டும் தலித் பகுதியினருக்கு தந்தது. அன்று மக்கள் தொகையில் 20 சதம் உள்ள பகுதியது.

1928ல் சைமன் கமிஷன் முன்பாக தலித்களுக்கு வயது வந்தோர் வாக்குரிமை வேண்டும் என அம்பேத்கர் கோரினார். இரு பிரச்சனைகளை தீர்க்க வேண்டிய கடமையை அவர் உணர்ந்தார். வாக்குரிமை பெறுவது, தொகுதிகளை பெறுவது என்பதற்கான போராட்டத்தை தீவிரமாக முன் னெடுப்பது அவசியம் என்பதை அவரால் புரிந்துகொள்ள முடிந்தது.

அக்டோபர் 23 1928ல் புனாவில் சைமன் கமிஷன் முன்னர் அம்பேத்கர் அளித்த பதிலில் அரசியல் பாதுகாப்பிற்கு தாங்கள் என்ன எதிர்பார்க்கிறோம் என்பதை முன்வைத்தார்.

"As a matter of demand for political protection, we claim representation on the basis as the Mohamedan minority. We claim reserved seats if accompanied by adult franchise..if no adult franchise, then we should ask for separate electorates. Further we would like to have certain safeguards either in the Constitution, if it is possible, or else in the way of advice in the instrument to Governor regarding the education of Depressed Classes and their entry into the public services."

வயதுவந்தோர் வாக்குரிமை எனில் இட ஒதுக்கீட்டு தொகுதிகள், இல்லையெனில் தனிவாக்காளர் தொகுதி என்ற கோரிக்கையை அவர் வைத்திருந்தார். அத்துடன் அரசாங்க பொதுச்சேவைகளிலும், கல்வியிலும் இடம்பெற பாதுகாப்பு என்பதையும் கோரியிருந்தார்.

அடுத்த வாய்ப்பாக அவர் வட்டமேஜை மாநாடு 1930ல் பங்கேற்று கருத்தை தெரிவித்தார். அவர் மூன்று அம்சங்களில் கவனம் குவித்தார். வாக்குரிமை என்பதை வசதி படைத்த வர்க்கு மட்டும் என்பதிலிருந்து தலித்களுக்கு விலக்கு பெறுவது- வயது வந்தோர் வாக்குரிமை பெறுவது என்பதை

அடிப்படையாக பார்த்தார். முதல் 10 ஆண்டுகளுக்கு தனி வாக்காளர் முறை, பின்னர் பொது வாக்காளர் முறையில் இட ஒதுக்கீடு என்கிற அணுகுமுறையை அவர் முன்வைத்தார். இதற்கு முன்னரான 1919 சவுத்பாரோ கமிட்டி, 1928 சைமன் கமிஷன் அனுபவங்களிலிருந்து பெற்ற அனுபவங்களையும் எடுத்துக்கொண்டு அவர் 1930ல் கோரிக்கைகளை முன் னெடுத்தார்.

1931 வட்டமேஜை மாநாட்டில் காந்தி பங்கேற்றார். அம்பேத்கரும், இரட்டைமலை சீனிவாசன் ஆகியவர்களும் பங்கேற்றனர். மாநாட்டின் உள்ளேயும் வெளி சந்திப்புகளிலும் நடந்த விவாதங்களில் காந்தியுடன் கருத்து ஒற்றுமை ஏற்படவில்லை. வேறுபட்ட நிலைகள் உருவானது. காந்தி காங்கிரஸ் வடித்த தீர்மானத்தை முன்வைத்தார்.

நவம்பர் 12, 1931ல் சிறுபான்மையினர் உடன்பாடு என இடஒதுக்கீடு கேட்டு ஆகாகான், அம்பேத்கர், ராவ்பகதூர் பன்னீர்செல்வம், ஹென்றி, ஹூபெர்ட்கார் என முஸ்லீம், தலித், இந்திய கிறிஸ்துவர், ஆங்கிலோ இந்தியன், அய்ரோப்பியர் சார்பில் கையெழுத்திட்டு பிரதமரிடம் உடன்பாட்டின் நகலை கொடுத்தனர்.

நவம்பர் 25, 1931ல் காந்தியை சந்தித்தப்போது ‘இடஒதுக்கீடு இல்லாமல் தேர்தலில் நிற்கட்டும்- தோல்வியுற்றால் சட்டப்படி நடவடிக்கை மேற்கொண்டு நியாயம் பெறலாம்’ என காந்தி தெரிவித்ததாக ராஜ சேகர் வண்டுரு தனது புத்தகத்தில் சுட்டிக்காட்டுகிறார்.

இந்தியா திரும்பிய பின்னர் மார்ச் 11, 1932ல் தனது நிலைப் பாட்டை தெரிவித்து எரவாடா சிறையிலிருந்து சாமுவேல் ஹோர், அரசு செயலருக்கு காந்தி கடிதம் எழுதுகிறார். அதில் தனிவாக்காளர் தொகுதி என அறிவித்தால் தான் உண்ணா நோன்பு மேற்கொள்ளநேரிடும் என உறுதிபட அறிவிக்கிறார். லோதியன் கமிட்டி இதை பரிசீலித்து வருகிறது என்ற பதிலும் காந்திக்கு தரப்படுகிறது.

நேப்பிள்ஸ் சென்ற அம்பேத்கார் அங்கிருந்து தனி வாக்காளர் முறை, இரட்டை வாக்குரிமை கேட்டு பிரிட்டிஷ் பிரதமருக்கு கடிதம் எழுதுகிறார்.

செப்டம்பர் 9, 1932ல் பிரதமருக்கு ஒடுக்கப்பட்ட சாதியினருக்கும் முஸ்லிம்கள் போல் இடஒதுக்கீடு கொடுத்தது குறித்து காந்தி கடிதம் எழுதுகிறார்.அவர் அதில் *what I am against is their statutory separation even in a limited form, from the Hindu fold, so long as they choose to belong to it* என எழுதியிருந்தார். ஏற்கக்கூடிய பதிலை பெற இயலாத சூழலில் செப் 20 1932ல் காந்தி தனது உண்ணாநோன்பை துவங்கினார். முஸ்லீம்களைப் போல் ஒடுக்கப்பட்ட மக்களை பார்க்கக்கூடாது. இந்து பொது சமூகத்தில் தீண்டாமை ஒருநாள் ஒழியும் என்பதற்கு இந்த கம்யூனல் முடிவு தடையாகிவிடும் என்பது காந்தியார் அழுத்தமாக சொல்லிவந்த வாதம்.

செப் 19 அன்று மதன் மோகன் மாளவியா கூட்டிய இந்து தலைவர்கள் மாநாட்டில் அம்பேத்கார் பங்கேற்றார். தனது கொள்கைக்கும் காந்தி உயிர்க்குமான போராட்டம் நோக்கி தன்னை தள்ளக்கூடாது என அவர் அறிக்கை வெளியிட்டார். காந்தி விடுதலைக்காக உண்ணாவிரதம் மேற்கொண்டிருக்கலாம். தலித்களின் தனிவாக்காளர் அவார்டிற்கு எதிராக ஏன் உயிரை மாய்த்துக்கொள்ளவேண்டும் என அவர் வினவினார்.

எம் சி ராஜாவும் மூஞ்சேயும் கூட்டுவாக்காளர் முறை என்ற உடன்பாட்டிற்கு வந்திருந்தனர். மாநாட்டில் காந்தியின் முன்மொழிவுகள் என்ன என தெளிவாகத் தெரிந்தால் தான் தன்னால் அவார்டில் மாற்றம் பற்றி பேசமுடியும் என்பதை அம்பேத்கார் உறுதிபட தெரிவித்தார். தேஜ்பகதூர் *system of primary and secondary election for the reserved seats* என்றார். மாநாடு அம்பேத்கார், தேஜ்பகதூர், ஜெயகர், மாளவியா அடங்கிய சிறு கமிட்டியை அமைத்தது.

ராஜாஜி, ராஜேந்திர பிரசாத், தேவதாஸ், தேஜ்பகதூர் சாப்ரூ, பிர்லா, ஜெயகர் பம்பாயிலிருந்து புனே சென்று காந்தியை சந்தித்தனர். அம்பேத்கர், ராஜா ஆகியவர்களுடன் காந்தி விவாதிக்க விரும்பினார். ராஜா, ராஜ்போஜ், பாலு போன்றவர் காந்தி பக்கம் நின்றனர். பிரதமர் தனிவாக்காளர் தொகுதி அறிவிப்பைவிட கூடுதல் தொகுதிகள் - 197 எண்ணிக்கை கொண்டதாக இருக்கவேண்டும் என்பதை அம்பேத்கர் முன்வைத்தார். ஆனால் பிரைமரி தேர்தல்முறை 80க்கு மட்டும்தான் என்றே சாப்ரு திட்டம் பேசியது.

செப்டம்பர் 23 அன்று முக்கிய தலைவர்கள் 25 பேர் அமர்ந்து பேசினர். பிரைமரி எனில் வேட்பாளர் எவ்வளவு பேர், இடஒதுக்கிட்டிற்கு எவ்வளவு இட எண்ணிக்கை, மத்திய அசெம்பிளி-மாகாண அசெம்பிளி பிரதிநிதித்துவம், எவ்வளவு காலத்திற்கு இட ஒதுக்கீடு போன்றவை தொடர் விவாதப் பொருளாயின.

மாகாணங்களுக்கு 148 தொகுதிகள் என முடிவானது. ஒதுக்கீட்டு காலம் 5 ஆண்டுகளா அல்லது 10 ஆண்டுகளா- பின்னர் ரெபரெண்டம் என்ற கேள்வி வந்தது. 5 ஆண்டா அல்லது என் உயிரா என காந்தி தெரிவித்தார். உண்ணாநோன்பு 6 ஆம் நாளை எட்டியது. எம் சி ராஜா அம்பேத்காரிடம் The Mahatma is staking his life for our sake, if he dies, for the next thousand years we shall be where we have been...I am not going to stand by you any longer. I will join the conference and find a solution and I will part company from you என்றார். அம்பேத்கர் அவர்களும் இனியும் சோதனையை தொடரமுடியாது என்ற நிலையுணர்ந்து I am willing to compromise என்றார்.

இருவகுப்பாரும் பரஸ்பர உடன்பாட்டிற்கு வருகிறவரை ஒதுக்கீடு தொடரும் என்கிற (The system of representation of Depressed Classes by reserved seats in the provincial and central legislatures shall continue until determined by mutual agreement between both the communities concerned in the settlement) ராஜாஜியின் ஆலோசனை ஏற்கப்பட்டது. செப் 24,1932 மாலை புனே ஒப்பந்தம் கையெழுத்தானது. ராஜாஜி தனது பவுண்டன்

பேனாவை அம்பேத்கருடன் மாற்றிக்கொண்டார். பிரிட்டிஷ் அரசாங்கமும் ஏற்றுக்கொண்டது என்பதை தெரிந்துகொண்ட பின்னரே காந்தி செப் 26 அன்று உண்ணாநோன்பை கைவிட்டார். காங்கிரஸ் கட்சி புனா ஒப்பந்தத்தை ஏற்றதாக எந்த அறிவிப்பையும் வெளியிடவில்லை. 1935 அரசாங்க சட்டத்தின் ஒரு பகுதியாக ஒப்பந்தம் மாறியது.

ஏப்ரல் 23 1933 அன்று அம்பேத்கர் எரவாடா சிறையில் காந்தியை சந்தித்தார். வழக்கமாக ஞாயிறு அன்று காந்தி சந்திப்புக்களை வைத்துக்கொள்ளாமல் இருந்தார். அம்பேத்கருடன் 45 நிமிடம் சந்திப்பு நடந்தது. குறைந்தது 25 சதம் பிரைமரி தேர்தலில் பெறவேண்டும் என்பதை காந்தி பரிசீலிக்கவேண்டும் என்றார் அம்பேத்கார். இது குறித்து கருத்துக்களை தருமாறு ரமானந்த சட்டர்ஜி, தக்கர் பாபா, பிர்லா, குன்ஸ்ரு, புருஷோத்தம்தாஸ்தாகூர்தாஸ், சிந்தாமணி ஆகியோருக்கு காந்தி கடிதம் எழுதினார். ஜெயகர், தேஜ் பகதூருக்கும் பின்னர் தனது கருத்தை விளக்கி கடிதம் எழுதினார். மௌலானா அலியின் பார்முலாவைப் போல் ஒன்றை அம்பேத்கர் முன்வைக்கிறார். ஏற்பதற்கில்லை என காந்தி தெரிவித்திருந்தார்.

ஏப்ரல் 29 1933 ஹரிஜன் இதழில் *single election- joint electorates but should secure a fixed minimum of Harijan Votes* என அம்பேத்கார் தெரிவித்தார். திடிரென சொல்லப்படுவதால் என்னால் முடிவிற்கு வரமுடியவில்லை என காந்தி தெரிவித்திருந்தார். *If they accepted the Pact in order to save my life, surely, they had their consideration, and it comes with ill grace from them now to repudiate a complete bargain* என்றும் குறிப்பிட்டிருந்தார் காந்தி. உண்மையிலேயே உடன்பாடு சரியில்லை எனில் உண்ணாநோன்பு பற்றி பேசாமல் குறைகளை விவாதமாக்கி பேச காலம் இருக்கிறதே என்றும் குறிப்பிட்டிருந்தார்.

உடனடியாக அம்பேத்கார் என்ன பதில் அளித்தார் என்பதை அறியமுடியவில்லை. 1937 தேர்தல் அனுபவத்தைக்

கொண்டு 1945ல் காந்தியும் காங்கிரசும் என்ன செய்து விட்டார்கள் என்பதிலும், 1946ல் அரசும் சிறுபான்மையினரும் என்ற ஆக்கத்திலும் அவர் தனது விமர்சனங்களை தந்திருந்தார். தனிவாக்காளர் முறை கோரிக்கையை வலியுறுத்தியிருந்தார். ஜூன் 16, 1934ல் காந்தியை மற்றும் ஒருமுறை அவர் சந்தித்தார். அதன் பின்னர் சந்தித்தாரா என அறியமுடியவில்லை.

அக்டோபர் 13 1935ல் தீண்டப்படாதவன் என்கிற களங்கத்துடன் நான் பிறந்திருக்கலாம். அது என் தவறல்ல. ஆனால் இந்துவாக சாகமாட்டேன். அது என் சக்திக்குள் இருக்கிறது என்றார் அம்பேத்கர்.

1937 தேர்தலில் அசெம்பிளி தொகுதிகளில் 1758க்கு 777 காங்கிரஸ் பெற்றது. 10 சத மக்கள்தான் வாக்குரிமை பெற்றிருந்தனர். இதில் 53 சதம் காங்கிரசிற்கு வாக்களிக்கவில்லை என கருத்து தெரிவித்தார் அம்பேத்கர். 50 சத வாக்குகளையோ தொகுதிகளையோ காங்கிரஸ் பெறவில்லை. அதே போல் தீண்டப்படாதவர் என சொல்லப்பட்டோரின் 82 சத வாக்குகள் காங்கிரசிற்கு கிடைக்கவில்லை என்பதையும் அவர் 1945 ஆக்கத்தில் வெளிப்படுத்தியிருந்தார். காங்கிரஸ் பெற்ற 78 தலித் இடங்களும் பெரும்பான்மை இந்துக்கள் போட்ட வாக்குகளின்படி பெறப்பட்டவை. இடஒதுக்கீடு தொகுதி என்பதாலேயே வெற்றிபெற்றவர் தலித்களை பிரதிநிதித்துவப் படுத்துகிறார் என சொல்லமுடியாது என அம்பேத்கார் எழுதினார். பூனா உடன்பாட்டின்படியான 1937 தேர்தல் மூலம் Congress had successfully and effectively treated Scheduled caste legislators as dumb driven cattle என்றும் அவர் தனது வருத்தத்தை பதிவு செய்திருந்தார்.

அம்பேத்கர் தலித்களின் குறைகளை அய் நா சபை அறியும் படி செய்திடவேண்டும். அதற்கு குழு ஒன்றை அனுப்பிட வேண்டும் என முயற்சித்தபோது அமெரிக்க ஆப்ரிக்க சிந்தனை யாளர் போராளி வெப் டுபாய்ஸ் அவர்களை நீக்ரோ பிரச்சனைகள் பற்றிய புரிதலுக்காக அணுகினார். இனவெறி யால் பாதிக்கப்பட்டிருந்த தென்னாப்பிரிக்கவிற்கும்

அம்பேத்கரின் போராட்டம் குறித்த கருத்துக்கள் சென்றன. அய்நாவில் இந்திய பிரதிநிதியினரில் ஒருவரான மகராஜ் சிங் இனவெறி குறித்து பேசியபோது தென்னாப்பிரிக்கா ஆட்சியாளர் ஜான் ஸ்மட்ஸ் உங்களின் தீண்டாமை குறித்து தெரியாதா என பதில் தந்ததுள்ளார். உங்கள் குறையறியாமல் பிறர் மீது கல்லெறியவேண்டாம் என எச்சரித்தார்.

இரண்டாம் உலகப்போர் சூழலில் வைஸ்ராயின் காபினட்டில் அம்பேத்கார் சேர்த்துக்கொள்ளப்பட்டார். 1943ல் அரசு வேலைகளில் இடஒதுக்கிடு என்கிற *affirmative action policy* ஏற்கப்பட்டது. முதலில் 8 ½ சதம் என்பது 1946ல் 121/4 என உயர்ந்தது. உயர்கல்விக்கு கல்வி உதவித்தொகை என்பதும் ஏற்கப்பட்டது.

1946ல் செட்யூல்ட் பட்டியல் வகுப்பாருக்கு பாதுகாப்பு குறித்த மெமொரண்டம் ஒன்றை அரசியல் நிர்ணயசபைக்கு அம்பேத்கர் வழங்கினார். அதில் தலித்கள் வாக்கெடுப்பில் அதிக வாக்குப்பெற்றவர் எப்படி பொதுவாக்கெடுப்பில் தோற்கிறார் என்பதை விளக்கினார். *The working committee of SCF demands that the system of joint electorates should be abolished and the system of separate electorates be introduced in their place of.* தொடர்ந்து அரசியல் நிர்ணய சபையிலும் தனிவாக்காளர் தொகுதிக்காக போராடிப்பார்த்தார். ஆனால் பொதுத்தொகுதி, 10 ஆண்டுகளுக்கு இட ஒதுக்கீடு என்பதையே அவர் வாழ்நாள் இருந்தவரை அவரால் பெறமுடிந்தது. இன்று பல பத்தாண்டுகளுக்கு அந்த ஏற்பாடு நீட்டிக்கப்பட்டு வருகிறது என்பதைக் காண அவர் வாழ்நாள் இடம் கொடுக்கவில்லை. 1956ல் அவர் மறைந்தார்.

2

அம்பேத்கார் ஆகஸ்ட் 15 1936ல் ஐ.எல்.பி. கட்சியை ஆரம்பித்தார். 1937 தேர்தலில் பம்பாய் மாகாணத்தில் ஒதுக்கப்பட்ட 15ல், 11 இடங்களில் வெற்றிபெற முடிந்தது.

1939-45 இரண்டாம் உலகப்போர் காலத்தில் இந்திய அரசியல் தீவிரப்பட்டது. மார்ச் 26 1940ல் முஸ்லீம் லீக் பாகிஸ்தான் தீர்மானத்தை நிறைவேற்றியது. காங்கிரஸ் இயக்கம் 1940ல் ஒத்துழையாமை, 1942ல் இந்தியாவிட்டு வெளியேறு இயக்கங்களில் இறங்கியது. கிரிப்ஸ் தூதுக்குழுவால் எவரையும் திருப்திபடுத்த முடியவில்லை. 1945ல் காங்கிரசும் காந்தியும் செட்யூல்ட் சாதியினருக்கு என்ன செய்துவிட்டனர் என்பதை அம்பேத்கர் எழுதிவெளியிட்டார்.

செப்டம்பர் 1939ல் நாஜிகளுக்கு எதிரான யுத்தத்தில் பிரிட்டிஷாருக்கு ஆதரவு என்கிற அறிக்கையை அம்பேத்கர் வெளியிட்டார். அடுத்த மாதம் வைஸ்ராயையும் சந்தித்து செட்யூல்ட் பகுதியிலிருந்து உண்மையான பிரதிநிதிகள் தேர்விற்கு வேண்டுகோள் விடுத்தார். அம்பேத்கரை தேசிய பாதுகாப்பு கவுன்சிலில் பிரிட்டிஷ் ஜூன் 1941ல் இணைத்துக் கொண்டது. 1942-46 ஆண்டுகளில் வைஸ்ராய் கவுன்சில் பொறுப்புகளையும் அம்பேத்கர் பெற்றார். ஜூலை 1945ல் அட்லி லேபர் அரசாங்கம் பொறுப்பிற்கு வந்தது. இந்தியாவிற்கு அதிகார மாற்றம் குறித்த நடவடிக்கைகளில் இறங்கியது. செட்யூல்ட் பட்டியல் பிரிவினருக்கு எவ்வித உறுதிமொழியையும் அவ்வரசிடம் பெறமுடியவில்லை.

அம்பேத்கர் அக்டோபர் 26, 1939ல் சட்டமன்றத்தில் நாட்டின் நலன் என்பதில் யாருக்கும் தான் சளைத்தவன் அல்லன் - ஆனால் செட்யூல்ட் சாதியினர் நலன் என்கிற விசுவாசம் தனக்கு மிக முக்கியமானது - கைவிடமுடியாத ஒன்று எனப் பேசினார். கிரிப்ஸ் குழுவினரிடம் அரசியல் நிர்ணயசபை என்பதில் ஏமாற்றமே மிஞ்சும். கையையும் காலையும் கட்டிப்போட்டுவிட்டு ஆதிக்க இந்துக்களிடம் ஒப்படைத்தால் எங்களுக்கு ரொட்டிக்குப் பதில் கல்தான் கிடைக்கும் என்றார். அதேபோல் ஏப்ரல் 1946ல் காபினட் தூதுக்குழுவினரிடம் அரசியல் நிர்ணயக்குழு இந்துக்களின் ஆதிக்கம் கொண்டதாக இருக்கும் என்றார். உண்மையான தலித் பிரதிநிதிகளை பெரும்பான்மை இந்து வாக்காளர்கள் தோற்கடிக்கின்றனர் என்றார். தனிவாக்காளர் தொகுதியால்

இந்துக்களுக்கு எவ்வித பாதிப்பும் இல்லை என்று வாதாடினார்.

பிரிட்டிஷார் 1945 டிசம்பரில் தேர்தல் அறிவித்தனர். வைஸ்ராய் கவுன்சிலில் அம்பேத்கர் இருந்ததால் தேர்தலில் நிற்கவில்லை. அவரின் செட்யூல்ட் கூட்டமைப்பு தேர்தலில் வெற்றிபெற முடியவில்லை. அரசியல் நிர்ணய சபைக்கு அவரால் பம்பாய் பகுதியிலிருந்து வரமுடியவில்லை. ஜோகேந்திரநாத் மண்டல் உதவியால் வங்கப் பகுதியிலிருந்து அவர் தேர்வுபெற்றார்.

அம்பேத்கர் மே 17 1946ல் சர்ச்சில் அவர்களுக்கு காபினட் மிஷன் ஏமாற்றிவிட்டது என்கிற செய்தியை அனுப்பினார். அவர்களை கை- கால் பிணைத்து இந்து ஆட்சியாளர்களிடம் ஒப்படைக்க முன்மொழிந்துள்ளது என்றார். தொடர்ந்து ஓராண்டிற்கு மேலாக அம்பேத்கர் சர்ச்சிலுடன் விவாதித்தார். அட்லி அரசை தன்னால் சமாதானம் செய்யமுடியவில்லை என்பதையும் தெரிவித்தார். சர்ச்சிலாலும் தலையிட்டு தீர்க்கமுடியாத சூழலே ஏற்பட்டது.

அம்பேத்கரை அரசியல் நிர்ணய சட்ட வரைவுக்குழு தலைவராக்கிடவேண்டும் என்ற கருத்து காந்தியிடம் இருந்தது. அம்பேத்கருக்கும் அப்பொறுப்பு வழங்கப்பட்டது. காங்கிரசுடன் தனித்தொகுதி தவிர வேறு சமரசத்திற்கு அம்பேத்கர் செல்லக்கூடாதென அவரது தோழர்கள் சிவராஜ், ஜே என் மண்டல் போன்றோர் கருதினர். 1947ல் பம்பாயில் கூடிய ஃபெடரேஷன் செயற்குழுவில் qualified separate electorates என்கிற அம்சம் விவாதிக்கப்பட்டது. எது இடஒதுக்கீட்டு தொகுதியோ அங்கு தனிவாக்காளர் முறையும் பிற இடங்களில் பொதுவாக்காளருடன் பட்டியல் வகுப்பினர் இருப்பர் என்கிற முன்மொழிவு வந்தது.

அம்பேத்கர் பொறுத்தவரை மூன்று அம்சங்களில் திரும்ப திரும்ப கவனம் செலுத்தினார். சரியான தலித் பிரதிநிதி, பெரும்பான்மையினரிடமிருந்து தலித்கள் அரசியல்ரீதியாக

ஒதுங்கிவிடாமல் பார்த்தல், பெரும்பான்மை பிரதிநிதி வருவதிலும் கூட தலித்களின் செல்வாக்கை நிலைநிறுத்தல் என்பனவே அவை.

பட்டேலுக்கும் அம்பேத்காருக்கும் இடையே பேச்சு வார்த்தைகள் நடைபெற்று முடிவு விரைவில் எட்டப்படலாம் என பத்திரிகைகள் பேசலாயின. சிவராஜ், மண்டல் ஆகியோர் முஸ்லீம் லீக் உதவியுடன் தனித்தொகுதி என வற்புறுத்திவந்தனர். காங்கிரசுடன் உடன்பாட்டிற்கு அம்பேத்கார் முயற்சித்து வந்தார். அவரின் partition or Pakistan 1946ல் மீண்டும் வெளியிடப்பட்டது.

சிறுபான்மையினர் துணைக்குழு ஏப்ரல்17 1947ல் கூடும் என அறிவிக்கப்பட்டது. காங்கிரஸ் பெருந்தன்மையுடன் நடக்க வேண்டும். இருக்கிற 292 உறுப்பினர்களில் தனியாக தான் ஒருவன் மட்டும் என்ன செய்யமுடியும் - அரசியல் நிர்ணய சபையை விட்டு வெளியேறினால் குற்றம் சொல்லக் கூடாது என்றார் அம்பேத்கர். காந்திஜியின் ஆலோசனையை பெற்ற படேல் தனி வாக்காளர் முறையை ஏற்க மறுத்துவிட்டார் என்பதை அம்பேத்கர் சொல்லத் துவங்கினார்.

நாட்டின் பிரிவினையின் தாக்கத்தால் நடைமுறையில் இருந்த இடஒதுக்கீடு என்பதே இனி கிடையாது என படேல் உறுதிபட கூறினார். தலித்களுக்கு இடஒதுக்கீடு என்பதில்லை எனில் தான் வெளியேறுவதாக அம்பேத்கர் தெரிவித்தார். தனது 30 ஆண்டுகால உழைப்பை வீணாக்கிட முடியாதென்றார். நேருவும் படேலும் தலித்களுக்கு இடஒதுக்கிடு என்கிற வகையில் மே 26 1949ல் அரசியல் நிர்ணயசபையில் பேசினர். முடிவும் ஏற்பட்டது.

நேரு உரையில் ஒதுக்கீட்டை மத, சாதி அடிப்படையில் பார்க்கவில்லை (I do not look at it from the religious point of view or the caste point of view, but from the point of view that a backward group ought to be helped and I am glad that this reservation also will be limited to ten years) எனக் குறிப்பிட்டார். பட்டியல் வகுப்பினர் நன்றி பாராட்டவேண்டும் - தாங்கள்

அவ்வகுப்பார் என்பதை எதிர்காலத்தில் மறக்க கற்க வேண்டும் என்றார் படேல்.

அரசியல் அசெம்பிளிக்கு காபினட் மிஷன் மொத்தம் 389 இடங்கள் என்றது. இதில் 296 மாநிலங்களுக்கான இடங்கள் - சமஸ்தானங்களுக்கு இடங்கள் 93. 212 பொது இடங்களில் காங்கிரஸ் 201, அம்பேத்கார் 1, கம்யூனிஸ்ட் 1 மற்றவர் 9 எனப் பெற்றிருந்தனர். முஸ்லீம் லீகிற்கான 78ல் அக்கட்சி 73-யை பெற்றது. மொத்தம் 296-ல் செட்யூல்ட் வகுப்பார் 31 பேர் இருந்தனர். இவர்களில் 29 பேர் காங்கிரஸ் சார்ந்தவர்கள் என அறிகிறோம்.

கிறிஸ்துவ சிறுபான்மை சார்ந்த டாக்டர் எச் சி முகர்ஜி சிறுபான்மை கமிட்டியின் தலைவராக இருந்தார். பெரும்பான்மை அடிப்படையில் 28:3 என்ற வாக்கில் தனிவாக்காளர் முறை இல்லை என முடிவிற்கு இக்கமிட்டி வந்தது. அமைச்சரவையில் சட்டரீதியாக தலித் பிரதிநிதித்துவம் என்பதும் விவாதமானது. கே எம் முன்ஷி அவ்வாறு கூடாதென்றார். ரிசர்வேஷன் தொகுதியில் குறைந்த சதஅளவு கம்யூனிட்டி வாக்குகள் பெற்றே நிற்கவேண்டும் என்பதில்லை என்ற முடிவிற்கு ஆகஸ்ட் 27, 1947ல் வந்தனர். இதில் சர்தார் நாகப்பா- சர்தார் படேல் கடுமையான விவாதங்களை மேற்கொண்டனர். இவ்விவாதத்தின்போது ஏன் அம்பேத்கார் அவையில் இல்லை என்கிற கேள்வியை, தாட்சாயினி வேலாயுதம், எச் ஜே காண்டேகர் எழுப்பினர்.

பிரிவினையின் தாக்கத்தால் மைனாரிட்டி கமிட்டி பிரச்சனைகள் தள்ளிப்போடப்பட்டன. காந்தியின் படுகொலைக்குப்பின்னர் மைனாரிட்டி விஷயங்கள் படேலின் முழுகட்டுப்பாட்டிற்கு வந்தன. டிசம்பர் 30, 1948ல் கூடிய அட்வைசரி கமிட்டியில் டாக்டர் எச் சி முகர்ஜி, தாஜ்முல் ஹுசைன் போன்றவர்கள் இட ஒதுக்கீட்டு முறையே வேண்டாம் என்றனர்.

சென்னை முனிசாமி பிள்ளை (தலித் காங்கிரஸ்காரர்) செட்யூல் வகுப்பாருக்கு இட ஒதுக்கீடு என்கிற விலக்கு

இருக்கவேண்டும் என்றார். சட்ட அமைச்சர் என்கிற வகையில் அம்பேத்கரும் இது ஏற்கப்படவில்லையெனில் தான் வெளியேற வேண்டியிருக்கும் என்பதை உறுதியாக தெரிவித்தார். மே 1949ல் பட்டியல் வகுப்பாருக்கு இடஒதுக்கீடு 10 ஆண்டுகளுக்கு அவசியம் என்பது உணரப்பட்டதாக (it was recognized, however, that the peculiar position of SCs would make it necessary to give them reservation for a period of ten years and the position would be reconsidered at the end of the period) மீண்டும் தெரிவிக்கப்பட்டது.

வயதுவந்த அனைவருக்கும் வாக்குரிமை என்பது அடிப்படை உரிமை என அம்பேத்கரும், ஜெகஜீவன்ராமும் வாதாடினர். படேல் அவ்வாறு ஏற்கமுடியாதென்றார். அரசியல் அமைப்புச் சட்டத்தில் விதியாக இடம் பெறவைக்கலாம் என்கிற அளவில் சர்தார் அதை ஏற்றார். அம்பேத்கர் முன்வைத்த நகல் சட்டத்தில் பிப் 26, 1948ல் இந்த ஷரத்து இல்லை. பின்னர் திருத்தமாக அது ஏற்கப்பட்டது.

அரசியல் அமைப்புச் சட்டம் நடைமுறைக்கு வந்தபோது ஷரத்து 325ன் படி ஒரே வாக்காளர் பட்டியல் என்பது அழுத்தமாக சொல்லப்பட்டது.

325. No person to be ineligible for inclusion in, or to claim to be included in a special, electoral roll on grounds of religion, race, caste or sex There shall be one general electoral roll for every territorial constituency for election to either House of Parliament or to the House or either House of the Legislature of a State and no person shall be ineligible for inclusion in any such roll or claim to be included in any special electoral roll for any such constituency on grounds only of religion, race, caste, sex or any of them

அதேநேரத்தில் மக்கள் அவை எனில் பட்டியல்-பழங்குடி வகுப்பாருக்கு இடஒதுக்கீட்டு தொகுதிகள் என்பது உறுதி செய்யப்பட்டது. ஆனால் ராஜ்ய சபா, மாநில மேல் அவைகளுக்கு ஒதுக்கீடு இல்லை. பெரும்பாலான தொகுதிகள் இருவேட்பாளர் தொகுதிகளாகவே இருந்தன. வங்கம்

வடக்கு மூன்று உறுப்பினர் தொகுதியாக இருந்தது. 489 மக்களவை தொகுதிகளில் எஸ்.சி. தொகுதிகளாக 72 இருந்தன. மாநிலங்களில் 3283 தொகுதிகளில் எஸ்சி-க்கானவை 477 ஆக இருந்தன.

விடுதலை இந்தியாவில் வயது வந்தோர் அனைவருக்கும் வாக்குரிமை அடிப்படையில் நடந்த 1952 முதல் பொதுத் தேர்தலில் காங்கிரஸ் 364, கம்யூனிஸ்ட் கட்சி 16, அம்பேத்கரின் பெடரேஷன் 2 யை பெற்றனர். தேர்தலில் அம்பேத்கர் வெற்றிபெற முடியவில்லை. காங்கிரஸ் வென்றது. அவர் 14561 வாக்குகள் வித்தியாசத்தில் தோற்கும் நிலை ஏற்பட்டது. கம்யூனிஸ்டுகள் சார்பில் டாங்கே நின்றார். இந்து மகா சபாவும் போட்டியில் இருந்தது. இரு உறுப்பினர் தொகுதி குழப்பத்தால் ஏற்பட்ட செல்லா வாக்குகள் 77333. இந்த செல்லா வாக்குகளில் தோழர் டாங்கே மட்டுமே 39165 வாக்குகளை பெற்றிருந்தார். இந்த குழப்பம் தவிர்க்கப்பட்டிருந்தால் அம்பேத்கார் வெற்றிபெற்றிருக்க முடியும் என்ற பெட்டிஷன் நிராகரிக்கப்பட்டது.

அம்பேத்கரை அசோக்மேத்தா தலைமையில் சோசலிஸ்ட்கள் ஆதரித்து நின்றனர். சோசலிஸ்ட்கள் 10½ சதம் வாக்குகளைப் பெற்றபோதும் 12 சீட்டுக்களே பெற்றனர். கம்யூனிஸ்ட் கட்சி 3¼ சதம் பெற்றபோதும் 16 தொகுதிகளைப் பெறமுடிந்தது.

பந்தோபாத்யா தன் ஆய்வில் அம்பேத்கார் தோல்விக்கான காரணங்களை நாட்டு பிரிவினை காரணங்களுடன் பொருத்தி தேடுகிறார். சாதி அம்சத்தை அரசியலற்றதாக்கி அதை சமூக பின்புலத்திற்கு தள்ளிய அதிகாரமாற்ற சூழல் தலித்களுக்கு பாதகமானதாக அவர் சொல்கிறார். அமைப்பு ரீதியாக அவர்களைப் பலப்படுத்துவதில் அம்பேத்கரின் கவனக்குறைவு காரணம் எனவும் அவர் தன்பார்வையை வைத்தார். ஆனால் சமதளபோட்டியின்மைதான் காரணம் என பந்தோபாத்யாவை ஏற்காதவர்களின் பார்வையாக இருக்கிறது.

அம்பேத்கர் டிசம்பர் 6, 1956ல் மறைகிறார். முதல் பொதுத் தேர்தலை மட்டுமே அவரால் பார்க்க, பங்கேற்க முடிந்தது. இரண்டாவது பொதுத்தேர்தல் 1957ல் நடந்தது. நேரு அமைச்சரவையில் இருந்த விவி கிரி இரு வேட்பாளர் தொகுதியான பார்வதிபுரம், ஆந்திராவில் நின்று தோற்றார். அங்கு 565 வாக்குகள் வித்தியாசத்தில் திப்பல சூரி டோரா என்கிற எஸ் சி வேட்பாளர் வென்றார். கிரி உச்சநீதிமன்றம் சென்றார். டோரா வெற்றி உறுதி செய்யப்பட்டது.

அம்பேத்கர் அரசியல் அமைப்புசட்டம் வந்த சூழலில் *it would be enough to have plural member constituencies with cumulative voting* உதவிகரமாக இருக்கும் என கருதினார். அதாவது இருவரா, மூவரா எவ்வளவு வேட்பாளர்களை தேர்ந்தெடுக்கவேண்டுமோ அவ்வளவு ஓட்டுகள் வாக்காளர் வசம் இருக்கவேண்டும். அவர் விரும்பியவர்க்கு வாக்கை மாற்றி போடலாம் என்கிற முறை.(*voter is allowed to have as many votes as the members to be elected, can transfer votes to one candidate or divide among them*). இம்முறையால் தலித்களின் உண்மையான பிரதிநிதிகள் வருவதற்கு வாய்ப்பிருக்கும் என நினைத்தார்.

பத்தாண்டுகளுக்கு மட்டும் இட ஒதுக்கீடு என ஏற்படுத்தப் பட்ட ஒன்று ஜனவரி 5, 1960ல் அடுத்த 10 ஆண்டுகளுக்கும் நீட்டிக்கப்பட்டது. அதேநேரத்தில்*two members abolition act 1961*ல் நிறைவேற்றப்பட்டது. வாக்காளர் அடையும் குழப்பம் காரணமாக்கப்பட்டது. 10 ஆண்டுகள் நீட்டிப்பு என்பது தொடர்ந்து அரசியல் அமைப்புச் சட்ட திருத்தம் மூலம் செய்யப்பட்டு வருகிறது. 95வது சட்ட திருத்தம் 2009ன் படி கீழ்கண்ட திருத்தம் செய்யப்பட்டது. ஜனவரி 26, 2020வரை இந்த வாய்ப்பு வழங்கப்பட்டுள்ளது.

334. Notwithstanding anything in the foregoing provisions of this Part [Part XVI], the provisions of this Constitution relating to—

(a) the reservation of seats for the Scheduled Castes and the Scheduled Tribes in the House of the People and in the Legislative Assemblies of the States; and

(b) the representation of the Anglo Indian community in the House of the People and in the Legislative Assemblies of the States by nomination, shall cease to have effect on the expiration of a period of sixty years seventy years from the commencement of this Constitution: Provided that nothing in this article shall affect any representation in the House of the People or in the legislative Assembly of a State until the dissolution of the then existing House or Assembly, as the case may be

இந்திய அரசியல் சூழல் தொடர்ந்து திருத்தம் வருவதை உத்தரவாதப்படுத்துவதாகவே அமைந்துள்ளது. அம்பேத்கர் தன் வாழ்க்கை முழுதும் போராடி வென்றதை இருந்து பார்க்கமுடியாமல் போனாலும்- அவரே நின்று தோல்வியுற்ற போதிலும் அவரது உறுதிப்பாட்டின் வெற்றியை தொடர்ந்த தலைமுறையினரால் சுவைக்க முடிந்துள்ளது. இதை உணர்ந்து வாழ்பவர்களால் சமூக முன்னேற்றத்திற்கான அடுத்த படிகளை நோக்கி நகரமுடிந்துள்ளது. அரசியல் அதிகாரம் என்பதில் வாய்ப்பு உருவாகியிருந்தாலும் - ஒரு வாக்கு ஒரே மதிப்பு என்பது தேர்தல் களத்தில் இருந்தாலும் - ஒரே சமூக பொருளாதார மதிப்பு என்பதற்கான முழுமையை நோக்கி இந்திய சமூக மனிதன் நகர்வதற்கான போராட்டங்கள் முடிந்தபாடில்லை.

References:

1. *Ambedkar Gandhi Patel - The Making of India's Electoral System* by Raja Sekhar Vundru IAS
2. *Sardar Patel and constitution Making Shodhganga Papers*
3. *Ambedkar, untouchability and the Politics of Partition* Dr. Jesús Francisco Cháirez-Garza.

❖❖❖

பகுதி-2

முன்னீடு

அம்பேத்கரும் கம்யூனிசமும் என்கிற இந்த சிறிய வெளியீடு அம்பேத்கர் குறித்த புத்தகம் ஒன்றிற்காக எழுதி பார்க்கப்பட்ட பகுதிகளில் ஒன்று. அம்பேத்கர் இயக்கங் களுக்கும் மார்க்சிய இயக்கங்களுக்கும் கருத்து நிலைகளில் வேறுபாடுகள் அவ்வப்போது இருந்தாலும் சமூக மாற்றம் என்பதற்கான பல புள்ளிகளில் அவை சந்தித்து கரம்கோர்க்க வேண்டிய அவசியத்தில் இருக்கின்றன. உலக தொழிலாளி வர்க்க விடுதலையின் பெரும் ஆளுமையான மார்க்சை அந்த அந்தப்பகுதியில் அவர் சொன்ன சில முழக்கங்களை முன்வைத்து எடுத்துச் செல்வதா - இல்லையாயின் குறிப் பிட்ட சமூகத்தின் உச்சபிரச்னைகளை முரண்பாடுகளை புரிந்து அவரை உள்வாங்கிக்கொள்வதா என்பது எல்லா நாடுகளின் விவாதப் பொருளாகவே இருக்கிறது. இதை மண்ணிற்கேற்ற மார்க்சிசம் எனவும் சுருக்கி புரியும் போக்கும் இருக்கிறது.

குறிப்பிட்ட நாட்டின் பெரும் ஆளுமைகளாக உரு எடுப்பவர்கள் தங்கள் மக்களின் விடுதலைக்காக சொந்த நாட்டு அனுபவத்துடன் மார்க்சியத்தையும் எதிர்கொண்டு தங்கள் எதிர்வினைகளை தந்துள்ளனர். இவ்வரிசையில் இந்தியாவில் மார்க்சியத்தை எதிர்கொண்டவர்கள் எனும் ஆளுமைகளாக மகாத்மா காந்தி, பண்டிட் ஜவஹர்லால்,

பாபாசாகேப் டாக்டர் அம்பேத்கர், இந்திய சோசலிஸ்ட் களான ஜேபி, லோகியா, ஆச்சார்யா நரேந்திரதேவ் ஆகியோர் முன்வரிசையில் வருகின்றனர். தமிழகத்தில் தந்தை பெரியார் வருகிறார். இவர்கள் மார்க்சியத்தின் நடைமுறைகளை இங்குள்ள அன்றைய இளம் கம்யூனிஸ்ட்கள் வாயிலாக அவர் களின் போதாமையுடன் பார்த்தனர்.

சோவியத் யூனியன் பெருமிதம் என்கிற கட்டுமான ஒற்றை பரப்பை மட்டுமே தங்களுக்கான சிந்தனை தளமாக கொண்டு இளம் கம்யூனிஸ்ட்கள் செயல்படுவதை அவர்கள் கண்ணுற்றனர். மேற்கூறிய ஆளுமைகளுக்கு பிரிட்டிஷ் மற்றும் அமெரிக்க தொடர்புகள் மற்றும் அவர்களின் சிந்தனா முறைகளும் பழக்கமாக இருந்தது. சிந்தனை பரப்பு என்பதில் அவர்கள் சோவியத்துடன் தங்களை நிறுத்திக்கொள்ளவில்லை. புரட்சி குறித்தும், ஸ்டாலின் கால செயல்பாடுகள் குறித்தும் மேற்கத்திய தகவல்களை அவர்கள் ஏற்பவராகவும் இருந்தனர். ஜவஹர் இதில் சற்று மாறுபட்டவராக இருந்தாலும் அவரும் முழு ஏற்பை தரவில்லை.

தமிழகத்தில் அறிஞர் சாமிநாத சர்மா போன்றவர்கள் இன்றும் நிலைத்து நிற்கும் கார்ல் மார்க்ஸ் வாழ்க்கை வரலாற்றை 1942லேயே முழுவடிவில் தரமுடிந்தது. சாமிநாத சர்மா அதற்கு சோவியத் வெளியீடுகளை அல்லது பிரிட்டிஷ் கம்யூனிஸ்ட்களை கணக்கில் கொள்ளாமல் லண்டன் பாபியன் சோசலிஸ்ட்களின் வெளியீடான ஹரால்ட் லாஸ்கியின் *Essay on Marx* என்பதையும் 1939ல் வந்த ஐசையா பெர்லினின் புகழ்வாய்ந்த *Karl Marx His Life and Environment* என்கிற ஆக்கத்தையும் அடிப்படையாக கொண்டே எழுதியுள்ளதை நாம் பார்க்கமுடியும். இப்புத்தகம் இன்றும் மார்க்சியர் பலரால் வாசிக்கப்பட்டு வரும் புத்தகமாகவும் இருக்கிறது.

புத்தர் குறித்து தான் ஏராளம் படித்தது போலவே மார்க்ஸ் குறித்தும் மற்ற எவரையும்விட அதிகமாக படித்ததாக அம்பேத்கர் குறிப்பிட்டுள்ளார். அவர் மார்க்சின் எந்த எந்த நூல்களை அல்லது மார்க்ஸ் குறித்து எழுதப்பட்ட நூல்களில்

எவற்றையெல்லாம் படித்தார் என்பதை நம்மால் சரியாக தெரிந்துகொள்ளமுடியவில்லை.

இந்திய சமூகம் குறித்தும் சாதி குறித்தும் அவர் ஏராளம் எழுதியுள்ளார். செவ்வியல்தரம் வாய்ந்த ஆக்கங்களாக பலவற்றை நாம் பார்க்கமுடியும். மனித உறவுகள் சுதந்திரம், சமத்துவம், சகோதரத்துவம் அடிப்படையில்தான் அது அரசியலானாலும், சமூகமானாலும் மற்றும் மதமானாலும், பொருளாதாரமானாலும் இருக்கவேண்டும் என்பதைத்தான் அவர் வாழ்நாள் முழுதும் வற்புறுத்திவந்தார். மனிதனின் 'டிக்னிட்டி' என்பதற்கு அவர் முன்னுரிமை கொடுத்தார். அன்றாட அரசியல் நிகழ்வுகள், தொழிற்சங்கம், பிரிட்டிஷாருடன் உறவு, காங்கிரஸ் காந்தியுடனான உறவு, இந்து மதம் சாதி படிநிலைகள் போன்ற பல்வேறு அம்சங்களில் அவர் தனது கருத்துக்களை சொல்லவேண்டியிருந்தது. தனது அடித்தட்டு மக்களின் விடுதலைக்காக மேற்கூறிய சக்திகளுடன் உறவையும் மோதலையும் அவர் கைக்கொள்ள நேர்ந்தது. இதன் ஒரு பகுதியாக அவரின் மார்க்சியம் குறித்த கம்யூனிஸ்ட்கள் குறித்த கருத்துக்களை நாம் புரிந்துகொள்ள முடியும்.

இந்திய சமூகத்தை புரிந்துகொள்வதற்கான் விமர்சன குறிப்புகளாக அம்பேத்கர் அவர்கள் கம்யூனிஸ்ட்கள் மீது வைத்த விமர்சனங்களை புரிந்துகொள்ளலாம் என்றால் வர்க்கப் போராட்டம் அதில் அம்பேத்கரின் நடைமுறைகள்-விடுதலைப் போராட்டம் அதில் அம்பேத்கரின் நடைமுறைகள் குறித்த விமர்சனங்களாக கம்யூனிஸ்ட்களின் எதிர்வினையை புரிந்துகொள்ளலாம்..

இந்த சிறு வெளியீட்டில் அம்பேத்கர் இந்தியாவில் கம்யூனிசம் என்பதை எழுத ஆரம்பித்து அப்படியே நின்று போன சிறு ஆக்கங்கள் குறித்தும், அதனை தனிப்புத்தகமாக்கி அதற்கு ஆனந்த டெல்டும்டே எழுதிய முன்னுரையும், சாதியை ஒழிக்க எனும் அம்பேத்கர் ஆக்கத்தில் அம்பேத்கர்

கம்யூனிஸ்ட்களை குறித்து முன்வைத்த விமர்சனங்களும், அம்பேத்கர் பல்வேறு கூட்டங்களில் எத்தகைய (புத்தரா கார்ல் மார்க்சா உள்ளிட்டு) கருத்துக்களை வெளியிட்டு வந்தார் என்பதை தொகுத்த அம்பேத்கர் பேச்சும் எழுத்தும் தமிழ் வால்யூம் 37ம் (ஆங்கிலம் 17 பகுதி 3) விவாதிக்கப்பட்டுள்ளன. அம்பேத்கர் குறித்து உயர் மதிப்பீடுகளுடன் கூடிய WN குபர் ஆய்வுகளும் அறிமுகப்படுத்தப்பட்டுள்ளது.

அம்பேத்கர் கம்யூனிசம் குறித்து பேசிய அனைத்துமோ, கம்யூனிஸ்ட்கள் அம்பேத்கர் குறித்து முன்வைத்த அனைத்துமோ இவ்வாக்கத்தில் முழுமையாக இடம்பெற்றுள்ளது என ஏதும் சொல்லமுடியாது. ஆனால் ஓரளவிற்கு விவாத பரப்பை அறிமுகப்படுத்த முயற்சிக்கப்பட்டுள்ளது எனச் சொல்லமுடியும்.

2.12.2023 — ஆர். பட்டாபிராமன்

1

அம்பேத்கரும் கம்யூனிசமும்

1

இந்தியாவும் கம்யூனிசமும் என்கிற புத்தகத்தை அம்பேத்கர் எழுத முற்பட்டார். ஆனால் அது முழுமை பெறவில்லை. மார்க்ஸ் குறித்தும் இந்திய கம்யூனிஸ்ட்கள் குறித்தும் அவ்வப்போது அம்பேத்கர் தனது விமர்சனபார்வையை முன்வைத்துள்ளார். அம்பேத்கரின் இந்தியாவும் கம்யூனிசமும் புத்தகத்தில் இடம் பெற்றுள்ள *The Hindu Social Order - its essential principles The Hindu Social Order - Its unique features* என்கிற இரு ஆக்கங்களும் பார்க்கப்படவேண்டியவை. இந்த ஆக்கங்கள் அம்பேத்கரின் ஆங்கில வால்யூம் 3ல் இடம்பெற்றவைதான். இதை தனியாக எடுத்து டெல்டும்டே அறிமுகத்துடன் லெஃப்ட்வேர்ட் பதிப்பகமும் வெளியிட்டுள்ளது.

முதல் ஆக்கமான இந்து சமூக முறை- அதன் இன்றிமையாக் கோட்பாடுகள் என்பதின் சாரத்தைப் பார்க்கலாம். இந்தியாவின் பொதுவுடைமைக்கான முற்படுதேவைகள் என நிபந்தனைகளாக அம்பேத்கர் இதை எழுதினார்.

இந்து சமூக அமைப்பு சுதந்திரமான ஒன்றா என்ற கேள்வியை எழுப்பி அம்பேத்கர் தன் ஆய்வை மேற்கொண்டார். தனிமனிதர் தனக்குத்தானே முழு எல்லையாகிறார். தனி

மனிதர் சமூகத்தில் தன்னை உட்படுத்திக்கொள்வது என்பது தன் மேம்பாட்டிற்காகவும், அவசியமான அளவிற்கும்தான். சமூக வாழ்வில் அதன் உறுப்பினர்கள் மத்தியிலான உறவு சுதந்திரம், சமத்துவம், சகோதரத்துவம் அடிப்படையில் அமைந்திருத்தல் வேண்டும். இவ்விரண்டு அம்சங்களும் அடிப்படைகள் என்றார் அம்பேத்கர்.

கார்ல் மார்க்சின் எழுத்துக்களால் வர்க்க உணர்வு, வர்க்கப்போராட்டம் என்ற கோட்பாடுகள் தோன்றின என்று எண்ணப்படுகிறது. இது முற்றிலும் தவறு. இந்திய மண்ணில்தான் வர்க்க உணர்வும், வர்க்கப் போராட்டமும் நடந்தேறின. (தமிழ் வால்யூம் 6, பக்: 143)

சமத்துவம் என்பதை இயல்பியல் கணிதம் வாய்ப்பாட்டு முறையில் அல்லாமல் தார்மீக சமத்துவம் எனக்காட்டுகிறார் அம்பேத்கர். சுதந்திரப் பிரகடனம் கூட அனைவரும் சமம் என்று சொல்லாமல் சமமாக படைக்கப்பட்டுள்ளனர் என்றே கூறியது. பொருள் வளமும் திறமைகளும் உடையோர் அவற்றில் குறைந்தோரை அடக்கிவைக்கும் உரிமை இல்லை என்பதே தார்மீக சமத்துவத்தின் *(moral equality)* இலட்சியம்.

சகோதரத்துவம் என்பது கூடிவாழும் இயல்பை வலுப் படுத்துவது. மற்றவர் நலனில் ஒவ்வொருவரும் ஆர்வம் கொள்வது - ஈடுபடுத்திக்கொள்வது - மற்றவரிடம் மரியாதை காட்டுவது மற்றவரை தோற்கடித்தால்தான் இன்புற்று வாழமுடியும் என நினைப்பவன் சமூக உணர்வு வளர்ச்சி பெறாதவனாக இருக்கிறான்.

சுதந்திரம் என்பதில் சிவில் மற்றும் அரசியல் உரிமையைப் பற்றிப் பேசவேண்டும். சட்டப்படியன்றி வேறுவழியில் சிறைப்படுத்தாமை, பேச்சுரிமை - எழுத்துரிமை, செயலுரிமை. சிவில் உரிமை போன்றவை அடிப்படையானவை. இரண்டாவதானது கருத்து சுதந்திரம். செயலுரிமை என்பது உண்மையானதாக இருத்தல் வேண்டும். இதன் பொருளை அம்பேத்கர் விரித்து பேசுவார். ஒரு வர்க்கம் இன்னொரு

வர்க்கத்தை அடக்கியாள முடியாத இடத்தில்தான், வறுமையும் வேலையின்மையும் இல்லாத இடத்தில்தான், தான் விரும்பிய செயலின் விளைவால் தன் வேலை, வீடு, உணவு ஆகியவற்றை இழந்து விடுவோமோ என்னும் அச்சம் இல்லாத இடத்தில்தான் உண்மையான செயலுரிமை இருக்க முடியும்.

எவருடைய உரிமைகளை காப்பதற்காக என்று அமைக்கப் பட்டிருக்கிறதோ அவர்களிடமிருந்துதான் அரசு தன் அதி காரத்தைப் பெறுகிறது. ஆளப்படுபவரின் சம்மதம் பேரிலேயே அரசாங்கத்தின் அதிகார எல்லையும் இருப்பும் இயங்கவேண்டும். இப்படிப்பட்ட கோட்பாடுகளை இந்து சமூக அமைப்பு ஏற்றுக் கொள்கிறதா - தனிமனிதனை ஏற்கிறதா என்கிற வினாக்களை எழுப்பினார் அம்பேத்கர்.

இந்து சமூகத்தில் வர்க்கத்தைக் குறிக்கும் வர்ணமே அடிப் படை அலகாக உள்ளது, இங்கு சமூக உறுப்பினர் 'தனி பிராமணர்', 'தனி சத்திரியர்', 'தனி வைசியர்', 'தனி சூத்திரர்', 'தனிப்பஞ்சமர்' அல்லர். உரிமையும் தனிமனிதன் சார்ந்து வரவில்லை - வர்ணம் சார்ந்து வந்ததுதான்.

சாதி என்பது பன்மையில்தான் இருக்கிறது; ஒருமையில் இல்லை. சாதி என்பது ஒன்றே ஒன்று என்று இருக்க முடியாது- பன்மையில்தான் இருக்கமுடியும். பிரிந்து நிற்பதும் தனித்து நிற்பதுமான வெளிப்பாட்டை சாதி முறையில் காணலாம். இந்த சாதிகள் ஒன்றுடன் ஒன்று எவ்வாறு நடந்துகொள்கின்றன? தனியாக இரு, ஒன்றாக உண்ணாதே, மணவுறவு கொள்ளாதே, தீண்டாதே என்று வழி நடத்துகின்றன.

இந்து சமூக அமைப்பில் ஏணிப்படி போல ஒன்றன் மேலொன்று அடுக்கப்பட்ட சாதியமைப்பு உள்ளது; தமக்கு மேலுள்ள வகுப்பினரை வெறுக்கிறார்கள், கீழுள்ளவரை அவமதிக்கிறார்கள்.

இந்து சமூக அமைப்பு வரிசைப்படுத்தப்பட்ட சமமின்மைக் கோட்பாடு அடிப்படையானது. வேறுபட்ட 4 வருணங்கள் சமமான படுக்கைக்கோட்டில் அமைந்தவை அல்ல. செங்குத்

அம்பேத்கர்: அறிமுகமும்-கம்யூனிசமும்

தாக அமைந்தவை. சூத்திரனுக்கு கீழ் தீண்டாதார் வைக்கப்பட்டுள்ளனர். இந்த வரிசைப்படுத்தப்பட்ட சமமின்மை கோட்பாடு பொருளாதாரத் துறைக்கும் கொண்டு செல்லப்பட்டுள்ளது.

தொழில்கள் வர்க்கத்திற்கேற்ப நிலையாக நிர்ணயிக்கப்பட்டதாகும் என்பது இந்து சமூக இரண்டாம் கோட்பாடு. முன்னோர்கள் தொழிலையே தனிநபர் செய்தல் வேண்டும். தப்பிக்க முடியாத விதி இது. மரியாதை அடிப்படையிலும் தொழில்களை அது தரம் பிரிக்கிறது. இங்கு தொழிலை தேர்ந்தெடுக்க சுதந்திரமில்லை. அது முன்கூட்டியே நிர்ணயிக்கப்பட்டுள்ளது. வர்ணம் என்பதைதான் இங்கு அம்பேத்கர் வர்க்கம் என்று சொல்கிறார்.

மூன்றாம் கோட்பாடு மக்களை அந்தந்த வர்க்கத்துக் குள்ளேயே அடக்கி வைத்தல். இந்து சமூக அமைப்பின் சிறப்பம்சம் வர்க்கங்கள் சுதந்திரமாக உறவாடுவதையும், ஊடாடுவதையும் தடைசெய்வதே. உடன் உண்ணவும், மணஉறவு கொள்ளவும் இந்து சமூகத்தில் தடைவிதிக்கப்பட்டுள்ளது. இதற்கு சான்றாதாரங்களை மனுவிடமிருந்து அம்பேத்கர் காட்டுகிறார்.

இந்து சமூக அமைப்பு இறுக்கமானது. தனிமனிதன் என்ற முறையில் எவ்வளவு மாற்றங்கள் நிகழ்ந்தாலும் தான் பிறந்த குலத்தின் அந்தஸ்தில் எம்மாற்றமும் நிகழாது. வேறு வர்க்கத்தில் பிறந்த இன்னொருவருடன் அவருக்குரிய உறவு மாறாது. முதன்மையானது இறுதிநிலைக்கு இறங்காது. இறுதிநிலையில் உள்ளது முதல்நிலைக்கு ஏறவும் முடியாது.

To sum up, the Hindu social order is an order based on classes and not on individual. It is an order in which classes are graded one above the other. It is an order in which the status and functions of the classes are determined and fixed. The Hindu social order is a rigid order. No matter what changes take place in the relative position of an individual his social status as a member of the class he is born in relation to another person belonging to another class shall in no way be affected. The first shall never become the last. The last shall never become the first. (vol 3 page 115)

'இந்து சமூக அமைப்பின் தனித்தன்மைகள்' என்கிற அவரது ஆய்வில் மூன்று அம்சங்களை அம்பேத்கர் குறிப்பிடுகிறார். மனித இயல்பிற்கு அப்பாற்பட்ட மாமனித வழிபாடு என்கிற முதல் தனித்தன்மை பற்றி விளக்கும்போது நீட்ஷேயின் தத்துவம் பற்றி அறிமுகப்படுத்தி நீட்ஷே எப்படி ஏற்கப்படாமல் போனார் என்பதை பேசுகிறார்.

பிராமணனை இந்து சமூக அமைப்பில் எப்படி மாமனிதனாக பல சலுகைகள் பெறுவதற்குரியவனாக மனுதர்மம் மாற்றி யுள்ளது. எல்லாவற்றையும் தீர்மானிக்கும் இடத்திலும் அவனுடைய நலன்களை சார்ந்தே அனைத்தும் செயல்படுமாறு வைக்கப்பட்டுள்ளன. சாதாரண மனிதனுக்கு வாழ உரிமையேது மில்லை. அவன் அனைத்தையும் தியாகம் செய்யும் நிலையில் வைக்கப்பட்டுள்ளான் என்கிற பார்வையையும் அம்பேத்கரின் ஆய்வில் காண்கிறோம்.

ஜராதுஸ்ட்ரர் என்பது மனுவின் மறுபெயரே என்பதிலும், அந்த பொன்மொழிகள் மனுஸ்மிருதியின் புதிய பதிப்பே என்பதிலும் அய்யம் இருக்கமுடியுமா என அம்பேத்கர் வினவி னார். நீட்ஷே மாமனிதரினம் ஒன்றை படைக்க விரும்பினால் மனு தம்மை உயர்ந்த மனிதர்கள் என்றாக்கிக்கொண்ட வகுப்பாருக்குரிய சிறப்புரிமைகளைக் கட்டிக்காப்பாற்றுவதிலே ஆர்வம் கொண்டிருந்தார். நீட்ஷே உண்மையிலேயே எதிலும் தனிப்பற்றினைக் காட்டாத தத்துவ ஞானி. ஆனால் மனுவோ ஒரு குறிப்பிட்ட குழுவில் பிறந்த ஒரு கூட்டத்தாரின் நலன் களைக் காப்பதற்காக ஒரு தத்துவத்தை உருவாக்க முனைந்த கைக்கூலி என்கிற கடுமையான விமர்சனத்தை அம்பேத்கர் தந்தார். நீட்ஷேயின் 'சிறந்த மனிதன்' கோட்பாட்டோடு ஒப்பிடும்போது மனுவின் சிறந்த மனிதத்துவம் தாழ்வுற்றது வெறுத்தொதுக்கத்தக்கது எனவும் அவர் விமர்சனம் வைத்தார்.

இந்து மதத்தின் அடுத்த தனித்தன்மை அதனைப் பேணிப் பாதுகாப்பதற்கான நுணுக்கமான உத்திகள். இதற்கும் மனுவிடமிருந்து ஆதாரங்களை அம்பேத்கர் பட்டியலிட்டு சொல்கிறார். புரட்சியே தோன்றாமல் தவிர்ப்பது- அப்படியே தோன்றினாலும் அடக்கிவிடுவது- அதை அடக்கியாளக்கூடிய விதிகளை சார்ந்து செயல்படுதல் என்கிற நிலைகளையும் சேர்த்தே இந்த தனித்தன்மையை புரிந்து கொள்ளவேண்டியுள்ளது.

இந்து சமூக அமைப்பு சமுதாயத்தின் அடித்தளத்திலுள்ள வர்களின் சமூக அந்தஸ்தை ஒரே மாதிரியாக காலந்தோறும் மாற்றமுடியாதபடி நிர்ணயித்துள்ளது. கல்வி வாய்ப்பை மறுத்துள்ளது. அவர்களின் பொருளாதார நிலையும் மாற்றமுடியாதபடி நிலைப்படுத்தப்பட்டுள்ளது.. இழிநிலையே துயருக்கு காரணம் என தோன்றாமல் தலைவிதி என ஆக்கப்பட்டுள்ளது. எவரும் பொறுப்பாளியாக்கப்படவில்லை. இந்து அமைப்பில் ஆயுதம் ஏந்தும் உரிமையும் மறுக்கப் பட்டுள்ளது. ஆனால் முஸ்லீம், நாஜிகளின் அமைப்பில் இந்த உரிமை உள்ளது. அங்கு சமவுரிமை, கல்வி பெறும் வாய்ப்புள்ளது.

இங்கு அறிவைப்பெறவும் ஆயுதம் ஏந்தும் உரிமையும் மறுக்கப்பட்டு மனிதனை ஆண்மையற்றவனாக முடமாக்கும் வேலையை மனுவின் மூலம் செய்துள்ளதை அம்பேத்கர் சுட்டிக்காட்டுகிறார். வன்முறையற்ற செயல்முறையை பல இடங்களில் பேசிவந்த அம்பேத்கர் இங்கு ஆயுதம் ஏந்துவது உரிமையாக வேண்டும் எனும் சுதந்திரம் பற்றி ஏன் பேசு கிறார் என்பது புரிந்துகொள்ள சற்றுக் கடினமானதாகவே இருக்கிறது. இங்கு அவர் கம்யூனிஸ்ட்கள் கோரும் ஆயுதப்போராட்டம் என்பதிலிருந்து எப்படி வேறுபடுகிறார் என்பதும் தெளிவுப்படுத்தப்படாமல் இருக்கிறது.

இந்து சமூகத்தின் மூன்றாவது தனித்தன்மை கடவுள் உருவாக்கிய தெய்வீக அமைப்பாக அதனை ஆக்கியது. அது

புனிதமானது - அழிக்கமுடியாதது. மாற்றங்களுக்கும் குற்றங் களுக்கும் இடமளிக்காதது. இதற்கு கிருஷ்ணரின் கீதை உப தேசங்களை மேற்கோளாக அம்பேத்கர் காட்டுகிறார். பாசிசம், நாசிசம், போல்ஷ்விசம் ஆகிய அமைப்புகள் சமூக அமைப்புகளே தவிர தெய்வத்தொடர்பு கொண்டவை என்றோ பக்தியுடன் மீறமுடியாததாகவோ, காப்பாற்றப்பட வேண்டியவையாகவோ ஆக்கப்படவில்லை. அம்பேத்கர் சுட்டிக்காட்டிய மூன்று அமைப்புகளும் அவர் கூறியதைப்போல் காலஓட்டத்தில் காப் பாற்றப்படாமல் போனதையும் நாம் பார்க்கமுடிகிறது. ஆனால் அவை முழுமையாக அரசியல்வடிவ அமைப்புக்கள்தான். நாசிசம் யூதர் விஷயத்தில் பிறப்பு என்பதை பார்த்தாலும் இந்து அமைப்பு போல சமூக முறைமை கொண்டதல்ல.

ஒரு மனிதனுக்கும் இன்னொரு மனிதனுக்கும் இடையேயுள்ள உறவுகள் மதத்தால் திருநிலைப்படுத்தப்பட்டு தெய்வத்தன்மை யுடையதாகவும், நிரந்தரமானதாகவும் மாற்ற முடியாததாகவும் உள்ள பொருளாதார அமைப்பினை உலகில் இந்துக்கள் மட்டுமே பெற்றிருக்கின்றனர் என்கிற வரிகளை கோட்பாடுபோல அம்பேத்கர் தருகிறார்.

ஒரு மனிதனுக்கும் இன்னொரு மனிதனுக்குமிடையேயுள்ள உறவுகளை இறுகிய வடிவமாக்கிய சமூக அமைப்பாக வரை யறுத்து தெய்வீகத்தன்மையை இஸ்ரேலியர், கிறிஸ்துவர், முஸ்லீம்கள் ஆக்கிக்கொண்டதில்லை. இந்த வகையில் இந்துக் கள் மட்டுமே தனித்து நிற்கிறார்கள். இப்படி ஆக்கப்பட்டிருப்ப தாலேயே காலத்தால் அழித்தொழித்து மாற்றமுடியாததான வலிமை இந்து சமூக அமைப்பிற்கு கிடைத்துள்ளது.

டெல்டும்டே இவ்வாக்கம் பற்றி பேசும்போது கீழ்கண்டவாறு குறிப்பிடுகிறார்.

He was absolutely right in saying that unless caste consciousness is wiped out, class consciousness would not germinate..a question of struggle against caste as a class. It is only through struggle that caste consciousness would be displaced and class consciousness germinated.

டெல்டும்டே சொல்லும் முதல் வரியை அப்சல்யூட்டாக மார்க்சியரால் ஏற்க முடியாது. இரண்டாவது வரி நடை முறையில் அவசியமானது. ஏற்கனவே சமூக காரணிகளாக இருக்கின்ற சாதி, மத சமுதாயத்தில்தான் தொழிலாளர்கள் என்கிற வகையில் அவர்கள் வர்க்க கண்ணோட்டம் பெற முயற்சிக்கிறார்கள். இது புதுவகைப்பட்ட காரணி. முதலாளி களுக்கும் இப்பிரச்னை இருக்கிறது. அவர்களுக்கும் பாரம் பரிய இந்திய சமூகத்தில் நிலவும் சாதி, மத சிந்தனைகளின் ஊடாகத்தான்- அதையும் தாண்டித்தான்- அவைகளிலிருந்து விடுபட்டும் விடுபடாமலும் முதலாளித்துவ வர்க்க உணர்வு வரவேண்டியுள்ளது. இதை புரிந்துகொண்டால்தான் சாதி- வர்க்க உறவுகள்- எது எதன் மீது எத்தருணங்களில் செல் வாக்கு செலுத்துகிறது என்பதை புரிந்து கொள்ள இயலும்.

முதலாளித்துவ உற்பத்தி உறவுகளில் வேகமாக வளரும் சமுதாயத்தில் சாதி ஒன்று மட்டுமே அல்லது வர்க்கம் ஒன்று மட்டுமே குறிப்பிட்ட மதம் ஒன்று மட்டுமே அனைத்தையும் தீர்மானிக்கும் அடிப்படை அலகு என்பது மயக்கத் தோற்றமாகவே இருக்கும். சாதி தொழிற்படும் இடங்களும் வர்க்க சிந்தனை தொழிற்படும் இடங்களுமாக இந்தியத் தொழிலாளி- முதலாளி இமுவைக்குள்ளாவதை நடைமுறை வாழ்வில் காணமுடிகிறது. இந்த ஊடாட்டம் இன்னும் நூற்றாண்டுகள் கூட இந்திய சமூகத்தில் தொடரலாம். சாதி தன் சாயமிழந்து வீர்யமற்று வரலாற்று மண்ணில் புதைந்து போக ஆண்டுகள் பல தேவையாகலாம்.

மனிதர்கள் சமதையானவர்கள் என்பதற்கான போராட் டங்கள் பலவடிவங்களை எடுக்கலாம். கடமைகளை பொருட்படுத்தாது உரிமைகளுக்காக மட்டும் நிற்கும் இயக்கங்களால் தற்காலிக வெற்றிகள் ஏற்படலாம். சாதி என்பதே அடிப்படையில் 'பிறப்பொக்கும்' என்பது வளர வேண்டிய சிந்தனை 'பிறப்பால் தன்னோடு இணைத்து விடப்பட்டுள்ள சாதி ஒட்டுக் கொண்ட' அனைத்து மனிதர்களும் மெல்லவாவது அதை உணர்ந்துவிடுபடும்

போராட்டம் கடுமையான ஒன்றாகவே இருக்கும். அம்பேத்கர் குறித்து 1970களிலேயே மிகச் சிறந்த ஆய்வை மேற்கொண்ட W N குபரின் வரிகள் சிந்தனைக்குரியது

> The dividing line between class and caste was so thin that one could not tell where caste ended and class began.

2

1937 செப்டம்பர் துவக்கத்தில் ஒடுக்கப்பட்டோர் மாநாடு ஒன்றில் அம்பேத்கர் உரையாற்றினார். அதில் தொழிலாளி வர்க்கம் மற்றும் ஏழைகளின் பாதுகாவலராக இருக்கும் தகுதி காந்திக்கு இல்லை என விமர்சித்தார். காங்கிரஸ் கட்சி புரட்சி கரமானதாக இருந்தால் அதில் நான் சேர்ந்திருப்பேன் என்றார். அம்பேத்கர் கம்யூனிஸ்ட்களைப் பற்றிப் பேசும்போதெல் லாம் தகுதியில்லை என சொல்லாமல் தகுதிப்படுத்திக்கொள்ள தவறுகிறார்கள் என சுட்டிக் காட்டுவதை இத்துடன் சேர்த்து பார்க்க வேண்டியிருக்கிறது. பரம எதிரி என காந்தியை சொன்னது போல் கம்யூனிஸ்ட்களையும் அவர் குறிப் பிட்டுள்ளார்.

தனிமனிதர்கள் கட்டுப்பாட்டில் உற்பத்தி சாதனங்கள் இருக்கும் வரையில் சமத்துவப் பிரகடனம் சாத்தியமே இல்லை. வண்டியில் இரண்டு மாடுகளுடன் உழவனையும் சேர்த்து பூட்டுவதுதான் காந்தியம். கம்யூனிஸ்ட்கள் தொழிலாளர்களைத் தங்களுடைய அரசியல் நோக்கத்திற்காகச் சுரண்டுபவர்கள். நான் அவர்களின் இயக்கத்தில் சேருகிற சாத்தியக்கூறே இல்லை. நான் அவர்களின் பரம எதிரி எனக் குறிப்பிட்டார். (பக்கம்: 212, தமிழ் வால்யூம் 37)

சோலங்பூர் மாவட்ட சுற்றுப்பயணத்தில் டிசம்பர் 31 1937ல் பந்தர்பூரில் கூட்டம் பேசினார். அங்கு சுயமரியாதை சுய உதவி இயக்கத்தின் அவசியத்தை வற்புறுத்தினார். ஜாதியம் இருக்கும்வரை சமத்துவம் கிடைக்காது. முதலாளிகள் கையில் காங்கிரஸ் இருக்கும்வரை எதுவும் செய்யும் என நம்பாதீர்கள்.

முதலாளிகளுக்கு எதிராக அய்க்கிய முன்னணியை திரட்ட வேண்டிய அவசியம் வந்துவிட்டது. பொருளாதார சுதந் திரத்தை வென்றெடுக்கவேண்டும். இழப்பதற்கு எதுவும் உங்களிடம் இல்லை. அடைவதற்கு மட்டும் எல்லாம் உண்டு என கம்யூனிஸ்ட்கள் பேசுவதைப் போலவே அவரது உரையும் இருந்தது.

ஜனவரி 4 1938ல் அவருக்கு ஷோலாப்பூர் நகராண்மைக் கழகம் வரவேற்பு தந்தது. அங்கு அம்பேத்கர் உரை நல்கி னார். ஜனநாயகம் எல்லா சூழலுக்கும் பொருத்தமானது என தான் நம்பவில்லை. கொஞ்ச காலத்திற்கு அறிவார்ந்த எதேச்சதிகாரியின் வலிமையான தலைமை இந்தியாவிற்கு தேவைப்படுகிறது. இந்தியாவில் கோலோச்சும் ஜனநாயகத்தில் அறிவு கொஞ்சம் கூடப் பயன்படுத்தப்படுவதில்லை. நாடு ஒரு கட்சியால் கட்டுண்டு கிடக்கிறது- இது பலஹீனம்- நோய்- தீங்கு என காங்கிரசை கடுமையாக சாடினார்.

இந்திய மக்களுக்கு நம்பிக்கை மட்டுமே இருக்கிறது. அறிவு மிக மிகக் குறைவு. மகாத்மா- யோகி எனச் சொல்லி ஆட்டுமந்தை போல் பின்பற்றத் தொடங்கிவிடுகிறார்கள். எப்படிப்பட்டதாக ஜனநாயகம் இருக்கவேண்டும் என அவர் விளக்கினார். ஒன்றுக்கு மேற்பட்ட கருத்தோட்டங்கள் இருந்தால்தான், ஒரு பிரச்னைக்குப் பல தீர்வுகள் என்னும் நிலை இருந்தால்தான் அவற்றையும் வெளிப்படையாக விவாதிக்க மக்கள் முன்வந்தால்தான், அவர்கள் கருத்துக்கும் ஜனநாயகம் மதிப்பளித்தால்தான் அந்த ஜனநாயகம் உண்மையான ஜனநாயகமாக இருக்கும்.

ஜனவரி 10 1938 அன்று பம்பாயில் தானா, ரத்தினகிரி, கொலாபா, சதாரா, நாசிக் மாவட்ட விவசாயிகளை அணி திரட்டினார். கோட்டிமுறை ஒழிப்போம் என்கிற பிரதான முழக்கத்துடன் அவர்கள் திரண்டனர். ஊர்வலத்தை காவல் துறை தடுத்து நிறுத்தியது. பம்பாய் பிரதமரை (முதல்வர்) பார்க்க அம்பேத்கர், பருலேகர், இந்துலால் யக்னிக், சித்ரே,

எஸ்.வி. ஜோஷி ஆகியோர் அனுமதிக்கப்பட்டனர். விவசாயத் தொழிலாளிக்கு குறைந்தபட்சக் கூலி, குத்தகை கூலி, கோட்டிமுறை இனாம்தார் முறை பிரச்னைகளை தீர்த்தல் என்பன கோரிக்கைகளாக வைக்கப்பட்டன. நீர்ப்பாசன கட்டணங்களை சிறு விவசாயிகளுக்கு குறைக்க வேண்டும் என்பதும் கோரப்பட்டது. நிலபிரபுத்துவ ஒழிப்பு பற்றியதாக விவாதப்பொருள் அமைந்தது.

பேச்சுவார்த்தை முடிந்து பொதுக்கூட்டத்திற்கு வந்து அம்பேத்கர் உரையாற்றினார். கம்யூனிஸ்ட்களை விமர்சித்தும் பேசினார். அவர்களைவிட அதிகமான புத்தகங்கள் படித்தவன் நான் என்றார், செயல்பூர்வமான அணுகுமுறையை அவர்கள் மேற்கொள்வதில்லை. விவசாயிகளும் தொழிலாளர்களும் சாதி பார்வையைத் தாண்டி சுரண்டலுக்கு எதிராக சேரவேண்டும். உண்மையான பிரதிநிதிகளை சட்டமன்றங்களுக்கு தேர்ந்தெடுக்க வேண்டும். அப்படி செய்தால் உணவும் உடையும் உறைவிடமும் கிட்டும் என்றார்.

கிரேட் இந்தியன் பெனிசுலா இரயில்வேயில் பணிபுரியும் ஒடுக்கப்பட்டவர் பிரச்னையை விவாதிக்க பிப்ரவரி 12, 13 1938ல் மாநாடு மன்மத் எனும் பகுதியில் கூட்டப்பட்டது. அம்பேத்கர் வந்து இரு நாட்களும் இருந்தார். அப்பகுதியில் சுதந்திரத் தொழிலாளர் கட்சியின் இளைஞர்கள் மாநாடும் நடந்தது. தீண்டப்படாத பெண்கள் மாநாடும் நடந்தது.

பெரும் எழுச்சியுடன் நடந்த இரயில்வே தொழிலாளர் மாநாட்டில் இதுவரை ஒடுக்கப்பட்டவர்கள் எனும் வகையில் பிரச்னையை சந்தித்தவர்கள் இப்போது தொழிலாளர் எனவும் சந்திக்கிறார்கள் என அம்பேத்கர் தனது உரையை துவங்கினார். மத பொருளாதார அதிகாரத்தைப் போல் அரசியல் அதிகாரம் அத்தகைய வீரியம் கொண்டது அல்ல என்றாலும் அரசியல் அதிகாரம் பலன் தரக்கூடியதாகும். நாம் வென்றெக்கும் அதிகாரம் பகைவர்களின் சூழ்ச்சி, நம்மிடமுள்ள தான் தோன்றிகள் சுயநல பேராசைக்காரர்களின் சீர்குலைப்பால் பறிக்கப்படுவதும் உண்டு.

பொருளாதார பிரச்னைகள் மீது உரிய கவனம் செலுத்த நீண்ட காலமாக நாம் தவறி விட்டோம் என்பதை அம்பேத்கர் ஒப்புக்கொள்வதாக கூறினார். இது புதிய திருப்பம். சமூக விடுதலையை நாம் பெறுவோம் என்று அவரது உரையின் சாரமாக அமைந்தது.

தொழிலாள தலைவர்கள் சிலர் தொழிலாளர்களை பிளவு செய்வதாக சொல்கிறார்கள். இந்த நாட்டில் இரண்டு பகைவர்களுடன் போராட வேண்டியுள்ளது. ஒன்று பிராமணியம்- இரண்டாவது முதலாளித்துவம். நமது விமர்சகர்கள் நாம் பிராமணியம் எதிர்த்தும் போராடவேண்டியுள்ளது என்பதை புரிந்து கொள்ள தவறுகிறார்கள்.

பிராமணியம் என்றால் என்ன?. ஒரு வகுப்பினர் என்ற அடிப்படையில் அதிகாரம் உரிமைகள் நலன்கள் பெறுவதல்ல பிராமணீயம். சுதந்திரம், சமத்துவம், சகோதரத்துவம் ஆகிய உயிர்ப்புகளின் எதிர்மறைதான் பிராமணியம். பிராமணர்கள் அதை தோற்றுவித்தவர்கள் என்ற போதிலும் அது எல்லா வகுப்பினர்க்கிடையிலும் ஊடுருவி உள்ளது என்பது உண்மை என அம்பேத்கர் குறிப்பிட்டார்.

இந்தப் பிராமணியம் எங்கும் பரவி எல்லா வகுப்பினரின் சிந்தனை, செயல்களில் ஆதிக்கம் செலுத்துவது மறுக்க முடியாத உண்மை. சேர்ந்துண்ணல், கலப்பு மணம் ஆகிய வற்றுடன் நின்றுவிடவில்லை. சிவில் உரிமைகளை அது பதம் பார்க்கிறது. பொதுப்பள்ளிகள், கிணறுகள், கழிப் பிடங்கள், பொது மருந்தகங்கள் என பொதுமக்கள் நிதியின் மூலம் நிர்வகிக்கப்படும் எல்லாம் ஒவ்வொரு குடிமகனுக்கும் உரியன. இவை மறுக்கப்படுகிறது. பொருளாதார வாய்ப்புக் களை பாதிக்கும் சர்வ வல்லமையாக பிராமணியம் விளங்குகிறது.

தீண்டப்படாதவன் என்பதால் எத்தனை வாய்ப்புகள் மூடப்படுகின்றன. பருத்தித் தொழிலில் பம்பாய், அகமதாபாத் அனுபவங்களை எடுத்து வைக்கிறார் அம்பேத்கர். இங்கு

இரயில்வேயில் கேங்க்மேனாக மட்டுமே எந்தவித உயர்வும் இல்லாமல் பணிபுரியும் நிலையுள்ளது. போர்ட்டராக கூட வரமுடிவதில்லை.

நமது முயற்சிகள் நியாயமானவை. நம்மீது குற்றம் சாட்டும் தொழிலாளர் தலைவர்கள் ஏதோ ஒருவிதப் பிரமையில் இருக்கிறார்கள், அவர்கள் மார்க்சைப் படித்தவர்கள். உடைமை வர்க்கம் - தொழிலாளர் வர்க்கம் இரண்டு வர்க்கம்தான் என்பவர்கள். நமது கடமை முதலாளித்துவ ஒழிப்பே எனக் கருதுபவர்கள். இவர்கள் இரண்டு தவறு செய்கிறார்கள். மார்க்ஸ் சொன்னதை ஒரு கருத்து நிலையாகக் கொள்ளாமல் மெய்ம்மை என்று நினைப்பது அவர்கள் செய்யும் முதல் தவறு. இரண்டு வர்க்கங்களே உண்டு என்பது கருத்துநிலை. அதை வறட்டுத் தத்துவமாகத் தொழிலாளர் தலைவர்கள் பிடித்துக் கொண்டு விட்டார்கள். இரு வர்க்கம் என்பதை அடிப்படையாகக் கொண்டு பிரச்சாரம் நடத்தினால் வெற்றி பெறுவதற்கு வாய்ப்பே இல்லை. எல்லா வகுப்பிலும் ஒரு பொருளாதார மனிதன், பகுத்தறிவுள்ள மனிதன், தர்க்க நியாயத்திற்கு உட்பட்ட மனிதன் இருப்பதாக நம்புவது எத்தனை பொய்மையானதோ அத்தனை பொய்மையானது இவர்கள் சிந்தனையும் செயலும்.

அய்ரோப்பாவில் கூட மார்க்ஸ் சொன்னது சரியாக இருந்தது என்று சொல்வதற்கில்லை. உடைமை வர்க்கம், இல்லாத வர்க்கம் எனும் பிரிவினை உணர்வு இந்தியாவில் ஏற்படவேயில்லை. எல்லாத் தொழிலாளர்களும் ஒன்று- ஒரு வர்க்கம் என்பது ஒரு லட்சியம்; அது அடையப்படவேண்டிய லட்சியமே தவிர இருக்கிற யதார்த்தம் என்று முடிவு செய்து கொள்வது தவறு. ஒரு பிரிவுத் தொழிலாளர் இன்னொரு பிரிவுத் தொழிலாளர்களை நசுக்குவதைத் தடுப்பதன் மூலம் அவர்களிடையே ஒற்றுமையை உருவாக்க முடியும். ஒடுக்கப் பட்ட பிரிவுகள் அமைப்பு ரீதியாகத் திரள்வதைத் தடுப்பதன் மூலம் அது முடியாது.

தொழிலாளர்களிடையே ஒற்றுமையைக் கொண்டுவரச் சிறந்த மார்க்கம் என்னவென்றால் ஒரு தொழிலாளி மற்ற

தொழிலாளர்களுக்குத் தர விரும்பாத உரிமைகளை அவன் மட்டும் பெறவேண்டும் என்பது தவறான சிந்தனை என்று அவனுக்கு எடுத்துச் சொல்வதுதான். சுருங்கச் சொன்னால் சமத்துவமின்மை என்னும் குணாம்சத்தை அதாவது பிராமணியத்தைத் தொழிலாளர் மத்தியிலிருந்து அடியோடு களைந்தெறிய வேண்டும். இத்தகைய முயற்சியில் இறங்கிய தொழிலாளர் தலைவர் யார்? பிராமணியத்திற்கு எதிராக எவரும் பேசியதாகத் தெரியவில்லை. மௌனம் வெளிப் படையாகத் தெரிகிறது. தொழிலாளர் பிளவுண்டு கிடப் பதற்கு பிராமணியமே காரணம் - அப்போக்கு தொழி லாளர்களிடம் நிலவுவதை விளக்கியே ஆகவேண்டும். நாம் அமைப்புரீதியாக திரள்வதற்கு முதலாளிகள் பின்புலமாக அமைந்திருக்கிறார்கள் என சொல்லமுடியுமா - சவால் விடுகிறேன் என அம்பேத்கர் உரை நிகழ்த்தினார். *(பக்: 232-33, தமிழ் வால்யூம்-37)*

இந்தியாவில் தொழிற்சங்க இயக்கம் மிகவும் வருந்தத்தக்க நிலையில் இருக்கிறது. உழைக்கும் வர்க்கத்தின் வாழ்க்கைத் தரம் சரிந்துவிட்டால் பாதுகாப்பதே அதன் தலையாய நோக்கம். இந்திய தொழிலாளிக்கு நாள் ஓடினால் போதும் என்கிற எண்ணமே இருக்கிறது. தரமுள்ள வாழ்வில் நாட்டமில்லை. அய்ரோப்பிய தொழிலாளிபோல் இல்லை.

இந்தியாவிற்கு தொழிற்சங்க இயக்கம் மிக அவசியம். ஆனால் அது நாற்றம் வீசுகின்ற குட்டையாய் கிடக்கிறது. இதன் தலைவர்கள் கோழைகள், சுயநலக்காரர்கள், தவறாக வழிகாட்டப்பட்டவர்கள் என்பதும்தான் காரணம். சிலர் சாய்வு நாற்காலி தத்துவ ஆசிரியர்கள்- அறிக்கையாளர்கள். சிலர் தமது பதவிக்காக மட்டுமே தொழிற்சங்கம் நடத்து பவர்கள் - தங்களை முன்னிறுத்திகொள்பவர்கள் என்கிற விமர்சனக் கணைகள் அம்பேத்கரிடமிருந்து பாய்ந்தன.

கம்யூனிஸ்ட்கள் இன்னொருவகை. அவர்கள் அர்த்த முள்ளவர்கள்தான். ஆனால் தவறான வழிகாட்டுதலில்

இயங்குபவர்கள். அவர்களைவிட தொழிலாளி வர்க்கத்திற்கு பேரழிவைக் கொண்டு வந்தவர்கள் வேறு எவரும் இல்லை. இன்று முதலாளிகள் கை ஓங்கி தொழிலாளி வர்க்கத்தின் முதுகெலும்பு உடைக்கப்படுகிறது. காரணம் இந்தக் கம்யூனிஸ்ட் தலைவர்கள்தான். இவர்கள் வேலையே தொழிலாளர்களிடையே அதிருப்தியை வளர்ப்பதுதான். அதிருப்திதான் புரட்சியைத் தூண்டும் என்று கணக்கு போடுகிறார்கள். இதற்காகவே அதிருப்தி பிரசாரத்தை முடுக்கிவிட்டு பிளவு சிதறலை ஓர் அமைப்பு அலையாக தொடர்ந்து விளைவித்து வருகிறார்கள். இவர்கள் தொழிலாளர்கள் மீது திணிக்கும் தொடர்வேலை நிறுத்தங்களுக்கு என்ன அர்த்தம்? சிதறலை திட்டமிட்டு செய்யும் முயற்சிதானே?

வெற்றிகரமான புரட்சிக்கு அதிருப்தி மட்டுமே போதாது. அரசியல் சமூக உரிமைக்கான நியாயம், அவசியம், முக்கியத்துவம் ஆகியவை பற்றிய உண்மையான நம்பிக்கை இருந்தால் மட்டுமே வெற்றிகரமான புரட்சி சாத்தியமாகும். ஒரு புரட்சிகர மார்க்சிஸ்ட் வேலை நிறுத்தம் நடத்துவதே வேலை என்று அலைய மாட்டான். வேலை நிறுத்தத்தை மார்க்சிஸ்ட்கள் ஒரு புரட்சி நடவடிக்கையாக எப்போதுமே தீர்மானித்துக் கொண்டதில்லை. எல்லாவழிகளும் அடைக்கப்பட்ட பின்னர் இறுதி நடவடிக்கையாகவே வேலைநிறுத்தம் கையாளப்பட வேண்டும் என்பதே மார்க்சியம்.

மேற்சொன்ன இந்த உண்மைகளை கம்யூனிஸ்ட்கள் காற்றில் பறக்க விட்டு விட்டார்கள். அதிருப்தியை உருவாக்க தங்களுக்கு கிடைத்த தெய்வீக சாதனமாக வேலை நிறுத்தங்களை ஒவ்வொரு கட்டத்திலும் திணித்தார்கள். இதனால் அதிருப்தி வளர்ந்ததோ இல்லையோ அவர்களுக்கு ஆற்றலும் அதிகாரமும் தந்த தொழிற்சங்க இயக்கமே உருத்தெரியாமல் சிதைந்து வருகிறது. சுற்றுவட்டத்தில் தீ விபத்தை உண்டாக்குவதற்கான வெடிகுண்டை எறிந்த ஒருவன் தன் சொந்த வீட்டையும் சேர்த்து எரித்துவிட்ட நிலையில் இன்றைய கம்யூனிஸ்ட் இருக்கிறார் என்கிற கடுமையான கண்டனங்கள் அம்பேத்கரின் உரையில் வெளிப்பட்டன. (பக் 235-36 தமிழ் வால்யூம் 37)

இக்கூட்டத்தில் தொழிற்சங்கங்கள் அரசியலுக்கு வர வேண்டும் என்றார் அம்பேத்கர். அரசியல் அதிகாரம் இல்லாமல் தொழிற்சங்க நலன்களை பாதுகாக்கமுடியாது. சட்டத்தின் அங்கீகாரம் இருந்தால்தான் தொழிற்சங்கங்களின் ஆற்றல் வலுப்படும். சங்கமாக திரள்வதுடன் அரசியலிலும் பங்கேற்றால்தான் குறைந்தபட்ச ஊதியம், வேலைநாட்கள், பொதுவிதிகள், பேச்சுவார்த்தைகள் எல்லாம் கைகூடும் என்றார்.

நமது இலக்கு இந்த கூலி அடிமைத்தனம் என்னும் கருத் தோட்டத்தலிருந்து விடுபட்டு விடுதலைக் கோட்பாட்டை அடைவதாக இருக்கவேண்டும். இங்கு அவர் மார்க்சின் சிந்தனையொற்றி பேசுகிறார். சமுதாய புனர்நிர்மாணமே தொழிலாளிவர்க்க கடமை. சுதந்திரம், சமத்துவம், சகோ தரத்துவம் இலக்குகளை நோக்கி தொழிற்சங்க இயக்கத்தை வழிநடத்தவேண்டும். எனவே அதிகாரத்தை கைப்பற்றியாக வேண்டும். அரசியல் அதிகாரம் என்பது ஒரு சாதனம். அதன்மூலம்தான் தங்கள் மீது இழைக்கப்படும் அநீதிகளை நீக்கமுடியும். இதை தொழிலாளர் உணராமல் இருப்பது சோகம். அதே நேரத்தில் கட்சி அரசியல் பெயரில் வர்க்க நலன்கள் பலியிடப்படுவது ஏற்கப்படமுடியாத ஒன்று என அம்பேத்கர் விமர்சித்தார்.

அதே உரையில் கட்சிப் பின்னணி இல்லாத அரசியல் வீண்வேலை. அவன் நிலத்தில் ஒரு புல் கூட முளைக்காது. அரசியல்வாதிகள் சுயேட்சை என சொல்வது நல்ல விலையை எதிர்பார்த்துதான் எனவும் பேசினார். கட்சி யில்லாமல் அர்த்தமுள்ள அரசியல் நடத்தமுடியாதென்றார்.

எம் என் ராய் ஒரு புதிர் என விமர்சித்தார் அம்பேத்கர். அவருடைய சில கருத்துக்களைக் கேட்டால் கல்லறையில் இருக்கும் லெனின் கூட புரண்டு படுப்பார். ஏகாதிபத்தியம் மறைந்தால் இந்திய முதலாளித்துவமும் அடையாளம் தெரியாமல் நொறுங்கிவிடும் என்பதை நிரூபித்தால் ராயின் கருத்தை ஏற்கமுடியும்.

காங்கிரஸ் சோசலிஸ்ட்கள் குறித்தும் அம்பேத்கர் அப்போது பேசினார். வெள்ளைக்காரர்கள் போனபின்னரும் தொழிலாளி தனது நலன்களைக் காப்பாற்றிக்கொள்ள போராடித்தான் தீரவேண்டும். அதற்காக அவன் திரள்வது அவசியம். காங்கிரஸ் சோசலிஸ்ட்கள் இதை புரிந்துகொண்டுள்ளனர். ஆனால் அவர்களோ காங்கிரசில் உள் அமைப்பு என்கிறார்கள். காங்கிரசில் உள்ள வலதுசாரிகளை மனமாற்றம் செய்வோம்- சோசலிசம் கொணர்வோம் என்கின்றனர். மனித இனத்தையே புரிந்துகொள்ள மறுக்கும் சோகமான கருத்துநிலை இது. வலது சாரிகள் சொட்டு சோசலிசத்தை சகித்துக்கொள்ள மாட் டார்கள். ராயிஸ்ட்களும், காங்கிரஸ் சோசலிஸ்ட்களும் சிந்தனைக் குழப்பத்தின் காரணமாக தவறான புரிதலில் அவதிப்படுகிறார்கள்.

பொது எதிர்ப்பு முன்னணியைக்கொண்டுதான் ஏகாதிபத்தி யத்துடன் போரிடமுடியும் எனக் குறிப்பிட்ட அம்பேத்கர் தனது கட்சியில் சேர தொழிலாளர்களுக்கு ஆலோசனை தருகிறார். *Independent labour party* அரசியல் அமைப்புக்கு உட்பட்ட எல்லா வழிமுறைகளையும் தனது திட்ட செயலாக்கத்திற்குக் கடைபிடிக்கிறது. அரசியல் அமைப்பை மீறிய நெறிமுறைகளில் நடைபோடாது. வர்க்கப் போராட்டம் என்பதன் அவசியத்தை அது தவிர்த்துவிடுகிறது. அதேநேரம் வர்க்க அமைப்பு என்னும் கோட்பாட்டின் மீது அது நிலையாக நிற்கிறது. அது பம்பாய் மாகாணத்தில் மட்டும் இயங்குகிறது. அந்த அமைப்பு வளரவேண்டும்.

ஒடுக்கப்பட்ட மக்களுக்கான தொழிலாளர் அமைப்பை ஏற்படுத்துவதன் மூலம் ஒட்டுமொத்தமான இந்தியத் தொழி லாளி வர்க்கத்திற்கு நாம் பெரிய உந்து சக்தியாக இருக்கமுடியும். இட ஒதுக்கீடு ஒடுக்கப்பட்ட வகுப்பினருக்கு மட்டுமல்ல தொழிலாளர் வர்க்கம் முழுமைக்கும் பயன்தரக்கூடியது. அவரது தலைமைஉரை நீண்ட ஒன்றாக இருந்தாலும் அவரின் தொழிலாளர் குறித்த அடிப்படை நிலைப்பாட்டை வெளிப் படுத்துவதாக அமைந்தது.

பிப்ரவரி 12, 1938ல் நடந்த இளைஞர் மாநாட்டில் உயர்ந்த குறிக்கோள், கடும் உழைப்பு, எளிமை, சமூக சேவை, பொறுமை ஆகியவற்றின் அவசியம் பற்றி அம்பேத்கர் அறிவுறுத்தினார். கற்றவனுக்கு நன்னடைத்தையும் எளிமையும் இல்லாவிடில் விலங்கைவிட ஆபத்தான நிலைக்கு போய் விடுவான். நேர்மை கல்வியைவிட மிக அவசியம். மதத்தை இளைஞர்கள் அலட்சியமாக நினைப்பது வருத்தத்திற்குரியது. யாரோ சொன்னது போல் மதம் ஓர் அபினியல்ல. என்னிடமிருக்கும் நல்ல பண்புகளுக்கும் என் கல்வியால் சமுதாயத்திற்கு கிடைத்த நல்ல பயன்களுக்கும் என் மத உணர்வே காரணம். மதம் எனக்குத்தேவை- அதேநேரம் மதம் என்னும் பெயரில் கபட நாடகம் போடுவது பிடிக்காது. இங்கு அவர் ஏன் மார்க்சின் பெயரை கூறாது தவிர்த்து 'யாரோ some one' எனப் பயன்படுத்தினார் என தெரியவில்லை.

டிசம்பர் 25 1938ல் அம்பேத்கர் சுவாமி சகஜானந்தாவிற்கு வரவேற்பு கொடுத்தார். அந்த தருணத்தில் ஏகாதிபத்திய எதிர்ப்பில் காங்கிரஸ் உண்மையாக போராடினால் அதனுடன் இணையத்தயார் என்றார். சுவாமி சகாஜானந்தா வேண்டுகோளை ஏற்று அம்பேத்கர் தனது பிரகடனமாக இதை அறிவித்தார். அதே நேரத்தில் காங்கிரசின் கொள்கைகள் குறித்து விமர்சனங்களை முன்வைத்த அவர் எங்கள் நலனை காப்பதற்காக காங்கிரசுடன் சேர்வது தற்கொலை முயற்சியாகும் என்றார்.

சுவாமி அவர்கள் காங்கிரஸ்தான் மக்களைத் தட்டி எழுப்புகிறது. மக்கள் அதன் மீது நம்பிக்கை விசுவாசம் வைத்திருக்கிறார்கள். முதலில் நாட்டை அந்நிய ஆதிக்கத்திலிருந்து விடுவிக்க வேண்டும். அதற்கு எல்லா சக்திகளும் இணைந்து போராடவேண்டும் என வேண்டுகோள் விடுத்தார்.

ஜூலை 2, 1939ல் பம்பாய் பரேலில் ரோகிதாச் சிக்சன் சமாஜில் அம்பேத்கர் உரை ஒன்றை நிகழ்த்தினார். தாழ்த்தப்

பட்ட சாதியினரிடத்தில் உள்சாதிகள் ஒழியவேண்டும். ஆனால் திருமணம் என்பதை வலுக்கட்டாயமாக முடிவு செய்ய முடியாது, மஹர் வகுப்பு பெண்ணை சமார், மாங் வகுப்பை சேர்ந்த வாலிபனுக்கு மந்திரக்கோல் ஒன்றை ஆட்டுவதன் மூலம் மணம் செய்து வைத்துவிட முடியாது. தனது கட்சியில் பெரும்பகுதியினர் மஹர் வகுப்பினர் என்பது உண்மையே. எனினும் தனிப்பிரிவினரின் உணர்வுகளைப் போக்குவதற்கு ஒரே வழி வேறு ஒரு மதத்தைத் தழுவிக்கொள்வதுதான் என்றார் அம்பேத்கர்.

அம்பேத்கர் ஜுலை 13, 1941 அன்று பம்பாய் நகராட்சி காம்கார் தொழிற்சங்க ஆண்டுவிழாவில் பங்கேற்று உரையாற்றி னார். பஞ்சாலை தொழிற்சங்கங்கள் கடந்த 14 ஆண்டுகளாக பல வேலைநிறுத்தம் மேற்கொள்ள செய்துள்ளனர். ஆனால் ஒரு கோரிக்கையைக் கூட பெறமுடியவில்லை. ஆட்குறைப்பும், துயரங்களும்தான் அதிகரித்தன. தாழ்த்தப்பட்ட தொழி லாளர்கள் வாக்காளர் பட்டியலில் தங்களை இணைத்துக்கொள்ள வேண்டும். வடக்கு பம்பாயில் அம்பேத்கர் போட்டியிட்டபோது அங்கு அரிஜன வாக்காளர் 8000 மட்டுமே இருந்தனர். இந்து வாக்காளர் 48000 இருந்தனர். அனைத்து ஒடுக்கப்பட்டவர்களும் வாக்குசாவடிக்கு வந்ததை அவர் அவ்வுரையில் பாராட்டிச் சொன்னார்.

பிரிட்டிஷாருக்கு விசுவாசமாக தான் இருப்பதை அவர் சுட்டிக்காட்டினார். தாழ்த்தப்பட்ட மக்கள் நாலாபுறமும் எதிரிகளால் சூழப்பட்டுள்ள நிலைமையில், ஒரே நேரத்தில் பல முனைகளில் போராட முடியாது. ஜாதி இந்துக்களின் 2000 ஆண்டுக்காலக் கொடுங்கோன்மை எதிர்த்துப் போராடி தாழ்த்தப்பட்ட மக்களுக்கு சமவுரிமை பெறுவதற்கு முன்னுரிமை கொடுத்தேன் என்பதைக் குறிப்பிட்டார்.

1942 ஜுலை 12 அன்று நகராட்சி தொழிலாளர் மத்தியில் பேசும்போது தாழ்த்தப்பட்ட தொழிலாளர் தனி அமைப்பு கேடு பயக்காது நன்மையே உண்டாக்கும் எனப் பேசினார். பின்னர் விவசாயிகள் தாழ்த்தப்பட்டவர்கள் பங்கேற்ற

கூட்டத்தில் வைஸ்ராய் நிர்வாகக் கவுன்சிலில் இந்தியத் தொழிலாளர் நலன்களைக் காக்கவும் அவர்களை முன் னேற்றவும் சரண் அடையமாட்டேன் என்கிற உறுதிமொழியை தந்தார்.

பிராமணர் அல்லாதார் இயக்கத்துடன் உள்ள உறவு குறித்து தெரிவித்த அம்பேத்கர் கடந்த 10 ஆண்டுகளாக இணக்கமாக இருக்கிறேன் என்றார். அந்தப்பகுதி உழைக்கும் மக்களை எமது கட்சியில் சேரவேண்டும் என வற்புறுத்தவே மாட்டேன். தாழ்த்தப்பட்ட வகுப்புத் தொழிலாளரின் உரிமையை சாதி இந்து அமைப்புகள் அங்கீகரிக்காமல் இருக் கலாம். காலடியில் போட்டு மிதிக்கலாம். 1929 பஞ்சாலை வேலைநிறுத்த அனுபவத்தை அம்பேத்கர் மீண்டும் பகிர்ந்துகொண்டார். சிலதுறைகளில் ஒடுக்கப்பட்டவர் களுக்கு இருந்த தடையை நீக்க அந்த தலைவர்கள் எதுவும் செய்யவில்லை. நாம் கோட்டி முறையை ஒழிக்க இயக்கம் தொடங்கினோம். ஆனாலும் கோட்டி நிலம் வைத்திருந்த சாதி இந்துக்களுக்கும் அது உதவிகரமாக இருந்தது.. எங்கள் பிரிவினர் இயக்கத்தால் மற்ற பிரிவினருக்கு தீங்கு நேராது என்பதை அம்பேத்கர் எடுத்துரைத்தார்.

நாக்பூரில் அகில இந்திய தாழ்த்தப்பட்டோர் மாநாடு ஜூலை 18, 19 1942ல் கூட்டப்பட்டது. அம்பேத்கர் வைஸ் ராய் கவுன்சிலில் இருந்ததால் சிவராஜ் தலைமை தாங்கி னார். அம்பேத்கர் பங்கேற்று உரையாற்றினார். தான் தலைமை ஏற்று நடத்திய 20 ஆண்டுகளின் கணக்கை தருவது தன் கடமை. தாழ்த்தப்பட்டவர் மேன்மைக்காக என்ன செய்யப்பட்டுள்ளது- இனி என்ன செய்யவேண்டும் என நீங்கள் அறிந்துகொள்ளவேண்டும்.

தீண்டத்தகாதோர் பெருமுன்னேற்றம் அடைந்துள்ளனர். அரசியல் உணர்வு, கல்வித்துறை, பொதுப்பணிகளில் சேர்தல் என மூன்று விஷயங்களில் முன்னேற்றம் வந்துள்ளது. பட்டதாரிகள், டாக்டர்கள், வழக்கறிஞர்கள் என வந்துள்ளனர். 20 ஆண்டுகளுக்கு முன்னர் இப்படி

இல்லை. போலீஸ், இராணுவத்திலும் சேர வாய்ப்புகிட்டியுள்ளது. இந்த முன்னேற்றங்கள் இந்துக்களின் தர்ம சிந்தனையால் விளையவில்லை. நம் சொந்த உழைப்பில் கிட்டிய வெற்றிகளே அவை. இதை நாம் எப்படி கட்டிக்காக்கப் போகிறோம் என்பதுதான் கேள்வி. நமக்குத் தேவை அரசியல் அதிகாரம்தான். ஆதரவு சக்திகள், எதிர்ப்பு சக்திகளை நாம் புரிந்துகொள்ள வேண்டும்.

தீண்டத்தகாதோர் இந்துக்களின் ஒரு பிரிவு அல்ல, அவர்கள் இந்திய தேசிய வாழ்வில் ஒரு முழுமையான அங்கம் என்பதே என் அரசியலின் அடிப்படை. இந்திய முஸ்லீம்களைப் போல தீண்டத்தகாதவர் தனி அந்தஸ்து கொண்டவர்கள். இந்துக் களைப் போலவே தனியான அரசியல் உரிமைகள் உண்டு. இதைக் கருத்தில் கொள்கிற எவரும் என் அரசியலை தவறாக புரிந்துகொள்ளமாட்டார்கள் என சுய விளக்கமளித்தார் அம்பேத்கர். *(பக்: 318, வால்: 37)*

வட்டமேசை விவாதங்களை அவர் நினைவுகூர்ந்தார். காந்தியோ இந்துக்கள் தீண்டத்தகாதவர் நலன்களை காப் பார்கள் என நம்பக் கோரினார். நான் மேற்கொண்ட நிலை முற்றிலும் மாறுபட்டது. தீண்டத்தக்காதவர் தேசத்தின் வாழ்வில் தனியான தெளிவான கூறு என்றேன். இந்துக்கள் அவர்களது பரம்பரை விரோதிகள் - அவர்கள் அடிமைகளாக வைத்துக்கொள்ளவே விரும்புவர். எனவே இந்துக்களுக்கும் தீண்டத்தகாதவர்களுக்கும் இடையே அரசியல் பிரிவினை செய்யப்படவேண்டும் என்றேன் *(பக் 319 வால்யூம் 37).*

வட்டமேசை மாநாட்டில் மகாத்மா தோல்வியுற்றார்- தீண்டத்தகாதவர்கள் வெற்றிபெற்றனர். இந்தப் போட்டியின் முடிவுதான் வகுப்புவாரித் தீர்ப்பாகும். இந்தியாவின் தேசிய வாழ்வில் தீண்டத்தகாதவர்கள் அங்கீகரிக்கப்பட்டு தனி அரசியல் உரிமைகளைக் கோரிப்பெற தகுதி பெற்றதிலும்தான் அதன் சிறப்பே உள்ளது. மகாத்மா உண்ணாவிரதம் இருந் தாலும் அவர் தோல்வியுற்றார். நான் வைத்த கோரிக்கையை புனா ஒப்பந்தத்தில் அவர் ஏற்றுக்கொள்ளவேண்டியதாயிற்று.

காந்தியும் காந்தியமும் எங்கள் நிலைப்பாட்டை வலுவிழக்கச் செய்ய முயன்று கொண்டிருக்கும் ஒரு தீய கூறு ஆகும். புனா ஒப்பந்தத்தில் கையெழுத்து இட்டதன் மூலம் திரு காந்தியின் உயிரைக் காப்பாற்ற நான் உதவினேன். உடன்பாட்டின் அடிநாதமான கொள்கைகளுக்கு திரு காந்தி எப்போதுமே தனது உண்மையான நேர்மையான ஒப்புதலைக் கொடுத்ததில்லை. அவரை விரோதி எனக் கூறு வதற்கு நியாயங்கள் இருந்தாலும் அதைப் பயன்படுத்த விரும்பவில்லை. அவர் முதற்பெரும் எதிரி என்கிற விமர்சனத்தை அம்பேத்கர் அக்கூட்ட வாயிலாக முன்வைத்தார்.

அதேபோல் கிரிப்ஸ் எடுத்த நிலைப்பாட்டையும் அவர் விமர்சித்தார். அரசியல் சட்ட மாற்றங்களுக்கு இந்து முஸ்லீம் ஒப்புதல் மட்டுமே தேவை என கிரிப்ஸ் கூறினார். தீண்டப்படாதவர் தனித்தன்மை என்பதை அவர் இதன் மூலம் முடிவிற்கு கொணரப்பார்க்கிறார். அரசைப் பொறுத்தவரை இது குட்டிக்கரணம் என்று அம்பேத்கர் விமர்சனம் நீண்டது.

அடுத்து முஸ்லீம் லீக் குறித்தும் அவர் பேசினார். சிறுபான்மையினர் என இயக்கம் ஆரம்பித்து பாகிஸ்தான் தீர்மானத்திற்கு பின்னர் முஸ்லீம்கள் தனி தேசிய இனம் என அவர்கள் கருதத்துவங்கினர். பிறருடன் ஒட்டும் உறவும் இல்லை என்ற நிலைப்பாட்டையும் எடுக்கத்துவங்கினர். இந்த மாற்றம் தீண்டத்தகாதோரிடையே மோசமான விளைவுகளை உருவாக்கியது. தீண்டப்படாதவர் ஒரு கூட்டாளியை இழந்தனர். முஸ்லீம் லீக் எதிலும் 50 சதம் என பேசியது தீண்டத்தகாதோர் உள்ளிட்ட முஸ்லீம் அல்லாதவர்களின் நலன்களுக்கு எதிரானது. இதனால் முஸ்லீம்கள் தீண்டப்படாதவர்கள் இடையே மோதல் ஏற்படும் என அம்பேத்கர் தனது விமர்சனமாக வைத்தார்.

அரசியல் அதிகாரம், பொதுப்பணியிடங்களில் ஒதுக்கீடு, காலத்தில் நிரப்புதல் போன்றவை போலவே வேறு ஒரு

கோரிக்கை ஜீவாதாரமானது என அம்பேத்கர் எழுப்பினார். இந்து கிராமங்களிலிருந்து பிரிந்து தனியாக தீண்டத் தகாதோருக்கான புதிய குடியிருப்புகள் அவசியம் என அதற்கான காரணங்களை எடுத்து சொன்னார். கிராம ஆதிக்க சாதிப்பிடியிலிருந்து அடிமை சங்கிலி அறுத்து விடுதலைப்பெற இது தான் ஒரே வழி என்றார்.

புதிய தனி கிராமங்களை அரசு செலவில் அமைக்க அரசியல் சட்டத்தில் உறுதி செய்யப்படவேண்டும். அரசுக்கு சொந்தமான ஏராள நிலங்களை இதற்காக ஒதுக்க முடியும் என்றார்.

இரண்டாம் உலக யுத்தம் பற்றிக் குறிப்பிட்ட அம்பேத்கர். யுத்த முயற்சிகளுக்கு ஆதரவு தந்துள்ளோம் என்றார். இனத் திமிரின் சர்வாதிகாரம் மற்றும் அதீத காட்டுமிராண்டித்தனம் எதிர்த்த ஜனநாயகப்போர் என அதை அவர் வர்ணித்தார். இழிந்த நாசி சர்வாதிகாரம் அழிக்கப்படவேண்டும் என்றார்.

நாக்பூரில் ஜூலை 20 1942ல் கொடுத்த வரவேற்பிற்கு நன்றி தெரிவித்து பேசும்போது தனது வாழ்நாள் குறிக்கோள் என்ன என்பதை சுருக்கமாக விளக்கினார். இந்த நாட்டின் அரசாங் கத்தை நடத்துவதில் இந்துக்களோடும் முஸ்லீம்களோடும் மரியாதைக்குரிய கூட்டாளிகளாக சரி சமமான மரியாதைக்குரிய நிபந்தனைகளோடு கூடிய கூட்டாளிகளாக தாழ்த்தப் பட்டோரையும் அங்கீகரிக்கப்படவேண்டும் என்பதே அந்த குறிக்கோள் என்றார். இதை கண்டிப்பாக அடைய முயற்சிப்பேன் என உறுதி கூறினார்.

நமது போராட்டம் அகநிலை சார்ந்தது. அதில் பருப்பொருள் சார்போ இழிவோ இல்லை. போராட்டம் செல்வத்திற்கோ அதிகாரத்திற்கோ அல்ல. இது விடுதலைக்கான போராட்டம். இந்து சமூக அமைப்பினால் சிதைக்கப்பட்ட மனிதப் பண்பியல் களை மீட்டெடுப்பதற்கான போராட்டம். நாம் தோல்வி அடைந்தால் இந்துக்கள் வெற்றிபெற்றால் ஒடுக்கப்படுவது தொடரும். கற்பி, கிளர்ச்சி செய், ஒன்றுதிரட்டு என்பதுதான்

எனது 'அறிவுரை வார்த்தைகள்' எனச் சொல்லி அக் கூட்டத்தில் இம்முழக்கத்தை அறிவுறுத்தினார்.

ஜூலை 20 1942ல் அகில இந்திய தாழ்த்தப்பட்ட பெண் கள் மாநாடு நாக்பூரில் நடந்தது. அதில் மணமுறிவு சட்டம் வற்புறுத்தப்பட்டது. கணவனை இரத்து செய்யும் உரிமை சட்டப்படி வேண்டும் என கோரப்பட்டது. அதேபோல் பலதார மணத்தைக் கட்டுப்படுத்த சட்டம் வேண்டும் என்பதும் சொல்லப்பட்டது. மில்கள், இரயில்வே, நகராட்சி பெண் தொழிலாளர் கோரிக்கைகள் பற்றியும் தீர்மானம் நிறைவேற்றப்பட்டன. அதில் 20 ஆண்டுகள் பணிமுடித்தால் ரூ. 15 ஆவது ஓய்வூதியம் எனக் கேட்கப்பட்டிருந்தது. பெண் கல்வி மேம்பாட்டிற்காக மாவட்டந்தோறும் விடுதிகள், கல்வித்தொகை வழங்கவேண்டும். ஆலைகளில் பெண்களை மேற்பார்வையிட ஆண் தொழிலாளி இல்லாமல் பெண் தொழிலாளியே இருக்கவேண்டும். சட்டமன்ற தொகுதிகளில் தாழ்த்தப்பட்ட பெண்களுக்கு பிரதிநிதித்துவம்வேண்டும் போன்ற பல மாநாட்டு தீர்மானங்களாக வடிக்கப்பட்டன.

அதே நாளில் நாக்பூரில் தொண்டர்படை மாநாடு நடந்தது. அம்பேத்கர் பங்கேற்று உரையாற்றினார். அவ்வுரை யிலும் சமதையாக இருப்பதற்கான போராட்டம் பற்றி குறிப்பிட்டார். தனித்த மாறுபட்ட கூறாக இந்துக்களுடன் சம அந்தஸ்திற்காக நாம் நிற்கிறோம். தாழ்த்தப்பட்ட வகுப்பினரிடையே இந்துக்களுடன் சமூக சமத்துவம் என்ற கோரிக்கையை ஊட்டி வளர்ப்பதுதான் இந்த தொண்டர் படையின் நோக்கம்.

இந்துக்களிலிருந்து முற்றிலுமான பிரிவினையைக் கொண்டுவருவதன் மூலம் இந்துக்களுடன் சமூக சமத்து வத்தைப் பெறுவதே நோக்கமாகும். மதத்திலிருந்து பிரிவதன் மூலம் அதை நாம் அடைய விரும்புகிறோம். நாம் படிப்படி யாக செல்ல வேண்டியுள்ளது. அரசியல் சமத்துவ கோரிக்கையே கூட கடினமான வேலையாக இருக்கிறது.

எவரின் தலையீடும் இல்லாமல் நாம் நம் அரசியல் வேலையை செய்யமுடிவது இந்த தொண்டர்படை வலிமையால்தான்.

என் அளவில் அகிம்சையை நம்பினாலும் அகிம்சையையும் பணிதலையும் நான் வேறுபடுத்திப் பார்க்கிறேன். பணிதல் வலிவற்ற தன்மை. தனக்குத்தானே புகுத்திக்கொள்ளும் வலிவற்ற தன்மை சிறப்பானதல்ல. துக்காராம் சொல்கிறார்: அனைத்து உயிர்களிடத்தும் அன்பும் கருணையும் காட்டுதல்- கேடு செய்பவர்களை அழித்தல். இந்த இரண்டாவது வரி மறைக்கப்படுகிறது. கேடு விளவிப்பவர்களை அழிப்பது அகிம்சை தத்துவத்தின் மூலாதாரமான கூறாகும். அது இல்லாமல் அகிம்சை வெறும் கூடு. பேரின்பம் மட்டுமே. அங்கு ஆக்கப்பணி அற்றுப்போகிறது.

I am myself a believer in Ahimsa. But I make a distinction between Ahimsa and Meekness. Meekness is weakness, and weakness which is voluntarily imposed upon itself is not a virtue.

I am a believer of Ahimsa but in the sense defined by your great saint Tukarama. Love and Kindness to all creatures and destruction of all evil doers. The second part of this definition is oftern lost sight of.. To destroy all evil doers is the principal element in the doctrine of ahimsa. Without that Ahimsa is an empty shell, only beatitude. It ceases to be a positive duty. (17-3 Vol page 289)

மேற்கண்ட பல உரைகளில் அவர் வலியுறுத்தி சொல்வதெல்லாம் அரசியல் அதிகாரத்தில் சமத்துவ உரிமை, இந்துக்களுடன் சமூக சமத்துவம் என்கிற இரு சமத்துவ அம்சங்களை என்பதை காணமுடியும். இந்த அம்சங்கள் உறுதியானால் பொருளாதார சமத்துவம் நோக்கி செல்ல முடியும் என அவர் கருதினார்.

இந்தியத் தொழிலாளர் சம்மேளனம் மே10, 1943ல் அளித்த வரவேற்பில் இந்திய அரசின் தொழில்துறை உறுப்பினராக அம்பேத்கர் பேசினார். இந்திய தொழிலாளர் இயக்கம் ஆழ மற்று மேம்போக்காக இருப்பதை அவ்வுரையில் சுட்டிக்

காட்டினார். இந்தியாவிலும் பிரிட்டன் போல தொழிற்கட்சி அமைக்கலாம். இந்தியாவில் சுயராஜ்யம் வரும்போது அது இந்தியத் தொழிற்சங்க இயக்கத்தின் கைகளில் இருக்க வேண்டும் என்றார்.

1944, ஜனவரி 31ஆம் நாள் அன்று கான்பூரில் தாழ்த்தப் பட்ட வகுப்பினர் மாநாட்டில் உரையாற்றினார். எதிர்கால இந்தியாவில் நாம் ஆட்சிபுரியும் இனமாக இருப்போம் என உறுதி ஏற்கவேண்டும். பணிந்து நடப்போராகவோ, வேலைக் காரர்களாகவோ இருக்க மறுப்போம். எஜமான்களாக விளங்குவோம். சுயராஜ்ய அரசு அமையும் போது ஆட்சி அதிகாரத்தை இந்து, முஸ்லீம், அரிஜனங்கள் என்ற மூன்று கட்சிகள் பகிர்ந்துகொள்ளும் என்கிற நம்பிக்கையை அவர் வெளிப்படுத்தினார்.

அம்பேத்கர் தென்னிந்திய சுற்றுப்பயணத்தை செப்டம்பர் 1944ல் மேற்கொண்டார். அப்பயணத்தில் அரிஜன வகுப் பினர் இந்திய தேசிய வாழ்வில் ஒரு அங்கம் என்பதை ஜாதி இந்துக்கள் ஏற்றுக்கொள்வது நல்லது. இந்த நாடு சுதந்திரம் பெறவேண்டும் என்பதை நாங்கள் அவர்களைப் போலவே முழுமையாக விரும்புகிறோம். ஆனால் எந்தப் புதிய அரசிற்கும் இந்து, முஸ்லீம், அரிஜன் வகுப்பினர் மூன்று சாராருமே வாரிசுகள் ஆவர்.

இந்த உரைகளில் எல்லாம் அவர் முழுமையாக வகுப்பு வாரி பிரதிநிதித்துவம் என்பதை மட்டுமே அடிப்படையாக கொண்ட ஆட்சி அதிகார பகிர்வையே பேசுவதை நாம் பார்க்கமுடியும். இங்கு வர்க்கம் சார்ந்த உரையாடலை காணமுடியவில்லை.

செப்டம்பர் 23 1944ல் மதராஸ் கன்னிமாரா ஹோட்டலில் அளிக்கப்பட்ட விருந்தில் அம்பேத்கர் கலந்துகொண்டு உரையாற்றினார். பிராமணர் அல்லாதார் கட்சி தோன்றி யிருப்பது வரலாற்றில் முக்கிய நிகழ்ச்சியாகும். பிராமணர்

களுக்கும் தீண்டத்தகாதவர்களுக்கும் இடைப்பட்ட ஒரு வகுப்பார் இதனை வழிநடத்துகின்றனர். ஜனநாயக வழிப் பட்டதாக அந்தக் கட்சி செயல்படவில்லை என்றால் அதனால் ஒரு பயனும் இல்லை. ஜனநாயகத்தில் நம்பிக்கையுள்ள அனைவரும் இக்கட்சியின் வளர்ச்சியை கவலையுடனும் அக்கறையுடனும் கவனித்து வருகின்றனர். பிராமணர் அல்லாதார் கட்சியின் தோற்றம் நாட்டின் வரலாற்றில் ஒரு மைல்கல் ஆகும். அக்கட்சியின் வீழ்ச்சியும் வேதனையுடன் காணவேண்டிய நிகழ்ச்சியே.

நீண்டகாலம் அதிகாரத்தில் இருந்த அக்கட்சி அட்டைவீடு போல சரிந்து போனது எதனால்? பிராமணர் அல்லாதார் மத்தியிலேயே இக்கட்சியின் செல்வாக்கு கெட்டது எதனால்? வீழ்ச்சிக்கு இரண்டு காரணங்கள் என நினைக்கிறேன். முதலாவதாக, பிராமணர் பிரிவுக்கும் இவர்களுக்கும் இடையில் உள்ள வேறுபாடு என்ன என்பதை இவர்கள் உணரவில்லை. பிராமணர்களுக்கு எதிராக தீவிரமாக அவர்கள் பிரச்சாரம் செய்த போதும், இவர்களுக்கு இடையிலுள்ள வேறுபாடுகள் கொள்கை வழிப்பட்டவை என்று இவர்கள் கூற முடியுமா?. பிராமணர் தன்மை அவர்களிடமே இருந்தது. இரண்டாம்தர பிராமணர்களாக தங்களை எண்ணிக்கொண்டார்கள். பிரா மணியத்தை விட்டொழிப்பதற்கு பதிலாக, எட்டத்தகுந்த இலக்காக கருதி அதன் ஆத்மாவை இவர்கள் இறுகப் பற்றியிருந்தார்கள். பிராமணர்களுக்கு எதிராக இருந்த கோபம் எல்லாம் தங்களுக்கு அவர்கள் இரண்டாந்தரப் பட்டம் தருகிறார்கள் என்பதே.

மதராசில் செப்டம்பர் 24, 1944 அன்று இந்தியாவில் பகுத்தறிவுவாதம் என்கிற தலைப்பில் பிராட்வே பிரபாத் டாக்கீசில் அம்பேத்கர் உரை நிகழ்த்தினார். மதராஸ் பகுத்தறிவு சங்கம் ஏற்பாடு செய்திருந்தது.

அடிப்படை உண்மை என்னெவெனில் பண்டைக்கால இந்தியாவில் புத்தமதத்துக்கும் பிராமணியத்துக்கும் இடையில் ஒரு பெரும் போராட்டம் நடந்து வந்தது. இப்போராட்டம்தான்

இந்திய வரலாற்றை நிர்ணயம் செய்தது. இது சமூகத் தத்துவவியல் புரட்சியாகவும் விளங்கியது. வேதங்கள் பிரகடனப்படுத்தியதே உண்மை என்றது பிராமணக் கோட்பாடு. திறமைசாலிகளாக இருந்த பிராமணர்கள் கோமாளித்தனமான விஷயங்கள் தவிர வேறேதும் இல்லாத இந்தப்புத்தகங்களுக்கு அதீத புனிதத்தன்மையை அதி காரத்தை கொடுத்தது குறித்து ஆச்சரியப்படுவதாக அம்பேத்கர் தனது உரையில் குறிப்பிட்டார்.

உலக சரித்திரத்திலேயே சுதந்திரம், சமத்துவம், சகோதரத் துவம் என்ற செய்தியை சொன்னவர் புத்தர்தான். புத்த மதத்தினர் தோற்றதால் புத்தரின் பகுத்தறிவு மறைந்து போனது. ஒவ்வாத கோட்பாடுகள் அரசியலில் புகுந்தன.

செப்டம்பர் 28 1944 அன்று அம்பேத்கருக்கு தரப்பட்ட வரவேற்பிற்கு நன்றி தெரிவித்து அவர் ஆற்றிய உரையில் காந்தியை அமெரிக்க ஆப்ரகாம் லிங்கனுடன் ஒப்பிட்ட கருத்து குறித்து தெரிவித்தார். நாட்டின் அய்க்கியம் என இருவரும் பேசினர். லிங்கன் அடிமைகளுக்கு 1863ல் விடு தலை பிரகடனம் செய்தார். காந்திக்கு விடுதலையும் வேண்டும், வர்ணாஸ்ரம தர்மமும் வேண்டும்.. காந்தியிடம் நான் காண்கின்ற குறை அவருக்கு தொலைநோக்கு இல்லாததைத்தான். தொடர்ந்து தோல்விகளை காந்தி தழுவியதற்கு காரணம் இதுதான். காந்தி தனது தவறை உணர்வார் என நம்புகிறேன் என வெளிப்படையாக தன் கருத்தை வைஸ்ராய் கவுன்சில் பொறுப்பிலிருந்த அம்பேத்கர் தெரிவித்தார்.

ஆனால் காந்தியோ எப்போதும் *one step* என்பதில் பெரும் நம்பிக்கை வைத்து அனைத்து தரப்பு மக்களையும் வேறு எவரையும்விட அடர்த்தியாக திரட்டியதில் வெற்றியே பெற்றார். அதையும் கூட தனக்கு வெற்றி பிறருக்கு தோல்வி என்பதற்காக அவர் செய்யவில்லை என்பதை விருப்பு வெறுப்பு இல்லாமல் காந்தியை அணுகிப்பார்க்கும் எவராலும் கண்டுணரமுடியும்.

சிறுபான்மையினரின் நலன்களைக் காக்கும் விதிகளுக்கு எதிராக இருக்கும் எந்த இந்தியனும் நமது நாட்டின் நண்பனாகவோ ஜனநாயகவாதியாகவோ இருக்கமுடியாது. அவன் நாட்டின் விரோதியென்று அம்பேத்கர் குறிப்பிட்டார். இந்த உரையில் வேறு ஒரு முக்கிய அழுத்தத்தையும் அம்பேத்கர் தந்திருந்தார். காந்தி தவிர்க்கப்படமுடியாதவர் என்கிற அவர் மீதான நம்பிக்கையை அம்பேத்கர் வெளிப்படுத்துவதாகவே அது இருந்தது.

"நம்மிடையே எவ்வளவு ஒற்றுமையை நாம் வளர்த்துக்கொள்கிறோம் என்பது மிகவும் முக்கியம். நமக்குள் நிலவும் சர்ச்சைகளை நாம் தீர்த்துக்கொண்டால், நாம் வரைகிற அரசியல் சாசனத்தில் இந்நாட்டின் பல்வேறு வகுப்பாரின் பிரதிநிதிகளும் கையொப்பம் இடுவர். பிரதம மந்திரியிடமோ வேறு எவரிடமோ நமது ஏகப் பிரதிநிதியாக காந்தியை நாம் அனுப்பலாம். இது காந்தி என்ன கருத்துக்கொண்டிருக்கிறார் என்பதைப் பொருத்திருக்கிறது" (பக். 432; தமிழ் வால்யூம்-37)

ஜனவரி 2, 1945 அன்று கல்கத்தாவில் அரிஜன வகுப்பு சார்ந்த கல்லூரி மாணவர்களிடம் அம்பேத்கர் உரையாற்றினார். அகில இந்திய மாணவர் சம்மேளனத்தை அதில் விமர்சித்தார். அரிஜன மாணவர்கள் அதிலிருந்து விலகி தனி அமைப்பை உருவாக்க வேண்டினார். அரசியலிருந்து ஒதுங்கியிருந்து அரிஜன வகுப்பாரின் சமுதாய கஷ்டங்கள் மீது கவனம் செலுத்த வேண்டினார். ஆழ்ந்த அக்கறையுள்ள விஷயமாகக் கல்வியை கருதவேண்டுமே தவிர தேநீர்நேர அனுபவிப்பாக நினைக்கக்கூடாது என்கிற முக்கிய அறிவுரையை தந்தார்.

ஜனவரி 3, 1945 அன்று கல்கத்தாவில் பீப்பிள்ஸ் ஹெரால்ட் பத்திரிகை துவக்க நிகழ்வில் அம்பேத்கர் உரையாற்றினார். பிரிட்டிஷ் சென்றபின் காங்கிரஸ் சிதறும் என்கிற தனது கணிப்பை அவர் வெளிப்படுத்தினார். ஆனால் அரிஜன வகுப்பாரின் கட்சி நிரந்தரமாக எப்போதும் இருக்கும். அவர்கள் சுதந்திரம், சமத்துவம், சகோதரத்துவத்திற்காக

போராடுகிறார்கள் - அவர்கள் கொள்கைகள் இந்தியாவை மட்டுமல்ல உலகையே சீரமைக்கக்கூடியவை என்றார். காங்கிரசில் இணைந்து வேலை செய்தால் அதன் தலைவராகலாமே என்று கூட சொல்கிறார்கள். அரிஜனங்களை மேம்படுத்துவதைவிட இந்தியாவில் வேறொரு சிறந்த காரியம் இருப்பதாக நினைக்கவில்லை என அவ்வேலைக்கான முக்கியத்துவத்தை அவர் வெளிப்படுத்தினார்.

சுதந்திரத்திற்காக பாடுபவர்களுக்கான கேள்வி ஒன்றையும் அம்பேத்கர் முன்வைத்தார். தேச சுதந்திரம் என்பதை எடுத்துக்கொள்ளுங்கள்- வலிமையானவர்கள் எளியவர்களை ஒடுக்குவதற்கான சுதந்திரத்திற்கும் பலவீனமானவர்கள் முழு மனிதனாக வளர்வதற்கு வாய்ப்பு தரும் சுதந்திரத்திற்கும் இடையில் பெருத்த வேறுபாடு உள்ளது. சுதந்திரம் பற்றி பிதற்றுகிற இந்து தேசபக்தர்களிடம் நான் கேட்பேன் இந்த சுதந்திரத்தை வைத்துக்கொண்டு என்ன செய்யப் போகிறீர்கள்? அவர்கள் பெறப்போகும் சுதந்திரம் ஒடுக்கப்பட்ட, அடக்கப்பட்ட மக்களுக்கு எதிராகப் பயன்படுத்தப்படும் என்றால், ஒருவர் ஏன் சுதந்திரத்திற்காகப் போராடவேண்டும்... எங்கள் நோக்கம் குறுகியதல்ல என அம்பேத்கர் பதில் அமைந்தது.

தங்களை தொடர்ந்து ஒடுக்க இந்துக்கள் பெறும் அதிகாரமாக சுதந்திரம் அமைந்துவிடக் கூடாது என்கிற அய்யப்பாட்டில் இப்படியொரு வாதத்தை அம்பேத்கர் முன் வைத்தார். அதேநேரத்தில் காங்கிரசோ- அதைச் சார்ந்த பலரோ பிரிட்டிஷாரிடமிருந்து விடுதலை என்பதற்கான போராட்டத்தை இவ்வாதத்தை ஏற்று நிறுத்திக்கொள்ள வில்லை. சுய அதிகாரம் என்பதற்காக அவர்கள் பயணம் இருந்தது. இதை சரியாக காந்தி அறிந்ததால்தான் அவர் விடுதலைக்கான போராட்டப் பாதையை பிரிட்டிஷ் எதிர்ப்பு என்கிற ஒற்றைப்பயணமாக்காமல், அரிஜன முன்னேற்றம் உட்பட உள்போராட்ட ஆக்கபூர்வ வேலைத் திட்டமாக்கினார்.

வைஸ்ராய் கவுன்சில் உறுப்பினர் என்கிற வகையில் மே 20 1945ல் பம்பாய் கூட்டம் ஒன்றில் பேசும்போது இந்தியா சுதந்திரம் அடையவேண்டும் என்பதில் எந்த சர்ச்சையும் இல்லை என்பதை அம்பேத்கர் தெளிவுபடுத்தினார். பெரும்பான்மையோரே ஆட்சி செய்யலாம் என்பது சரியா? அரசாங்கத்தின் தேவைதான் முக்கியம், தனிநபர்நலன் அல்ல என்பது பாசிசம் என்றார். தனிநபரைக் காப்பது அரசின் கடமையாகும். பெரும்பான்மை என்பதை அரசியல் பெரும்பான்மை, வகுப்புரீதிப் பெரும்பான்மை என்றும் வகைப்படுத்தலாம். பிறப்புவழி பெரும்பான்மை சகிக்கமுடியாத ஒன்று. அரசியல் பெரும்பான்மை என்பது மாறிக்கொண்டே இருக்கும் என்ற விளக்கத்தை அவரிடம் பார்க்கிறோம்.

1945, அக்டோபர் 3 அன்று புனாவில் அரசியல் ஆர்வம் கொண்ட அரிஜன வகுப்பினரின் பள்ளி ஒன்றில் உரை நிகழ்த்தினார். கோகலே, ரானடேயின் தாராள சிந்தனை, வங்க புரட்சிகர சிந்தனையோட்டங்களை அவர் குறிப்பிட்டு அங்கு நுழைய அரசியலில் தெளிந்த அறிவு வேண்டும் என்றார். அங்கு தரம், உயிர்த்தியாகம் இருந்தது. காந்தியின் மேடையோ முட்டாள்கள், குறும்புக்காரர்களுக்காக திறந்திருக்கிறது. கற்றலும் ஞானமும் தேவையானதாகக் கருதப்படவில்லை என அம்பேத்கர் விமர்சித்தார்.

காந்தியை சுற்றியிருந்த ஏராள மனிதர்கள் மற்றும் அவர்களின் வேலைப்பாங்கு குறித்து ஒருவர் அறியும்போது அம்பேத்கரின் இந்த விமர்சனத்தில் நியாயம் இருப்பதாக புரிந்துகொள்ளமுடியாது.

நவம்பர் 30, 1945 அன்று பேசும்போது 1942 ஆகஸ்டில் அரசாங்கம் எடுத்த தீவிர நடவடிக்கைகள் நியாயமானவைதான் என அம்பேத்கர் வாதாடினார். இல்லையெனில் இந்தியா ஜப்பானியர்களால், ஜெர்மானியர்களால் கைப்பற்றப்பட்டிருக்கும் என்றார். குவிட் இந்தியா போராட்டக் காலத்தில் கம்யூனிஸ்ட்கள் எடுத்த நிலைப்பாட்டால் இன்றளவும் அவர்கள் விமர்சனத்திற்கு உள்ளாகி வருகின்றனர். ஆனால்

ராஜாஜியோ, பெரியாரோ, அம்பேத்கரோ கம்யூனிஸ்ட்கள் அளவிற்கு விமர்சனத்திற்கு உள்ளாகாமல் இருப்பது இந்திய அரசியலில் வியப்புக்குரிய ஒன்றாகவே இருக்கிறது.

அம்பேத்கர் தனது 55வது பிறந்தநாளை டில்லியில் கொண்டாடினார். பம்பாயில் மக்கள் சூழ்ந்துவிடுவர் என அஞ்சி டில்லி வந்ததாக தெரிவித்தார். ஏப்ரல் 14 1947ல் அவர் உரையாற்றியபோது தொடர்ந்து பிரிட்டிஷ் பின்னால் ஓடப்போவதில்லை. அவர்கள் ஏதும் செய்யாமல் வெளியேறுகிறார்கள் என விமர்சித்தார். காங்கிரஸ் தன்னுடன் தாழ்த்தப்பட்டவர்கள் அதிகாரம் என்பதில் உடன்பாட்டிற்கு வரவில்லையெனில் அரசியல் அமைப்பு சட்ட நிர்ணய சபையிலிருந்து விலகிவிடுவேன் என அப்போது அறிவித்தார். 292 பேர் உள்ள அவையில் என்ன அறிவுத் திறமையுடன் வாதாடினாலும் 291 பேர் ஏற்காமல் போனால் உதவியற்றவனாகிவிடுவேன் - தனியாக நிற்க நேரும்.

நாம் பெறப்போகும் உரிமைகள்கூட ஒரு கால அளவுக்குத் தான் இருக்கும். நாட்டில் எவருக்கும் உரிமைகள் மறைந்து போகும் காலம் வரும். அப்போது உங்கள் அமைப்பு வலிமைதான் அதனை தற்காக்கும் - ஒற்றுமையாக இருக்க கற்றுக்கொள்ளுங்கள் என தாழ்த்தப்பட்டவர்க்கு அறிவுரை வழங்கினார். பிரிட்டிஷார் வெறும் வாக்குறுதிகளை மட்டும் கொடுத்துவிட்டு அரிஜன வகுப்பினரை ஓர் அரசியல் பிரிவாக அங்கீகரிக்காமல் ஏமாற்றிவிட்டனர் என்ற கருத்தே அம்பேத்கரிடம் இக்காலத்தில் மேலோங்கியிருந்தது.

பம்பாயில் 1947 செப்டம்பர் 25ல் சித்தார்த் காலேஜ் கூட்டம் ஒன்றில் அமபேத்கர் அரிஜனத் தலைமை எப்படி இருக்கவேண்டும் என வரையறுத்தார். செட்யூல்டு சாதிகள் சம்மேளனம் அதன் கோட்பாடுகளுக்காக பிரிட்டிஷ் லேபர் பார்ட்டியைப்போல் வெற்றிபெறும். அதற்கு மூன்று அம்சங்கள் அவசியம் என்றார்.

1. சம்மேளனம் தன் ஸ்திரத்தன்மையை எந்த நிலையிலும் காப்பாற்றி வரவேண்டும்

2. உங்களுக்கு திறமையான தலைவர்கள் இருக்கவேண்டும். பிற கட்சிகளில் உள்ள பெரிய தலைவர்களின் தைரியமும் துணிவும் உங்களுக்கு வேண்டும்

3. ஒரு காலத்திலும் விலைபோகாத தலைமை கட்சிக்கு அவசியம். கடமைப் பொறுப்புள்ள ஊழியர்கள் இரண்டாவது முக்கிய அம்சம்.

இத்துடன் இரண்டு காரியங்கள் செய்யவேண்டும் என கேட்டுக்கொண்டார்.

1. உங்களின் மனம் ஆரோக்கியம், தொலைநோக்கு பார்வை, சிந்தனை, சிக்கல் தீர்க்கும் திறமை ஆகியவற்றை அதிகரித்துக்கொள்ளுங்கள்

2. பெரும்பான்மையான மக்களுக்கு இன்று எதிர்ப்படுகின்ற பிரச்னைகளைப்பற்றிய தீர்விற்கு உங்கள் திறனை, வல்லமையை பயன்படுத்துங்கள்.

அப்போது அவர் நாடாளுமன்ற ஜனநாயகம், பாட்டாளி வர்க்க சர்வாதிகாரம் குறித்தும் பேசினார்.

We have today what is called Parliamentary Democracy. Let us know that word. It is a very singular institution. It differs from autocracy or unlimited monarchy because in autocracy there is no such thing as parliament. People's wishes count for nothing... The King cliams to represent the will of the people and governs the people according to what might be called his own will.

We have another system in vogue which is called the dicatatorship of the proletariat. The difference between the two from our point of view is very minor. Autocracy has taken upon itself the obligation to serve what are called the masses but fundamentally this kind of dictatorship does not materilly differ from absolute monarchy because in neither of them the people play any part.

இவ்வாறு மக்களுக்கு இடமளிக்காமை என்பதில் அரசரின் முடியாட்சியும், பாட்டாளிவர்க்க சர்வாதிகாரமும் ஒன்றாகவே

இருக்கிறது என்ற கருத்தை அம்பேத்கர் வெளிப்படுத்தினார். சந்தைப்படுத்தல் வசதிகளைச் செய்து தரும் முதலாளித்துவ அரசாங்கமே நல்ல அரசாங்கம் எனச் சிலரும், சோசலிச வடிவ அரசாங்கமே நல்ல அரசாங்கம் என சோசலிஸ்ட்களும் சொல்வர். சிக்கலான ஒரு சமுதாய அமைப்புக்கொண்ட நமக்கு முழுமையான ஒரே அபிப்பிராயமாக நல்ல அரசாங்கம் பற்றிய கருத்து இருக்க முடியாது என அவர் கருதினார்.

லக்னோவில் ஏப்ரல் 24 அன்று அரிஜன வகுப்பார் சம் மேளனத்தில் ஒரு தலைவர், ஒரு கட்சி, ஒரு வேலைத்திட்டத்தின் கீழ் ஒன்றுபடுங்கள் என அறைகூவல் விடுத்தார். சமுதாய முன்னேற்றம் அனைத்துக்கும் திறவுகோல் அரசியல் அதி காரமே. தாழ்த்தப்பட்டோரின் மேன்மைக்கு அவர்கள் இந்த அதிகாரத்தைக் கைப்பற்ற வேண்டும். இவர்களுக்கு எதிர் கட்சிகளாக இயங்கும் காங்கிரஸ் கட்சிக்கும், சோசலிஸ்ட் கட்சிக்கும் இடையில் ஒரு மூன்றாவது சக்தியாக இது விளங்க வேண்டும்.

பிரிட்டிஷ்காரர்கள் நம்மை நட்டாற்றில் விட்டுச் சென்று விட்டனர். நமது வகுப்பினரும் பிளவுபட்டுள்ளனர். நமது அணியிலேயே காட்டிக் கொடுப்போர் பலர் இருந்தனர். எனவே ஒரு பெரும்பலம் கொண்ட ஸ்தாபனத்துடன் (காங்கிரஸ்) போரிடுவது நமது நலனுக்கு உகந்ததல்ல. சமரசக் கொள்கையை கடைப்பிடித்தோம் - பெருமளவு வெற்றிகளும் பெற்றுள்ளோம். சட்டப்பேரவைகளில், வேலைவாய்ப்புகளில் ஒதுக்கீடு கிடைத்துள்ளது, தனி வாக்காளர் தொகுதி கிடைக்கவில்லை. இதற்காக நாம் வெட்கப்படவேண்டியதில்லை. சிறுபான்மையினருக்கும் அது கிடைக்கவில்லை. காங்கிரசிடம் தகராறு செய்ய இது தருணம் அல்ல. மாறாக சமரசம், ஒத்துழைப்பு மூலமாக நமக்கு வேண்டியதை முடிந்த அளவு பெற்றுக்கொள்ள வேண்டும் என்கிற நிலைப்பாட்டையும் அம்பேத்கர் எடுத்தார் என்பதை இவ்வுரை புலப்படுத்தும்.

நேரு அமைச்சரவையில் சேர்ந்தது பற்றியும் அவர் விளக்க மளித்தார். என்னை அமைச்சரவையில் சேர எந்தவித நிபந்தனையுமின்றி அழைத்தனர். தாழ்த்தப்பட்டவர்க்கு வெளியிலிருந்து செய்வதைவிட அரசாங்கத்தின் உள்ளிருந்து சிறப்பான சேவை செய்ய முடியும் என கருதியதை அவர் அத்தருணத்தில் விளக்கினார்.

காங்கிரசில் சேர்வதா அல்லது சோசலிஸ்ட்களுடன் இணைவதா என்கிற கேள்வி எழுந்தது. நாம் மூன்றாவது கட்சி அமைத்து நம் துணையுடன் ஆட்சி என்றால்தான் பேரம்பேச முடியும். அதிகாரத்தையும் பெறமுடியும். பின்தங்கிய வகுப்பினருடன் ஒற்றுமை என்பதையும் அவர் பேசினார். ஆனால் அவ்வகுப்பினர் தயாராக இல்லை என்பதையும் உணர்ந்தவராக இருந்தார். பின் தங்கிய வகுப்பார் ஒன்றுபட்டு அரசியல் கட்சி அமைக்கவேண்டும். அவர்கள் துணிந்து செயல் படவில்லை. அமைப்புரீதியில் ஒன்றுபட்டு செயல்பட்டால் அரசாங்கத்தைக் கைப்பற்றலாம் என்கிற அறிவுரையையும் அவர் கொடுத்தார்.

ஜனவரி 14, 1950 ஜனதா இதழில் பொதுச் சட்டம் கொண்டு வருவதற்கு இந்துச் சட்டமே சரியான முதல்படி என்ற அவரின் குறிப்பை காணமுடிகிறது. இந்துச் சட்டத்தின் சில பிரிவுகளை ஒழுங்குப்படுத்துவதும் திருத்துவதுமே இந்த மசோதாவின் நோக்கம். இந்துக்களின் சமூக வாழ்க்கையும் சமய வாழ்க்கையும் ஒரே விதமான சட்டங்கள் தான் நிர்வகிக்க வேண்டும்..

எந்த அடிப்படையில் சட்ட மசோதா வரையப்பட்டிருக்கிறது என்பதைப் பொருத்தவரை, இந்து சாஸ்திரங்கள், ஸ்மிருதிகள் ஆகியவற்றின் அடிப்படையிலேயே அவை திருத்தப்பட்டுள்ளன. சொத்துரிமைக்கு வகை செய்வது த்யாபாக் முறை. பிரித்தீஸ்வன்யா அடிப்படையில் குழந்தை, தந்தையின் சாதியைப் பெறுகிறது. கௌடில்யா, பராஷாரா ஸ்மிருதிகள் விவாகரத்துக்கு ஆதரவு தருகின்றன. ப்ருஹஸ்பதி ஸ்மிருதி பெண்களுக்கு சொத்துரிமை வழங்குகிறது என்பதையெல்லாம் அவர் தெளிவுபடுத்துகிறார்.

1950, மே 2 அன்று அம்பேத்கர் புத்தமதத்தில் சேர்தல் குறித்து ஆற்றிய உரையில் புத்தமத எழுச்சி இந்தியாவில் தொடங்கிவிட்டது என்றார். சோசலிஸ்ட்களும் கம்யூனிஸ்ட் களும் சொல்வதுபோல் மதம் தேவையில்லை என தான் கருதவில்லை. நீதி, தர்ம சாஸ்திரங்களைப் போல மனித குலத்தை எந்த அரசாங்கமும் பாதுகாக்கவோ ஒழுங்கு படுத்தவோ இயலாது என்கிற கருத்தை அம்பேத்கர் எடுத்துரைத்தார்.

பௌத்தர்களின் உலகத் தோழமை மாநாடு கொழும்பில் 1950 ஜூனில் நடைபெற்றது. ஜூன் 6 அன்று அம்பேத்கர் அதில் உரை நிகழ்த்தினார். இந்தியாவில் மதம் பெற்ற மாறுதல்களை குறிப்பிட்டார். வேதவழி மதம் பிராமணியமாக உருவெடுத்து அதன்பின் இந்து மதமானது. பிராமணர் ஆதிக்கத்தின்போது புத்தமதம் தோன்றியது.

வேதவழி எளிது. யாகம் பிரதான பூசை. பசுக்கள் பலி நடந்தது. வேதகால தர்மம் இந்த வகையில் வன்முறைக்கு ஊக்கமளித்தது. யாகங்களை செய்த பிராமணர்கள் வர்ணங்களை உருவாக்கினர். எந்த ஒரு மதத்தின் அடிப்படைக் கொள்கையும் சமுதாயத்தைப் பிரிப்பதாக இருக்குமா? இதை பிராமணர்கள் செய்தனர். ஆனால் புத்தமதம் சமத்துவத்திற்கான சிந்தனை சுதந்திரத்தை சுயவளர்ச்சியை எல்லோருக்கும் வழங்குகிறது. வன்முறையை வெறுத்து ஒதுக்குகிறது. இந்தியாவில் ஜனநாயகமும் சோசலிசபாணி சமுதாயமும் தோன்றுவதற்கு வழிவகுத்தது.

இந்தியாவில் புத்த மதம் ஏன் அழிந்தது - இந்து மதம் ஏன் இருக்கிறது என்கிற கேள்விக்கும் அவர் விடை தேடினார். ஒரு மதம் என்னவாக இருந்தபோதும் அதனைப் பாதுகாப்பதற்கு புரோகிதர் வகுப்பு ஒன்று அவசியமாகும். புத்த துறவிகள் குறைந்ததால் அம்மதம் வீழ்ந்தது. இந்து மதத்தில் பிராமணனின் மகன் பிறவியிலேயே புரோகிதன் ஆகிவிடுகிறான். எனவே தனியாக ஒரு புரோகிதர் வகுப்பு மதத்தை காப்பாற்ற தேவையில்லை என்றார் அம்பேத்கர்.

சங்கரரின் வாதத்திறமையால் புத்த மதம் அழிந்தது என்பதை ஏற்காத அம்பேத்கர் சங்கராச்சாரியாரே புத்த மதம் சேர்ந்தவர் தான். அவரது குருவும் பௌத்தரே என்றார்.

1950 டிசம்பர் 26 அன்று பெல்காமில் செட்யூல்ட் சாதிகள் சம்மேளனத்தில் அம்பேத்கர் உரையாற்றினார். இந்து சட்டம் குறித்து பிரபல பெண் தலைவர் எவரும் அக்கறை காட்டவில்லை என விமர்சித்தார். ஸ்மிருதிகள் பல உரிமைகளை பெண்களுக்கு வழங்கியுள்ளன. இவற்றிற்கு ஏற்ற வகையில்தான் மசோதாவை நான் வரைந்துள்ளேன். சுதந்திரம் என்பது செல்வத்தைப் பொருத்திருக்கிறது. தனது சுதந்திரத்தை தக்க வைத்துக்கொள்வதற்கு தனது சொத்துக்களையும் உரிமைகளையும் ஒரு பெண் தக்க வைத்துக்கொள்ளவேண்டும்.

1951, அக்டோபர் 21 அன்று ஜலந்தரில் மாணவர்கள் மத்தியில் நாடாளுமன்ற ஜனநாயகத்தின் சிறப்பு குறித்து அம்பேத்கர் உரை ஒன்றை தந்தார். நேரு அமைச்சரவையிலிருந்து அவர் தன் விலகலை கொடுத்துவிட்டு வந்த நேரமது.

அரசியல் நிர்ணய சபையில் இந்தியாவிற்கு எந்த முறை அமெரிக்க முறையா - பிரிட்டிஷ்முறையா என்ற விவாதம் வந்தது. ருஷ்ய முறை தேவை என கம்யூனிஸ்ட்கள் பேசினர். அரசியல் அமைப்பு சட்டத்திற்கு எதிராக கூட சோசலிஸ்ட்கள் ஆர்ப்பாட்டம் நடத்தினர்.

நாடாளுமன்ற அரசாங்கம் என்பது பரம்பரை ஆட்சியை மறுக்கிறது. வாரிசு ஆட்சிக்கு அங்கு இடமே இல்லை. எந்த தனிநபரும் எல்லாம் தெரியும் என சட்டம் இயற்ற முடியாது. நாடாளுமன்ற விவாதம் ஆலோசனை அடிப்படையில்தான் முடியும். நாடாளுமன்ற ஆட்சி முறை இரு தூண்களில் நிற்கிறது. எதிர்கட்சி, சுதந்திரமான நேர்மையான தேர்தல்கள் என்பவையே அவை.

இந்த நாட்டில் நாடாளுமன்ற ஜனநாயகம் தோற்றுப்போனால் அதன் விளைவாக கலகம், அராஜகம், கம்யூனிசம் தோன்றும். வாரிசு வழி அதிகாரத்தை மக்கள் சகித்துக் கொள்ள

மாட்டார்கள் என்பதை ஆட்சியில் உள்ளவர் புரிந்து கொள்ளவில்லை எனில் இந்த நாடு அழிந்தே போகும். கம்யூனிசம் இங்கும் வரலாம். ருஷ்யா நமது நாட்டில் மேலாண்மை பெற்று தனிமனித சுதந்திரத்தை ஒழித்துவிடும் என்கிற எச்சரிக்கையை அவர் விடுத்தார். கலகம் அராஜகம் என்பதுடன் கம்யூனிசம் என இணையாக அவர் பேசினார்.

1951 நவம்பர் 7 அன்று லக்னோ பல்கலை மாணவர்கள் மத்தியில் அம்பேத்கர் உரை நிகழ்த்தினார். சமத்துவ அந்தஸ்து பெறுவதில் தாழ்த்தப்பட்டவர்கள் தோல்வியுற்றால் அவர்கள் கம்யூனிசம் என்கிற முறையை விரும்பக்கூடும்; அப்போது நாட்டின் கதி மோசமாகும் என எச்சரிக்கையை விடுத்தார். அன்று ருஷ்யாவின் அக்டோபர் புரட்சி தினம் என்பதை நாம் அறிவோம். அம்பேத்கர் அவ்வப்போது வாய்ப்பு கிடைத்த இடத்தில் எல்லாம் சோவியத்வகைப்பட்ட கம்யூனிசம் குறித்த கண்டனங்களை வெளியிட்டு வந்துள்ளதை நாம் காணமுடியும்.

அப்போது காஷ்மீர் குறித்தும் அவர் பேசினார். அங்கு அரசு என்பது இந்து, பௌத்த, முஸ்லீம்களின் கலப்பு வகுப்பாகும். அய் நா வின் சர்வஜன வாக்கெடுப்பு நடந்து முஸ்லீம்கள் பாகிஸ்தானுக்கு வாக்களித்தால் மற்ற 20 சத மக்களின் கதி கேள்விக்குரியதாகும் எனக் குறிப்பிட்டார்.

தொடர்ந்து 1951 நவம்பரில் நடந்த கூட்டங்களில் நேரு அமைச்சரவையிலிருந்து தான் விலகியது குறித்தும், காங் கிரசிற்கு தாழ்த்தப்பட்டவர் முன்னேற்றத்தில் பொறுப்போ அக்கறையோ இல்லை என்றும், 10 ஆண்டுகளுக்கு பின்னர் இட ஒதுக்கீடு என்னவாகும் என்பது குறித்தும் அவர் விளக்கம் அளித்து வந்தார். அப்போது சோசலிஸ்ட்களுடன் கூட்டணியில் இருந்தார் அம்பேத்கர்.

நேருவை அம்பேத்கர் விமர்சித்தாலும் அவர் சூது வாதற்றவர் - எதார்த்தவாதி- காங்கிரஸ்காரரர்களைவிட அவரை நான் நன்கறிவேன் எனவும் குறிப்பிட்டார்.

காங்கிரசில் வலதுசாரி பிரிவு அவரை கைவிட்டுவிடுவார்கள் - அவரது நிலைமை என்னவாகுமே எனவும் அய்யமுற்றார். சோசலிச கட்சியும் தாழ்த்தப்பட்டவர் சம்மேளனமும் ஜன நாயக சோசலிசத்திற்காகவும், சுதந்திரத்திற்காகவும் சமத்துவத்திற் காகவும் தேர்தலில் போட்டியிடுவதாக அம்பேத்கர் உரை நிகழ்த்தினார். வலுவான எதிர்கட்சியாகவாவது இருப்போம் என்றார். எண்ணிக்கையைவிட எதிர்கட்சியின் தரம் முக்கியம் என்ற அவர் எந்த ஒரு கட்சிக்கும் வரம்பற்ற அதிகாரம் வந்துவிட மக்கள் அனுமதிக்கக்கூடாதென்றார்.

1951 நவம்பரில் பல தேர்தல் கூட்டங்களில் பிரஜா சோசலிஸ்ட்களுடன் சேர்ந்து அவர் உரை நிகழ்த்தினார். மக்களுக்கு தூய்மையான அரசை தர காங்கிரஸ் தவறிவிட்டது என்ற குற்றசாட்டை எழுப்பி வந்தார். நிர்வாகத்தூய்மை, சட்டம் எவ்வாறு அமுலாகிறது என்பன மிக முக்கியமானவை. இந்திய அரசாங்கத்தில் தன்னால் ஓர் அடிமையாக இருக்க முடியாதென தன் விமர்சகர்களுக்கு அவர் பதில் தந்தார்.

அம்பேத்கருக்கு கொலம்பியா பல்கலைக்கழகம் டாக்டர் பட்டமளிப்பு விழாவை ஜுன் 5, 1952ல் வைத்திருந்தது. இதை அறிந்த சர்வபள்ளி டாக்டர் ராதாகிருஷ்ணன் தங்களுக்கு கிடைக்கும் சட்டத்துறை டாக்டர் பட்டம் பற்றி மகிழ்ச்சி. அரசியல் சாசனத் தயாரிப்பில் தாங்கள் மகத்தான பணியாற்றினீர்கள் என கடிதம் எழுதி பாராட்டினார்.

அம்பேத்கர் பயணத்தில் அவரது மருத்துவ சிகிட்சைக்கும் ஏற்பாடு செய்ய வேண்டியிருந்தது. டாலர்கள் போதாமையால் உடன் துணைவியாரை அவர் அழைத்து செல்லமுடியாத நிலையில் இருப்பதாக இல்லஸ்ட்ரேட் வீக்லி ஜுன் 1952ல் செய்தி வெளியிட்டது.

1952, ஜுன் 1 அன்று அவருக்கு நியுயார்க் செல்லும் முன் வரவேற்பு அளிக்கப்பட்டது. அப்போது அவர் இந்திய நலன்களை விட்டுக்கொடுப்பது போல் அமெரிக்காவில் ஏதும் பேசமாட்டேன் என்றார். தன்னை கோபக்காரன் என பலர்

சொன்னாலும் ஒருபோதும் நாட்டுத் துரோகியாக இருந்த தில்லை என்றார். இந்தியாவின் நலன்கள் பொருத்தவரையில் நான் மகத்தான காந்திக்கு 200 மைல் முன்னதாக இருப்பதாகவும் அவர் குறிப்பிட்டார்.

ஜனநாயகம் என்பது இரத்தம் சிந்தாமல் மக்களின் பொருளாதார, சமூக வாழ்க்கையில் புரட்சிகர மாற்றத்தைக் கொண்டுவரும் ஒரு வடிவம் என்பதுதான். இந்த தலைப்பில் நீண்ட உரை ஒன்றை அவர் புனே மாவட்ட சட்ட நூலகம் சார்பில் நடத்தப்பட்ட கூட்டத்தில் வழங்கினார். ஜனநாயகம் வெற்றிபெற தேவைப்படும் நிபந்தனைகள் குறித்து நீண்ட விளக்கமாகவும் அவ்வுரை அமைந்தது.

முதல் நிபந்தனை சமுதாயத்தில் ஒடுக்கப்படும் வர்க்கம் என ஏதும் - ஏற்றத்தாழ்வுகள் ஏதும் இருக்கக் கூடாது. அனைத்து சுமைகளையும் சுமக்கும் வர்க்கம் என்பதும் கூடாது.

இரண்டாவது தேவை எதிர்கட்சிகள் இருப்பதாகும். அரசாங்கம் தான் செய்யும் ஒவ்வொரு காரியத்தையும் தனது கட்சியைச் சாராதவர்களுக்கு நியாயப்படுத்திக் காட்டவேண்டும். துரதிருஷ்டவசமாக நமது நாட்டில் எல்லா செய்திப் பத்திரிகைகளும் விளம்பர வருவாய்க்காக எதிர்கட்சிகளைவிட அரசாங்கத்துக்கு அதிக முக்கியத்துவம் தருகின்றன.

மூன்றாவது நிபந்தனை சட்டத்தை நடைமுறைப்படுத்துவது - நிர்வாகத்தில் சமத்துவ போக்கை கடைபிடிப்பது.

நான்காவது நிபந்தனை அரசியல் சாசன நீதிமுறையைக் கடைப்பிடிப்பதாகும்.

ஜனநாயகத்தின் பெயரால் சிறுபான்மையினர் மீது பெரும்பான்மையினரின் கொடுங்கோன்மை இருக்கக்கூடாதென்பதும் மற்றொரு அம்சம்.

அடுத்த அம்சம் சமுதாயத்தில் தார்மிக ஒழுங்கு நிலவுவதாகும். அறவியலின்றி அரசியல் செயல்படமுடியும். ஆனால் நமது அறிஞர்கள் இந்த விஷயத்தை பெரிதாக எடுத்துக்கொள்ளவில்லை. இந்த தார்மீக ஒழுங்கு என்பதை ஹரால்ட் லாஸ்கிதான் சுட்டிக்காட்டினார். தார்மீக ஒழுங்கு இல்லையேல் ஜனநாயகம் உடைந்து சிதறிப்போகும். இறுதியாக என அவர் சுட்டிக் காட்டியது ஜனநாயகத்துக்கு பொதுஜன மனசாச்சாட்சி தேவை என்பதைத்தான்.

1952, டிசம்பர் 24 ஆம் நாள் அன்று கோலாப்பூர் கல்லூரி ஒன்றில் அறிவுதான் வாழ்க்கையின் அடித்தளம் என்றார் அம்பேத்கர். பம்பாயில் மே 27 1953 உரை ஒன்றில் புத்தமதத்தை பலப்படுத்தப்போவது பற்றி அவர் பேசினார். சாதி வர்க்கங்கள் அற்ற சமுதாயம் தோற்றுவிக்கப்பட்டாலன்றி நாடு முன்னேறாது எனவும் அவர் குறிப்பிட்டார்.

நவம்பர் 16, 1953 அன்று அம்பேத்கர் அறிக்கை ஒன்றை வெளியிட்டார். அதில் அவுரங்கபாத் மாவட்ட நில சத்தியாக் கிரகத்தை கைவிட அறிவுரை தந்தார். 1700 சத்தியாகிரகிகளில் 1100 பேரை ஹைதராபாத் அரசாங்கம் விடுவித்தது கனிவான நடவடிக்கை. மரங்களை வெட்டியது தவறு என வருந்துவதாகவும் குறிப்பிட்டார். சத்தியாகிரகம் அனைத்திந்திய அளவில் அவசியம் என்றால் அதை செய்வோம் என்கிற நம்பிக்கையை தந்தார்.

என் வாழ்க்கை தத்துவம் என்பது குறித்து அம்பேத்கர் சுருக்கமாக பேசியுள்ளார். அதில் பகவத்கீதை சொல்லும் இந்து சமூகச் சித்தாந்தத்தை நிராகரிப்பதாகவும் - சுதந்திரம், சமத்துவம், சகோதரத்துவம் என்கிற மூன்று வார்த்தைகளில் தன் சமூக சித்தாந்தத்தை சொல்லவும் முடியுமென்றார்.

எனது சித்தாந்தம் அரசியல் விஞ்ஞானத்தை அடிப்படையாகக் கொண்டதல்ல - மதத்தை அடிப்படையாக கொண்டதே. இவற்றை என் குரு புத்தரின் போதனைகளிலிருந்து பெற்றுள்ளேன் எனவும் அவர் குறிப்பிட்டார்.

சட்டம் சமய சார்பற்றது- எவரும் அதை மீறலாம். ஆனால் சகோதரத்துவம் அல்லது சமயம் புனிதமானது. அதற்கு மதிப்பு தரவேண்டும். இந்தியர்களை இரண்டு வேறுபட்ட சித்தாந்தங்கள் ஆட்கொண்டுள்ளன. அரசியல் சாசன முகப்புரை சுதந்திரம், சமத்துவம், சகோதரத்துவம் நிறைந்த வாழ்க்கையை உறுதி செய்கிறது. மதமோ இதை அவர்களுக்கு மறுக்கிறது என்ற உண்மையை உணர அவர் வேண்டிக்கொண்டார். 1954, அக்டோபர் 3 அன்று அகில இந்திய வானொலி இவ்வுரையை ஒலிபரப்பியது.

அம்பேத்கருக்கு வைரவிழாக் கொண்டாட்டம் ஒன்றை பம்பாயில் அக்டோபர் 28 1954ல் அவரது அன்பர்கள் சேர்ந்து நடத்தினர். அவ்விழாவில் பங்கேற்று அம்பேத்கர் பேசும்போது தன் பிறந்த தேதியை தந்தை சரியாக கணித்து வைக்கவில்லை. என் வயது அறுபதுக்கு மேலோ அல்லது கீழோ இருக்கக்கூடும் என்றும் தன்னை பிரசவிக்கும்போது தாயார் தாங்கமுடியாத வலியால் அவதிப்பட்டதையும் நினைவு கூர்ந்தார். அந்த சமயத்தில் தன்னைப்பற்றி இவ்வாறு அவர் குறிப்பிட்டார்.

“கௌதமபுத்தர், கபீர், மகாத்மா பூலே ஆகியோரின் பக்தன் - கல்வி சுயமரியாதை, நற்குணம் ஆகியவற்றை போற்றுபவன் - என்னிடம் கெட்ட பழக்கங்கள் எதுவும் கிடையாது. படிப்பில் எனக்கு உயிர்.”

1954 டிசம்பர் 4 அன்று ரங்கூனில் சர்வதேச பௌத்த மாநாட்டில் அவர் பங்கேற்றார். அங்கு ஆற்றிய உரையில் அவர் முன்வைத்த அம்சங்கள்:

* பௌத்தம் இந்தியாவுக்கு அந்நியமான மதமல்ல
* அதன் சித்தாந்தம் சமத்துவமாகும்
* பௌத்தம் பகுத்தறிவு சார்ந்த மதம். அங்கு மூட நம்பிக்கைகளுக்கு இடமில்லை.

புத்தமதம் இந்தியாவிலிருந்து மறைந்து போனதற்கு காரணங்கள் வேறுபட்டவை. அது பிராமணர்களால்

அடக்கி ஒடுக்கப்பட்டது. பிராமணியத்தின் எழுச்சி இந்தியாவில் புத்தமதம் நசுக்கப்படுவதற்கு வழிவகுத்தது என்றால், இந்திய நாட்டின் மீது முஸ்லீம் படையெடுப்பு புத்தமதம் அழிவதற்கு இட்டுச் சென்றது. புத்த விகார்களை அழித்து அவர்கள் பௌத்த பிட்சுகளைக் கொன்று குவித்தனர். அதேநேரத்தில் புத்தமதத்துக்கு இஸ்லாமால் ஆபத்து ஏற்படவில்லை. பிராமணியத்தால்தான் ஏற்பட்டது.

புதுடில்லி மகாபோதி கழக கூட்டத்தில் பிப்ரவரி 5 1956ல் மிக முக்கிய பிரச்னை ஒன்றை அம்பேத்கர் எழுப்புகிறார். கம்யூனிசத்திற்கு பதில் அளிக்கமுடியாத எந்த மதமும் நிலைத்திருக்க முடியாது. கம்யூனிசத்திற்கு மாற்றாக இருக்கும் தகுதிபடைத்த ஒரே மதம் புத்தமதம்தான். மறு பிறப்பில் எனக்கு முழு நம்பிக்கை உண்டு என்பதையும் அம்பேத்கர் அப்போது குறிப்பிட்டார். பிரக்ஞை, கருணை, சமதாவை போதிப்பதால் புத்தமதத்தை தான் விரும்புவதாகவும் அவர் விளக்கம் சென்றது.

"என்னைப் பொறுத்தவரையில் புத்த மதம் மார்க்ஸ்க்கும் கம்யூனிசத்திற்கும் மாபெரும் சவால் என்பேன். ரஷ்ய பாணி கம்யூனிசம் இரத்தக் களறியான ஒரு புரட்சியின் மூலம் அதனைச் சாதிக்க முயல்கிறது. பௌத்த கம்யூனிசமோ இரத்தம் சிந்தாத மனப்புரட்சியின் வாயிலாக அதனைக் கொண்டு வருகிறது. பௌத்த சங்கம் ஒரு கம்யூனிச அமைப்புதான். அதில் தனிச் சொத்துடைமை இல்லை. அது வன்முறை மூலம் சாதிக்கப்படவில்லை மனமாற்றத்தின் மூலம் சாதிக்கப்பட்டது. ரஷ்யர்கள் என்றும் செய்யமுடியாத பணியைச் செய்து முடித்திருக்கிறார்களென்பதில அய்யமில்லை. தொடர்ந்து மக்களுக்கு ஏன் சுதந்திரம் அளிக்கவில்லை."

இந்த கேள்விகளையும் விளக்கத்தையும் அவர் தென்கிழக்கு நாடுகளின் மக்களுக்காக தருகிறார். அவர்களை எச்சரித்து ரஷ்யவலையில் விழவேண்டாம் என் அறிவுறுத்துவதற்காக சொல்கிறார். இந்த கருத்துக்களை அவர் அறிக்கை ஒன்றின் மூலம் மே 12, 1956ல் தெரிவித்துள்ளார்.

ஜுன் 2, 1956 தேதியிட்ட எழுத்தொன்றில் அவர் சாவர்க்கர் பற்றி குறிப்பிட்டுவிட்டு இந்துமதம் மற்றும் புத்தமதம் இடையிலான அடிப்படையான வேறுபாடுகளை விளக்குகிறார். இந்து வேத சாஸ்திரங்களை நன்கு அறிந்தவன் – என் மக்களை மீட்பவன் என்கிறார். அப்போது அவர் கம்யூனிஸ்ட்களுக்கு புத்தமதம் பற்றி நன்கு தெரிந்து கொள்ளுங்கள் என்கிற வேண்டுகோளையும் வைத்தார். அப்படி தெரிந்துகொள்ளும்போது மனிதகுலத்தை பீடித்திருக்கும் அவலநிலைகளை எவ்வாறு அகற்றுவது என்பதை கம்யூனிஸ்ட்கள் புரிந்துகொள்ளமுடியும் என்றார்.

வாய்ஸ் ஆப் அமெரிக்காவில் மே 20 1956ல் அம்பேத்கர் ஜனநாயகம் குறித்து அற்புதமான விளக்கத்தை தந்தார். நாடாளுமன்றம், குடியரசு என்பதுடன் ஜனநாயகம் என்பது மாறுபட்டது. அது அரசாங்க வடிவத்திற்கு அப்பாற்பட்டது. ஜனநாயகத்தின் வேர்களை சமூக உறவுமுறையிலும், சமுதாயத்தின் அடித்தளமாக விளங்கும் மக்களது ஒன்றிணைந்த வாழ்க்கை முறையிலும்தான் தேடிக்காண வேண்டும். எங்கெல்லாம் சமூக வேறுபாடுகள் மலிந்து கிடக்கிறதோ அங்கெல்லாம் பொருத்திக்கொள்ளவேண்டிய உலகளாவிய வரையறை என்றே இதைக்கருத தோன்றுகிறது.

இந்திய சமுதாயம் வெறும் தனிநபர்களைக் கொள்ளாமல் ஜாதிகளைக் கொண்டுள்ளது. தம்முள் பகிர்ந்து கொள்வதற் கான பொது அனுபவத்தை, பந்தம் பாசம், பரிவு எனும் பிணைப்பை பெற்றிருக்கவில்லை என இந்திய சமுதாயம் பற்றி அவர் தரும் விளக்கம் செவ்வியல்பட்ட ஒன்றே.

தேர்தல், தொழில் என எல்லாமே உள் நுழைந்து பார்த் தால் சாதி தெரிவதாக இருக்கிறது என்றார் அம்பேத்கர். சாதியின் விசேட அம்சம் அதன் படிநிலையிலான ஏற்றத் தாழ்வு. ஒன்றின்மேல் ஒன்று ஏறி நிற்பவை அவை. சாதி ஏறுமுகமாக காழ்ப்பாகவும் இறங்குமுகமான வெறுப் பாகவும் இருக்கிறது.

சாதியும் வர்க்கமும் ஓரம்சத்தில் வேறுபடுகின்றன. சாதியைப் போல் வர்க்கமுறையில் முற்றிலும் ஓரங்கட்டும் போக்கு இல்லை. குறிப்பிட்ட சாதி குறிப்பிட்ட வேலையைத்தான் எனும்போது அங்கு ஜனநாயகத்தின் வேர் வெட்டப்படுகிறது.

இவ்விவாதத்தில் சாதிச் சேற்றில் மூழ்கிப்போயுள்ள இந்திய சமுதாயம் தனது முடிவான இலட்சியத்தை எட்ட முடியுமா? சாதி அமைப்பு முறையில் நல்லிணக்கமான சமூக அமைப்பு இருக்கமுடியுமா? என்கிற கேள்விகளை அம்பேத்கர் தொடுக்கிறார்.

கல்வி சாதியை ஒழித்துக்கட்டுமா- முடியும் முடியாது என்கிற இரு பதில்களையும் தந்து அம்பேத்கர் விளக்குகிறார். கல்வி கற்ற பிராமணர் சாதிக்கு எதிராக குரல் எழுப்பாததை அவர் சுட்டிக்காட்டுகிறார். ஆனால் கீழ்த்தட்டு மக்களுக்கு அது பயனுள்ளதாக இருக்கும். அவர்களுக்கு கல்வி வசதி செய்து தந்தால் சாதிமுறை நொறுங்கும் என அம்பேத்கர் மதிப்பிட்டார். அக்டோபர் 14, 1956ல் நாகபுரியில் புத்தமதம் தழுவுதல் குறித்த அறிவிப்பையும் வெளியிடுகிறார். இந்த நிகழ்ச்சிக்காக இந்திய ரயில்வே சிறப்பு ரயில் ஒன்றை பம்பாயி லிருந்து நாக்பூருக்கு விட்டது.

அம்பேத்கர் மதம் மாறியது தொடர்பான தன் உரையை அக்டோபர் 15 1956ல் தந்தார். ஆர் எஸ் எஸ் தலைமையிடமான நாக்பூரை ஏன் தேர்ந்தெடுத்தீர்கள் என்பதற்கு உரிய வரலாற்றுரீதியான பதிலை அம்பேத்கர் இவ்வுரையில் தந்தார். நாகர் எனும் தொன்மை பற்றி விளக்கினார்.

மனிதகுலம் முன்னேற மதம் முற்றிலும் இன்றிமையாதது, மார்க்சைப் படித்த பிறகு சமய மறுப்பாளர் குழு உருவாயிற்று. மதம் பயனற்றது என்பது மார்க்ஸ் கருத்து. பொருளாதார மேம்பாடு மிக முக்கியம். ஆனால் காளைக்கும் மனிதனுக்கும் வேறுபாடு இருக்கிறது. மனிதனுக்கு உடலுடன் மனம் ஒன்றும் இருக்கிறது. அது பண்படவேண்டும். உணவைத்தவிர பண்பட்ட மனதிற்கு வேறு உறவில்லை எனப் பேசும் நாட்டொடு, மக்களோடு எத்தகைய சம்பந்தமும் எனக்கு வேண்டாம். மனித

உறவிற்கு ஆரோக்கிய உடலுடன் பண்பட்ட மனமும் அவசியம் என்றார் அம்பேத்கர். இங்கு அவர் நாடு என்று குறிப்பால் எந்த நாட்டை உணர்த்துகிறார் என அறியமுடியும்.

மதம் ஏழைகளுக்கு ஒடுக்கப்பட்டவர்களுக்கு அவசிய மானது. மனிதன் நம்பிக்கையை ஆதாரமாகக் கொண்டுதான் வாழ்ந்து வருகிறான். மதம் நம்பிக்கையை அளிக்கிறது. புத்த மதம் மாறுபட்டது. ஆண்டவனுக்கோ ஆன்மாவுக்கோ இடமில்லை. மனிதனை துயரத்திலிருந்து விடுவிப்பதே அதன் பணி. புத்தர் கூறியவற்றிலிருந்து மாறுபட்ட எதையும் கார்ல் மார்க்ஸ் கூறிவிடவில்லை. புத்தர் குறுக்கும் நெடுக்குமாக சுற்றி வளைத்து எதையும் சொல்லவில்லை என அம்பேத்கர் விளக்கம் அவ்வுரையில் சென்றது.

ஆனால் அம்பேத்கரிடமிருந்து மார்க்ஸ் என்னவெல்லாம் கூறினார் - அது புத்தர் சொன்னதைவிட எவ்விதத்தில் குறைந்த அறிவோ - நடைமுறை சாத்தியமோ இல்லாமல் இருந்தது என்பதற்கான ஆய்வுகளை நம்மால் பெறமுடிய வில்லை. வாழ்நாள் அனுமதித்திருந்தால் அவர் செய்திருக்கக் கூடும் என்பது ஆறுதல் செய்தியாக இருக்கலாமே தவிர நிரூபண ஆவணமாக இருக்கப்போவதில்லை.

காட்மண்டில் புத்த மாநாட்டில் நவம்பர் 26, 1956ல் ‘புத்தமதத்தில் அகிம்சை’ எனப் பேசும்படிதான் உலக புத்தமத கவுன்சில் தலைவர் மலால் கேட்டுக்கொண்டிருந்தார். அம்பேத்கரும் இசைவை தந்தார். மாநாட்டில் பிரதிநிதிகள் புத்தரா காரல் மார்க்சா என பேச வலியுறுத்தினர். நேபாள மன்னர் அம்மாநாட்டில் பங்கேற்றார்.

அய்ரோப்பா ஆசிய இளைஞர்கள் வழிபடவேண்டிய தீர்க்கதரிசி மார்க்ஸ் என நினைக்கின்றனர். பிக்குகள் இதை கவனத்தில் கொண்டு மார்க்சுடன் ஒப்பிடும் அளவிற்கு தங்களை சீர்திருத்திக்கொள்ளவேண்டும். அப்போதுதான் பௌத்தம் அதனுடன் போட்டியிடமுடியும் என மிக துணிச்சலான் கருத்தை மதத்துறவிகளுக்கு அவர் வழங்கினார்.

பௌத்தத்திற்கும் கம்யூனிசத்திற்கும் இடையே இலட்சிய ஒற்றுமைகள் என்ன- வேற்றுமைகள் என்ன எது பாதை என பேசப்போவதாக அம்பேத்கர் சொல்லி உரையைத் தருகிறார். வாழ்க்கையில் குறுக்கு வழியில் செல்லாதீர்கள்- சுற்றிவளைத்து செல்லும் பாதையில் மெதுவாக செல்வது ஆபத்தில்லாதது என்கிற அறிவுரையையும் அவர் வழங்கினார்.

கம்யூனிச சித்தாந்தம் என்பது என்ன? ஏழைகள் சொத்துள்ள செல்வந்தர்களால் சுரண்டப்படுகிறார்கள். எனவே குறிப்பிட்ட வர்க்கம் துயரத்திலிருந்து விடுபட தனியார் சொத்துரிமையை ஒழித்துக்கட்டுவது ஒன்றுதான் வழி என மார்க்ஸ் தீர்வை முன்வைக்கிறார். உபரிமதிப்பை உற்பத்தி செய்யும் தொழிலாளி யிடமிருந்து முதலாளி உடைமையாளன் அபகரித்துக் கொள்கிறான். இந்த நிலையை மாற்ற மார்க்ஸ் முன்வைப்பது பாட்டாளிவர்க்க சர்வாதிகாரம். அதாவது அரசாங்கம் சுரண்டும் வர்க்கங்களால் நிர்வகிக்கப்படக்கூடாதென்பது.

மார்க்ஸ் சொன்னதையே 2000 ஆண்டுகளுக்கு முன்னர் புத்தர் எவ்வாறு சொன்னார் என்பதை அம்பேத்கர் விளக்கினார். புத்தர் சுரண்டல் என்று சொல்லவில்லை. உலகில் துக்கம் இருக்கிறது. வறுமை எனும் பொருளிலும் பௌத்த நூல்கள் அதை பேசியுள்ளன. எனவே அடித்தளம் என்பதில் கருத்து வேறுபாடு இல்லை. அதற்காக மார்க்சிடம் போகவேண்டியதில்லை. புத்தரின் ‘தர்மசக்கர பரவர்த்தன் சுத்தம்’ படித்தால் இதில் தெளிவு பெறமுடியும். புத்தர் தமது மதத்திற்கான அடித்தளத்தை கடவுள் ஆன்மா மீது இடவில்லை. மக்களின் துயர் நீக்கம் என்பதே அவரின் தலையாய பிரச்னை.

மார்க்ஸ் சொத்து பற்றி பேசியதை அறிவோம். துறவி எவரும் சங்க உறுப்பினர் எவரும் சொத்து வைத்துக்கொள்ளக் கூடாதென்பதை புத்தம் சொல்கிறது. தனியார் சொத்துரிமை கூடாது எனும் மார்க்ஸ் சொன்னது விதியாக புத்தரின் தத்துவத்தில் இடம் பெற்றுள்ளது. கம்யூனிஸ்ட்கள் பகைவர்களை கொல்வது எனும் வன்முறை பாதையை சொல்கின்றனர். ஆனால் புத்தம் கடைபிடிக்கும் வழி ஒழுக்க போதனையும்

அன்புமாகும். புத்தரின் வழி மனசோர்வூட்டும் எனலாம். நீண்டவழி ஆனாலும் சத்தியமான வழி என்பதில் எனக்கு சந்தேகமில்லை

கம்யூனிஸ்ட்களிடம் மக்களை ஆள பாட்டாளிவர்க்க சர்வாதிகாரம் ஏன் எனக் கேட்டால் இது இடைக்கால முறை என்கின்றனர், எத்தனை ஆண்டுகள் 50 இருக்கலாமா என்றால் பதில் இல்லை. அரசு தானாக மறைந்துவிடும் என அரைத்த மாவை அரைப்பது போல் பதில் சொல்கின்றனர். அது மறையும்போது எம்மாதிரி அரசாங்கம் என்றால் அதற்கும் அவர்கள் பதில் சொல்வதில்லை. ஆனால் புத்தர் வழி மனித மனம் மாற்றம் குறித்த வழி. மனம் மாற்றப்பட்ட வழியில் இடர்ப்பாடு ஏற்பட வாய்ப்பில்லை.

"நான் மார்க்சையும் கம்யூனிசத்தையும் பற்றி ஆராய்வதில் நிறைய நேரம் செலவிட்டுள்ளேன். அதே சமயம் புத்தரின் தம்மத்திலும் ஆழமாக ஈடுபட்டுள்ளேன். இரண்டையும் ஆய்வு செய்ததில் புத்தர் பரிகாரம்தான் பாதுகாப்பானது. கம்யூனிஸ்ட்களின் வெற்றியில் எவரும் மயங்கிவிடவேண்டாம். புத்தரைப் போல் விழிப்படைந்தால் அன்பு நீதி நல்லெண்ணம் எனும் வழிமுறைகள் மூலம் சாதனையை ஏற்படுத்த முடியும்" என்பதாக அவ்வுரை சென்றது. இவ்வுரைதான் அவரின் புத்தரா மார்க்ஸா என பலராலும் பேசப்படுகிற உரையாக அமைந்தது.

3

Annihilation of caste சாதி ஒழிப்பு எனும் ஆற்றப்பட முடியாமல் போன உரையில் (பின் புத்தகமாக வந்தது) அம்பேத்கர் அரசியல் சீர்திருத்தம் சமூக சீர்திருத்தத்துக்கு முன்னோடியாக இருக்க முடியாது என்றார். அரசியல் சாசனத்தை இயற்று பவர்கள் சமூக சக்திகளைக் கணக்கில் கொள்ளவேண்டும். இதை மார்க்சின் நண்பர் பெர்டிணாண்ட் லசால் ஏற்றுக் கொண்டு 1862ல் பேசினார். எனது கருத்தின்படி அரசியல்

சாசனமானது சமூக நிறுவனங்களைக் கணக்கில் கொள்ள வேண்டும் என்பதில்தான் அதன் முக்கியத்துவம் இருக்கிறது. சமுதாய சீர்திருத்தத்தை அலட்சியப்படுத்தியதன் விளைவே வகுப்புவாரி இடஒதுக்கீடு என்றார்.

ரோம் நாட்டின் அனுபவத்தை எடுத்துச்சொல்லி அம்பேத்கர் மிக முக்கிய விடயத்தை எடுத்து வைக்கிறார். அரசியல் சாசனம் ஒன்றை உருவாக்குகிற போது நம் நாட்டில் நிலவும் சமுதாய அமைப்பில் இருந்து எழுகிற பிரச்னையை அசட்டை செய்துவிட்டு ஒரு அரசியல் சாசனத்தை உருவாக்கிவிடமுடியாது. இதை எழுதிய 13 ஆண்டுகளுக்கு பின்னர் 1949ல் அவரே அரசியல் அமைப்பு சட்ட உருவாக்கப்பணியில் தலைமையேற்று இதை அமுலாக்கவும் செய்தார்.

இந்த உரையில் அவர் சோசலிஸ்ட்கள் பற்றியும் பல கேள்வி களை எழுப்பி தன் புரிதலைத் தருகிறார். இந்தியாவில் சோசலிஸ்ட்கள் அய்ரோப்பாவை பின்பற்றுகின்றனர். அதை இந்திய நிலைகளுக்கு பொருத்திட எண்ணுகிறார்கள். மனிதனை பொருளாதார ஜந்து என்றும் அவனது செயல் மற்றும் அபிலாஷைகள் பொருளாதார நிலைகளால் கட்டுப் படுத்தப்படுபவை என்றும், சொத்து மட்டுமே அதிகாரத்திற்கான மூல ஆதாரம் என்றும் கருதுகின்றனர். அவர்களுக்கு அரசியல், சமூக சீர்திருத்தங்கள் மாயையாகப் படுகிறது. பொருளாதார சீர்திருத்தமே அடிப்படை எனக் கருதுகின்றனர்.

பொருளாதார அதிகாரம் மட்டுமே ஒரே அதிகாரம் என்பதை சமூகவியல் ஏற்பதில்லை. இந்தியாவில் சாதாரண மனிதனின்மீது நீதிபதிக்கு உள்ள செல்வாக்கைவிட சந்நியாசிக்கு செல்வாக்கு அதிகமாக இருக்கிறது. மதம் அதிகாரத்திற்கான ஓர் ஆதாரம் என்பதை இந்திய வரலாறு நிரூபிப்பதாக அவர் எழுதினார்.

மதம், சமுதாய அந்தஸ்து, சொத்து ஆகிய எல்லாம் ஒரு மனிதன் மற்றொரு மனிதனின் உரிமைகளைக் கட்டுப்படுத்து வதற்கான அதிகாரத்துக்கும் ஆதிக்கத்துக்குமான அடிப்படைகள்.

இதில் ஒவ்வொன்றும் ஒவ்வொரு காலகட்டத்தில் மேலோங்கி மேல் ஆதிக்கம் செலுத்துகின்றன. இது மட்டுமே இந்த அடிப்படைகளுக்கு இடையிலான வேறுபாடு ஆகும்.

ஒரு குறிப்பிட்ட காலத்தில் ஒரு குறிப்பிட்ட சமூகத்தில், அதிகாரத்துக்கும் ஆதிக்கத்துக்குமான அடிப்படைகளாக சமுதாயமும் மதமும் இருந்தால் அந்த கட்டத்தில் நாம் மேற்கொள்ளவேண்டிய சீர்திருத்தம் சமுதாய சீர்திருத்தமும் மத சீர்த்திருத்தமுமே ஆகும் என்கிற முடிவிற்கு அம்பேத்கர் நம்மை அழைத்துச் செல்கிறார். இங்கு இந்த இரண்டு அம்சங்களையும் பிரதான முரண்பாடுகளாக அவர் சுட்டிக்காட்டுகிறார் என கம்யூனிஸ்ட்கள் புரிந்துகொள்ளலாம்.

அவர் சோசலிஸ்ட்களிடம் விடுத்த கேள்வி சமுதாய அமைப்பை முதலில் சீர்திருத்தாமல் நம்மால் பொருளாதார சீர்திருத்தத்தைக் கொண்டு வரமுடியுமா என்பதைத்தான். சோசலிசம் வந்தால் பல்வேறு வகுப்பினரும் சமத்துவமாக நடத்தப்படுவர் என நம்பிவிட்டால் போதுமா என்கிற கேள்வியையும் அவர் முன்வைத்தார். புரட்சியை வெற்றிகரமாக நடத்தியபின் தாங்கள் சமத்துவமாக நடத்தப்படுவோம் என்கிற நம்பிக்கை ஏற்பட்டால்தான் மக்கள் புரட்சியில் சேர்வார்கள்.

இந்திய பாட்டாளிவர்க்கம் ஏழை பணக்காரன் என்ற வேறுபாட்டைத்தவிர வேறு எதையும் பார்ப்பதில்லையா. சாதி மதம் - கீழ் மேல் பார்ப்பதில்லையா? அதிர்ஷ்டக்காற்று அடித்து சோசலிஸ்ட்கள் அதிகாரத்திற்கு வந்தபின் மேல் கீழ்- தீண்டப்படாதவர் போன்ற தவறான எண்ணங்களை- பிரச்னைகளை சமாளிக்காமல் இந்தியாவில் சோசலிச அரசு தாக்குப்பிடிக்குமா என்கிற சந்தேகத்தையும் அவர் எழுப்பினார்.

சமூக சீர்திருத்தம் என்பது அடிப்படையானது. இதிலிருந்து தப்பமுடியாதென்றார் அம்பேத்கர். சாதி அரக்கனை ஒழிக்காமல் அரசியல் சீர்த்திருத்தத்தையோ

பொருளாதார சீர்திருத்தத்தையோ அடைய முடியாது. தொழிலைப் பிரிப்பது வேறு. தொழிலாளிகளைப் பிரிப்பது வேறு என புரிந்துகொள்ள வேண்டினார்.

ஒருவர் தனக்கு திறமையும் ஆர்வமும் உள்ள தொழிலை தேர்ந்து கொள்ள தக்க சூழல் வேண்டும். சாதி கோட்பாட்டில் இது மீறப்படுகிறது. அது ஒருவரது வேலையை முன்கூட்டியே நிர்ணயித்துவிடுகிறது. பெற்றோரின் சமூக அந்தஸ்தில் வேலை நிர்ணயக்கப்படுகிறது. பரம்பரையில்லாத தொழில்களுக்கு செல்வதை சாதி அமைப்பு அனுமதிப்பதில்லை.

தனிமனிதரின் இயற்கையான ஆற்றல்களையும் இயல்பான விருப்பங்களையும் சமூக விதிகளின் நிர்பந்தத்துக்கு உள்ளாக்கு வதே சாதியின் தன்மையாக இருப்பதால், பொருளாதார அமைப்பு என்கிற வகையில் சாதி தீமை தரும் நிறுவனம் என்றார் அம்பேத்கர்.

பஞ்சாப் பிராமணனுக்கும் சென்னை பிராமணனுக்கும் இடையில் மரபுரீதியான ஒற்றுமை என்ன எனக் கேள்வி எழுப்பிய அம்பேத்கர் சென்னை பிராமணனும், பறையனும் மரபு இனத்தால் ஒரே கூட்டத்தை சார்ந்தவர்களே என விளக்கம் தந்தார். சாதியினால் பொருளாதார மேம்பாடு முடக்கப்பட்டு இந்துக்களை முற்றிலும் சீரழித்து சின்னா பின்னமாக்கியதே சாதி செய்த காரியம் என்கிற முடிவிற்கு அம்பேத்கர் வருகிறார்.

ஒவ்வொரு இந்துவிடம் இருப்பது சாதி உணர்வுதான். இதனால் அவர்களால் சமூகமாகவோ தேசமாகவோ ஆகமுடிய வில்லை. இந்துக்கள் பல்வேறு சாதிகளைச் சேர்ந்த கதம்பம் மட்டுமல்ல- தன் சொந்த நலனுக்காக மட்டும் வாழும் பரஸ் பரம் போட்டி மனப்பான்மை கொண்ட கூட்டங்களாகவும் உள்ளனர்.

சாதியில் எவர் வேண்டுமானாலும் உறுப்பினர் ஆகமுடியாது. புதியவர்களை சாதியில் சேர்த்துக்கொள்ளுமாறு எந்த சாதியை யும் நிர்பந்திக்கும் அதிகாரம் எவருக்கும் இல்லை. சாதி

சட்டங்களை மீறுகிறவனை விலக்கி வைக்க அதிகாரம் சாதிக்கு இருக்கிறது. சாதி பிரஷ்டத்திற்கும் மரண தண்டனைக்கும் அதிக வேறுபாடு இல்லை. பொது நலன் என்கிற உணர்ச்சியையே சாதி கொன்று விட்டது. பரோப கார உணர்ச்சியையும் அழித்துவிட்டது.

இந்து மதத்தவன் பொது மக்கள் எனக் கருதுவது தன் சாதியினரையே - தன் சாதிக்கு மட்டும் அவன் பொறுப் பாளியாக இருக்கிறான் என்கிற ஆய்வு விமர்சனங்கள் அம்பேத்கரிடமிருந்து வெளிப்பட்டது. இந்த நிலைமைகள் எந்தவித மாற்றமும் இல்லாமல் அப்படியே அதே நிலையில் தொடர்கின்றன எனச் சொல்ல முடியாது என்றாலும் சாதி எனும் மனோபாவத்தில் மாற்றம் ஏற்படவில்லை என்பதே இந்திய சமூக யதார்த்தமாக இன்றும் இருக்கிறது.

சகோதரத்துவம் ஜனநாயகத்தின் மற்றொரு பெயர் என பேசிய அம்பேத்கர் அதற்கான குணநலன்களைத் தருகிறார். உன்னத சமூகம் இயக்கத்தன்மை கொண்டு ஒரு பகுதியில் ஏற்படும் மாற்றங்களை பரவிட செய்ய வழிகொண்டதாகவும் இருக்க வேண்டும். தொடர்பிற்கு சுதந்திர வழிகள் வேண்டும். சமூக கலப்பு ஏற்படவேண்டும். இது தான் சகோதரத்துவம் என அம்பேத்கர் விளக்கம் செல்வதை நாம் காணலாம். ஜனநாயகம் சாரத்தில் சக மனிதர்களுக்கு மதிப்பும் மரி யாதையும் செய்யும் மனப்பாங்கு என்றார் அவர். சமத்துவம் என்பது கற்பனையாக இருந்தாலும் அதைத்தான் வழிகாட்டும் கோட்பாடாக ஏற்கவேண்டும். மனிதர்கள் சமநிலையில் இல்லாததால் ஏற்றத்தாழ்வுடன் நடத்தப்படவேண்டுமா என்கிற கேள்வி சமத்துவம் பேசுபவர்களுக்கு மிக முக்கிய மானது என்றார் அம்பேத்கர்.

நால்வர்ண அமைப்பு முறையில் மக்களை திரட்டுவது சாத்தியம் அல்ல- தீமையானது என்ற அறிவுரையை அவர் தருகிறார். ராமராஜ்யம் என்பது அவரைப்பொருத்தவரை நால்வருண அமைப்பைக் கொண்ட ராஜ்யம்தான். நால் வருணமுறை மனிதர்களை இழிவுபடுத்தும் முறையும் கூட.

ஒரே மதத்தவன் என்கிற உணர்வைவிட சாதிக்காரன் என்கிற சாதி உணர்வு தாழ்வானது என்று கருதச் செய்கிற சக்திகள் இந்து மதத்தில் குறைவு. இந்துக்கள் தங்கள் சமூக அமைப்பை மாற்றினால் ஒழிய முன்னேறவே முடியாது என்ற கருத்திற்கு உறுதியாக வந்தார் அம்பேத்கர்.

சாதிகளை ஒழிப்பது என்பதற்கு உபசாதிகளை ஒன்றிணைப்பது என்பது எதிர்மறை விளைவைத்தான் தரும் என்பது அம்பேத்கர் கருத்து. சாதியை தகர்த்தெறிய உண்மையான வழி கலப்புத் திருமணம் என்பதே அவரது வழிகாட்டுதல்.

சாதி என்பது ஒரு மனோநிலை - எனவே பௌதீகத் தடையை தகர்ப்பது போன்றதல்ல. மனநிலையில் மாறுதலை உருவாக்கவேண்டும். சாஸ்திரங்களை நிராகரித்து அதன் அதிகாரத்தை மறுக்கவேண்டும். இந்து மதம்தான் உங்கள் குறை என்று சொல்லும் துணிச்சல் வேண்டும். வேத சாஸ்திர அதிகாரத்தை ஒழிப்பதன் மூலமே சாதி புனிதம் தெய்வீகம் என்பதை ஒழிக்கமுடியும் என அம்பேத்கர் கருதினார்.

இங்கு ஒவ்வொரு சாதியும் சாதி ஏணி வரிசையில் தான் மற்றொரு சாதியைவிட மேல்நிலையில் இருப்பதில் ஆறுதல் அடைகிறது. பெருமிதம் கொள்கிறது. உயர்வான சாதிக்கேற்ற உரிமைகள். கீழான சாதி எனில் குறைவான உரிமைகள் என வைக்கப்பட்டுள்ளன. சாதியமைப்புக்கு எதிராக இந்துக்களை தட்டி எழுப்ப காரல்மார்க்சின் கோஷமான 'பாட்டாளிகளே நீங்கள் இழக்கப்போவது அடிமை சங்கலிதவிர வேறில்லை' என்பது பயன் தராது என்ற எண்ணம் அம்பேத்கரிடம் வலுவாக இருந்தது.

இந்து மதத்தில் செய்யப்படவேண்டிய சீர்திருத்தம் என அவர் பட்டியலிட்டவை:

1. ஒரே புனித நூல். அதற்கு அனைத்து இந்துக்களின் ஏற்பு.
2. வேத சாஸ்திர புராணங்கள் புனிதமானவையோ அதிகாரபூர்வமானவையோ அல்ல எனச் சட்டம்

3. புரோகிதர் முறை ஒழிக்கப்படுவது நலம். சாத்தியமாகாது எனக் கருதினால் பரம்பரை புரோகிதம் என்பது ஒழிக்கப்பட்டு புரோகிதத் தொழிலுக்கு அரசுத்தேர்வு-சான்றிதழ் எனும் சட்டம்.

3. சான்றிதழ் பெறாத புரோகிதர் செய்யும் சடங்குகள் செல்லாது. மீறுவது தண்டனைக்குரிய குற்றம் எனச் சட்டம்.

4. புரோகிதன் அரசு ஊழியன். அரசு விதிகளுக்கு கட்டுப்பட்டவன் என ஆக்கப்படவேண்டும். புரோகிதர் எண்ணிக்கையும் கட்டுக்குள் இருக்கவேண்டும்.

மார்க்சியவாதிகள் தங்கள் கட்சி சார்பாக அறிவிக்கும் திட்டங்களில் இப்படியெல்லாம் பேசியிருக்கமாட்டார்கள் என்பதை அக்கட்சிகளின் திட்டங்களை பார்த்தவர்களால் அறியமுடியும். அம்பேத்கர் முன்வைக்கும் திட்டங்களை செய்திட அசாத்திய அரசியல் துணிச்சலும் சாதகமான சூழலும் தேவைப்படும். அதிரடியாக சட்டம் போட்டு செய்து பார்த்தால் பெரும் கொந்தளிப்புகள் ஏதும் வெகு ஜனத்திரளிலிருந்து வந்துவிடாது என்றே எண்ணத் தோன்று கிறது. கட்டாய கலப்பு மணம் என்பது வேண்டுமானால் பல சாதிக்காரரர்களிடமிருந்து எதிர்ப்பை சந்திக்கலாம். ஆனால் புரோகிதமுறை சீரமைப்பு என்பதில் பிராமணர்கள் மட்டுமே பாதிப்பை உணரலாம்.

அரசியல் அமைப்பு சட்ட நிர்ணய சபையில் மேற்கூறிய அவரின் திட்டங்களை முன்வைத்து சட்டம் இயற்றுவதற்காக அம்பேத்கர் நேரிடையாக ஏதும் பேசியது போல் தெரிய வில்லை. அவரின் ‘இந்து கோடு’ மசோதாவையே நிறைவேற்ற முடியாமல் அவர் தன் அமைச்சர் பதவியிலிருந்து நேரு காலத்தில் விலகினார் என்பதையும் சேர்த்து நாம் மதிப்பிட வேண்டியுள்ளது. அனைத்து சாதியினரும் அர்ச்சகர் ஆகலாம் என்பதுடன் இம்முழக்கம் நின்று போய் உள்ளது. அனைத்து சாதியினரும் அனைத்து சாதியினருக்கும் இந்து மத புரோகிதராக இருக்கலாம் என்பதோ, அது அரசு

வேலையாக இருக்க வேண்டும் என்பதோ அரசியல் களத்தில் தொடர் கோரிக்கைகளாகக் கூட எழுப்பப்படவில்லை.

4

இந்து இந்தி இந்தியா எனும் புத்தகத்தில் தோழர் எஸ் வி ராஜதுரை 10 வது அத்தியாயமாக அம்பேத்கர் குறித்து 50 பக்கங்கள் எழுதியுள்ளார். அம்பேத்கர் சோசலிசம் தொடர்பாக எஸ்.வி.ஆர். தரும் சித்திரத்தை கீழ்கண்ட வகையில் தொகுத்துக் கொள்ளலாம்.

அம்பேத்கர் அரசு சோசலிசத்தை ஆதரித்தவர். ருஷ்யா- சீன ஆட்சிமுறைகளை விமர்சித்தவர்- ஜனநாயகமும் சோசலிசமும் பிரிக்க முடியாதவை என்றவர். சியாட்டோ ஒப்பந்தங்களை பாராட்டும் அளவிற்கு சென்றவர்

அம்பேத்கரின் தாராளவாத சிந்தனைகளை பூர்ஷ்வா தாராளவாத சிந்தனையுடன் ஒப்பிடக் கூடாது. தனிமனிதர்களுக்கு கட்டுப்பாடற்ற சுதந்திரம் என்பதை அவர் ஏற்கவில்லை.

அம்பேத்கர் 1930 களில் சாதி ஒழிப்பு திட்டத்தை உள்ளடக்கிய இடதுசாரி சித்தாந்தத்தை உருவாக்கி அரசியல் வடிவம் கொடுத்தார்- வெற்றி பெறமுடியவில்லை. அம்பேத்கர் காங்கிரசை பூர்ஷ்வா பார்ப்பனர் கட்சியாகவே பார்த்தார். தாழ்த்தப்பட்டவர்களுக்கு தனி வாக்காளர் தொகுதி, தனிக் கிராமங்களை அவர் வற்புறுத்தினார்.

இந்திய சமூகம் இந்து முஸ்லீம் கூட்டமைப்பு என்கிற கருத்தே காந்தி, நேரு, பொதுவுடையாளர்களிடம் இருந்தது. சாதி, மொழி, தேசிய இன அடையாளங்கள் தீவிர கேள்விக்கு உள்ளாகவில்லை. பொதுவுடைமைக்காரர்கள் தங்கள் திட்டத்தில் சாதி ஒழிப்பை சேர்த்திருக்கவில்லை.

மாநிலங்களில் ஆதிக்க சாதியினர் இழைக்கும் கொடுமையில் இருந்து தாழ்த்தப்பட்டவர்க்கு பாதுகாப்பு அளிக்க வலுவான மத்திய அரசாங்கம் தேவை என அம்பேத்கர் கருதினார்.

நிலம் கூட்டுடையாக்கப்படவேண்டும் என்ற அவர் சிறு உழவர்களின் நலன் பாதுகாக்கப்படுவதன் தேவையை உணரவில்லை. தனி சொத்துரிமை என்பதற்கான அரசியல் சட்டம் விதி 31 யை அவர் எதிர்த்தார் - நேரு, படேல், பந்த் ஆகியவர்களின் உடன்பாட்டின் விளைவு அது என்றார்.

புத்தரையும் மார்க்சையும் ஒப்பிட்டு புத்தரே ஏற்புக்குரியவர் என்றார். கம்யூனிஸ்ட்களின் தொழிற்சங்க நடைமுறைகளை விமர்சிப்பவராக இருந்தார். வன்முறை எதிர்ப்பு என்பதை அவர் உத்தியாகப் பார்த்தார். காந்தியின் அகிம்சை போன்ற தல்ல அது. 1938ல் பம்பாயில் தொழிற்தராறு சட்டம் வந்த போது கடுமையாக எதிர்த்தார். வேலை நிறுத்தம் ஒருவகைப் பட்ட தெய்வீக உரிமை என்றார்.

பார்ப்பனியம் என்பதை சுதந்திரம், சமத்துவம், சகோ தரத்துவம் மறுப்பு என்கிற பொருளில் அம்பேத்கர் பார்த் தார். பார்ப்பனியம் எல்லா வகுப்புகளிலும் கட்டுக்கடங்காமல் இருக்கிறது. பொருளாதார வாழ்க்கையை பாதிக்கும் அளவு வலிமையாக இருக்கிறது.

வர்க்கம் என்பதுடன் சாதி குறித்தும் அதிகம் பேசினார் அம்பேத்கர். மார்க்சியர் பேசிய அடித்தளம்- மேலடுக்கு ஆகிய கருத்தாக்கங்களுக்கு புதிய பொருளை அம்பேத்கர் வழங்கினார்.

மரபு மார்க்சியர்களைப் போல அடித்தளத்திற்கு அவர் முதன்மை வழங்கவில்லை. சித்தாந்த மேலடுக்கிற்கு முதன்மை கொடுத்தார். சாதி எதிர்ப்பு போராட்டத்தை ஜனநாயக, முதலாளித்துவ எதிர்ப்பு சோசலிச போராட்டமாக அவர் வரையறுத்தார்.

சாதி எதிர்ப்புப் போராட்டங்களை பொருளாதார சுரண்டலுக்கு எதிரான போராட்டமாக வரையறுக்கவும், மாற்று பொருளாதார சிந்தனையுடன் சாதி எதிர்ப்புக் கொள்கைகளை இணைக்கவும் அவரால் முடியவில்லை.

பௌத்தம் பற்றி உயர்வாக அவர் நினைத்த போதிலும் பொருளாதார சுரண்டலை ஒழிக்க மார்க்ஸ், புத்தர் இருவரிடமிருந்து பொருத்தப்பாடனவற்றை அவர் எடுத்துக்கொண்டார்

பொதுவாக சொன்னால் அவர் சாதிப் பிரச்னைகளுக்கு அரசியல் தீர்வுகளை வழங்கினாரே தவிர பொருளாதார மாற்றங்களும் அரசியல் தீர்வுகளும் இணைந்து காணப்பட்டத் தீர்வு எதையும் அவர் முன்வைக்கவில்லை.

சோசலிச கருத்துக்களை ஏற்றுக்கொண்ட அவர் தனது அறிவிற்குட்பட்டிருந்த பொருளாதார கருத்தாங்களை சோசலிச சிந்தனைக்கேற்ப மறுவரையறை செய்யாது விட்டுவிட்டார். அவர் அறிந்தது அதிகாரவர்க்க சோசலிசம்தான். இந்த அரசு சோசலிசம் இந்தியச் சூழலில் பார்ப்பன பனியா மேலாண்மையையே சாத்தியப்படுத்தும் என்பதை அவர் காணாதது முரண்.

அவர் சோசலிச ஆய்வுகள் எதையும் மேற்கொள்ளவில்லை. அதே நேரத்தில் வேறு ஆய்வுகளில் ஈடுபட்டு சில அரிய செய்திகளை வெளிக்கொணர்ந்தார். வரலாற்று வல்லுநராக செயல்பட்டார்.

அம்பேத்கரை ஆழமாக கற்பது இந்திய துணைக் கண்டத்தில் நிறைவேற்றப்படவேண்டிய பார்ப்பன பனியா எதிர்ப்பு புதிய ஜனநாயக போராட்டத்திற்கும் சோசலிச போராட்டத்திற்கும் இன்றியமையாததாகும்.

மார்க்சியர்களால் ஏற்கத் தகுந்த மதிப்பீடுகளாகவே எஸ் வி ஆர் முன்வைத்தவற்றை புரிந்துகொள்ளலாம். சாதி குறித்த அம்பேத்கர் புரிதலை மார்க்சியர்களின் வர்க்கம் சார்ந்த புரிதலுக்கு தேவையான நட்பு உரையாடலாக எடுத்துக்கொண்டு இந்திய சமூகம் அடுத்தக் கட்டம் நோக்கி நகர்தல் அவசியம் என்பது பொதுவாக இன்று மார்க்சியர்களாலும் தலித் சிந்தனையாளர்களாலும் ஏற்கப்பட்டுள்ளது.

ஆனந்த் டெல்டும்டே அம்பேத்கரின் *Indian Communism* என்பதற்கு நல்ல அறிமுகம் ஒன்றை எழுதியுள்ளார்.

அம்பேத்கரியர் கம்யூனிஸ்ட்களின் இணக்கம் மேம்பட்டு சரியான புரிதல் வரவேண்டும் என்பதை அவர் நோக்கமாக நாம் புரிந்துகொள்ளலாம். டெல்டும்டே முன்வைப்பதை சுருக்கமாக பார்க்கலாம்.

அம்பேத்கர் தனது ஆய்வுகளின் மூலம் கம்யூனிஸ்ட்களின் வழிகளைவிட புத்தரின் முறைகளே ஏற்கத்தகுந்தது என வந்தடைகிறார். சில சக்திகள் அவரை கம்யூனிஸ்ட்களின் எதிரியாக சித்தரிக்க முனைகின்றனர். இதனால் அவரை பிற்போக்கு சக்திகளிடம் தள்ளிவிடும் ஆபத்தையும் அவர்கள் செய்கின்றனர்.

நேரிடையாக அம்பேத்கர் மார்க்ஸ் சொன்ன பொருளில் 'வர்க்கம்' என்பதை ஆளாவிட்டாலும் தலித் என்பது *quasi class term* என்கிறார் டெல்டும்டே. கம்யூனிஸ்ட்களுக்கு எதிராக அம்பேத்கரை நிறுத்தியவர்கள் பிராமணீய-முதலாளித்துவ கேம்பில் போய் நிற்பதை பார்க்கமுடிகிறது. இத்துடன் தலித்களின் பொருளாதார நலன்கள் என எவர் பேச ஆரம்பித்தாலும் அவர்களை கம்யூனிஸ்ட்கள் என முத்திரை குத்துவதும் நடக்கிறது.

அம்பேத்கர் மறைவிற்கு பின்னர் ஆர்.பி.அய். 1957ல் துவக்கப்பட்டது. அடுத்த ஆண்டே அது காம்ப்ளே அணி, கெய்க்வார்ட் அணியாக பிளவுண்டது. அரசியல் அமைப்பு சட்டத்தின் தந்தை அம்பேத்கர், அனைத்தும் அவர் காட்டி யுள்ள சட்டவடிவ முறையிலேயே என காம்ப்ளே பிரிவு பேசியது. சத்தியாக்கிரகம் அம்பேத்கரின் பாதையில்லை என்றது. கெய்க்வார்ட் அணியினர் கம்யூனிச தாக்கத்தில் உள்ளனர் என விமர்சித்தது.

கெய்க்வார்டு பிரிவு நிலப்பகிர்விற்கான போராட்டம் அவசியம் எனக் கருதியது. இருவரும் அம்பேத்கர் வாக்கியங்களை மேற்கோள்காட்டி பேசமுடிந்தது. வாக்மேர் எஸ்.சி.எஃப். தலைவர் 1953ல் அம்பேத்கரை சந்தித்தபோது அம்பேத்கர் அவரிடம் எவ்வாறு தன் ஏமாற்றம் குறித்து பேசினார் என்பதை பார்க்கத் தவறக் கூடாது என்றது

கெய்க்வார்ட் பிரிவு. நகர்ப்புற தலித்கள் கொஞ்சமாவது பலனடைந்தனர் - ஆனால் கிராமப்புறத்தில் உள்ளோர் நிலையில் மாற்றம் ஏற்படுத்த முடியாமல் போயுள்ளதே என்பதை வாக்மேர் சந்திப்பில் அம்பேத்கர் சொல்கிறார்.

ராம்விலாஸ் பாஸ்வான், உதித் ராஜ் போன்றவர்கள் அரசியலில் பி ஜே பி பக்கம் போய் நிற்கையில், அம்பேத்கரின் பேரன் பிரகாஷ் அம்பேத்கர் அம்பேத்கருக்கு விரோதியானவர் மாவோயிஸ்ட்களின் அனுதாபியாகவுள்ளவர் எனும் சித்தரிப்புகள் நடந்தன.

அம்பேத்கர் தன்னை மார்க்சிஸ்ட் என அழைத்துக் கொள்ளாமல் இருந்திருக்கலாம். ஆனால் அவர் சோசலிச எண்ணங்களைக் கொண்டவர். மக்களின் வறுமை அறியாமை போக்கப்பட வேண்டும் என்ற எண்ணம் அவரை உந்தி செயலுக்கு தள்ளியது.

கல்வித்தொகை கிடைக்கும் என்ற எண்ணத்தில் லண்டன் ஸ்கூல் ஆப் எகானமிக்ஸில் அம்பேத்கர் சேர்ந்தார். கிடைக்காத காரணத்தால் அவர் ஜூன் 1917ல் பரோடா சமஸ்தானத்தில் சேர்ந்தார். அங்கு உயர் மிலிட்டரி செக்ரடரி பதவியில் அமர்த்தப்பட்டார். சாதியின் பெயரால் பல அவமானங்களை சந்திக்க நேர்ந்தது. இக்காலத்தில்தான் அக்டோபர் புரட்சி ருஷ்யாவில் நடந்தேறுகிறது. ஆனால் அதைப் பற்றிய பிரதிபலிப்புகள் ஏதும் அவர் செய்ததாக அறியமுடியவில்லை.

அக்டோபர் புரட்சிக்கு பின்னர் 12 ஆண்டுகள் கழித்து பகிஷ்கிருத் பாரத்தில் தலையங்கம் ஒன்றை (செப் 27 , 1929) அவர் எழுதினார். First Top then Foundation எனப்பொருள் தரும் தலைப்பில் அத்தலையங்கம் எழுதப்பட்டது.

முன்னதாக 1928 வேலைநிறுத்தக் காலத்தில் அவர் அந்த பத்திரிகையில் எழுதியதாக டெல்டும்டே குறிப்பிடுவதாவது:

The communists are trying to capture the labour movement in the country... the main aim behind the strikes not to improve the economic condition of workers but to train them for revolution.

அம்பேத்கர்: அறிமுகமும்-கம்யூனிசமும்

கம்யூனிஸ்ட்கள் பேசும் இலட்சிய சமூகம் அமைந்திட இந்த சமூகத்தின் உணர்வுநிலை இன்னும் தயாராகவில்லை. முன்கூட்டி செய்யவேண்டிய தயாரிப்பு வேலைகளில் கவனம் செலுத்தாமல் கம்யூனிஸ்ட்கள் புரட்சி குறித்த கனவில் இருக்கிறார்கள் என அம்பேத்கர் எழுதினார்.

நவம்பர் 15, 1929ல் அப்பத்திரிகையில் *what is called revolution* என்கிற பொருள்பட எழுதியிருந்தார். இது குறித்து டெல்டும்டேயின் பதிவானது:

He wrote that the communists did not pay attention to truth-untruth, just-unjust and did not even mind unleashing atrocities in pushing their aim of establishing a state like Soviet Russia. He said these methods were not acceptable to him because not only did they come in the way of progress of the country but they would also push it backward.

சைமன் கமிஷனுடன் அம்பேத்கர் ஒத்துழைக்கிறார் என்கிற விமர்சனத்தை கம்யூனிஸ்ட்கள் வைத்ததின் எதிர்வினையாக அம்பேத்கர் தனது விமர்சனங்களைத் தந்தார். வேலைநிறுத்தத்தில் தலித்கள் பங்கேற்கவேண்டாம் என அறிவுறுத்தியதும் கம்யூனிஸ்ட்களின் விமர்சனத்திற்கு உள்ளானது. அம்பேத்கர் மட்டுமல்ல முஸ்லீம்களும் இதில் பங்கேற்கவேண்டாம் என்கிற எதிர்வினையையும் கம்யூனிஸ்ட்கள் அவ்வேலைநிறுத்தத்தின் போது சந்தித்தனர்.

வாழ்நாள் முழுதுமான அம்பேத்கர் விமர்சனம் இங்கிருந்த கம்யூனிஸ்ட்களின் நடைமுறை சார்ந்த அம்சங்களில் இருந்ததே தவிர மார்க்சியம் எனும் கோட்பாட்டின் மீதாக இல்லை என சொல்லலாம். இங்கு புரட்சி எனப்பேசியவர்கள் அதற்கு முன் தேவையாகவுள்ள சாதி பிரச்னைகளின்பாற் கவனம் கொள்ளாமை- *moral infirmities of Communist methods* தான் அவரின் விமர்சனத்திற்கான காரணங்களாக டெல்டும்டே சொல்கிறார்.

இந்தியாவில் சாதிகள் எனும் ஆய்வில் வர்க்கங்களின் இருப்பை அம்பேத்கர் பேசுகிறார். இந்தியா விதிவிலக்கல்ல எனவும் சொல்கிறார்.

Society is composed of classes. It may be an exaggeration to assert the theory of class conflict, but the existence of definite classes in a society is a fact. Their basis may differ. They may be economic, or intellectual or social, but an individual in a society is always a member of a class. This is universal fact and early Hindu society could not have been exception... we have only to determine what was the class that first made itself into a caste, for class and caste, so to say are next door neighbours, and it is only a span that separates the two. A caste is an enclosed caste.

அம்பேத்கரின் மிகமுக்கிய விளக்கமாக இது பார்க்கப்பட வேண்டும். மார்க்சிய வகைப்பட்ட வர்க்கம் என்கிற வரையறை யுடன் எங்கு மாறுபடுகிறது என்பதை பார்க்கவேண்டும்.

மார்க்ஸ் இந்தியா பற்றி எழுதும்போது *The Future Results of British Rule in India 1853*ல் சாதி இந்தியாவின் வளர்ச்சிக்கு மிக தீர்மானகரமான தடை *the most decisive impediment to India's progress and power* என எழுதியுள்ளார். வம்சவழிப்பட்ட உழைப்பு பிரிவினை என்கிற இம்முறை பிரிட்டிஷாரின் இரயில்வே உள்ளிட்ட வருகையாலும் தொழில்நுட்ப பொருளாதார வளர்ச்சியிலும் பாரம்பரிய கிராம முறை நொறுங்கிப் போகலாம் என அவர் நினைத்தார். இதை விளக்கும் போது டெல்டும்டே சொல்வதானது:

Marx realized later that he had exaggerated the possible impact of the spread of Railways, on the traditional relations of production characterized by the Indian village community. The important point is that Marx clearly and casually connected the archaic social formation of castes in India with the relations of productions.

மார்க்சின் இந்த கட்டுரைகளை அம்பேத்கர் படித்திருந்தார் என்பதற்கு நமக்கு ஏதும் ஆதாரங்கள் கிடைக்கவில்லை

என்கிறார் டெல்டும்டே... சாதியை எதிர்த்த போராட்டம் வர்க்கப் போராட்டத்துடன் இணைந்த ஒன்று என்பதை அம்பேத்கர் மறுக்கவில்லை. சாதி எதிர்த்த போராட்டத்தையே அவர் வர்க்கப்போராட்டம் எனக்கூட தெரிவித்தார். பொருளாதார அடிப்படை மட்டுமே என கம்யூனிஸ்ட்கள் பேசியதை அவர் ஏற்காமல் இருந்தார். அவரிடம் அரசியல் புரட்சிகள் எல்லாம் மத-சமூக புரட்சிகளை அடுத்தே நடந்தன என்ற கருத்து வலுவாக இருந்தது.

இந்தியாவில் இரயில் வருகை மட்டுமல்ல தொடர்ந்த பெரும் தொழில்மயமாக்கலாலும்கூட சாதியின் கோட்டையை தகர்க்க முடியவில்லை. இங்கு சாதி ஏற்பாடு காலகாலமானது- நிரந்தரமானது என்கிற உணர்வுதான் மேலோங்கியிருக்கிறது.

A caste is an Enclosed Class என அம்பேத்கர் கூறினார். தீண்டப்படாதவர்களை தலித் வர்க்கம் என மராத்தியில் குறிப்பிட்டார். இது மார்க்சிய வகைப்பட்ட வரையறையாக இல்லாமல் போகலாம்- வெபர் சார்ந்ததாக இருக்கலாம் என்கிறார் டெல்டும்டே.

1909 மின்டோ மார்லி சீர்திருத்தக் காலத்தில் ஆதிவாசி களும், தீண்டப்படாதவர்களையும் இந்துக்கள் என்கிற அடைப்பில் வைக்கக் கூடாது என முஸ்லீம் லீக் பேசியது. இது அம்பேத்கருக்கும் உகந்த கருவியானது. 1927 மகத் சத்தியாகிரகத்திற்குப் பின்னர் இந்துக்கள் மீது இருந்த நம்பிக்கை அவருக்கு முற்றிலும் சரிந்தது. 1930 வட்டமேசை மாநாட்டை நல்வாய்ப்பாக அம்பேத்கர் புரிந்துகொண்டு ஒடுக்கப்பட்டோர் கோரிக்கைகளை முன்னெடுத்தார். தொடர்ந்த போராட்டத்தில் அவரால் பிரிட்டிஷ் பிரதமராக இருந்த ராம்சே மாக்டோனால்ட் அவர்களை வரலாற்றுத் தன்மை நிறைந்த கம்யூனல் அவார்ட்டை ஆகஸ்ட் 4 1932ல் கொடுக்க வைக்க முடிந்தது. காந்தி உண்ணாநோன்பை

அடுத்து புனா உடன்பாடு ஏற்பட்டு கூட்டுவாக்காளர் தொகுதியில் கூடுதல் இடங்களை அம்பேத்கரால் பெற முடிந்தது.

கம்யூனிஸ்ட்கள் தனித்த வாக்காளர் முறையை எதிர்த்தனர். The Govt is far more interested in the mainly artificial and ultimately reactionary 'depressed classes' movement and in giving them a separate electorate என்று மீரட் சதிவழக்கின்போது பேசினர்.

இந்திய அரசாங்க சட்டம் 1935யைத் தொடர்ந்து 1937 தேர்தல்கள் மாநிலத்திற்கு நடந்தன. அம்பேத்கர் 1936 ஆகஸ்டில் இண்டிபெண்டெண்ட் லேபர் பார்ட்டியை துவங்கினார். பிரிட்டிஷ் பாபியன் சோசலிஸ்ட்களின் மாதிரியை அவர் மனதில் கொண்டார். கம்யூனிஸ்ட்களும் சோசலிஸ்ட்களும் அப்போது காங்கிரசிற்குள் சோசலிஸ்ட் பார்ட்டி என செயல்பட்டு வந்தனர். அம்பேத்கரும் சோசலிஸ்ட்களும் இணைந்து ஜனவரி 1938ல் விவசாயிகளின் பெரும்பேரணியை மும்பையில் நடத்தினர். இக்கூட்டத்தில் பணம்படைத்த சாதி, ஏழைசாதி என இரண்டுசாதிகள் மட்டுமே உள்ளது. சாதி, மத வேறுபாடுகளைக் கடந்து நாம் திரளவேண்டும் என அம்பேத்கர் உரையாற்றினார். வர்க்கப்போராட்டம் என்பதில் மாறுபாடு இருந்தாலும் கம்யூனிச தத்துவம் நமக்கு நெருக்கமானதே என்றும் குறிப்பிட்டார்.

இதேபோல் கொடுமையான தொழிற்தகராறு சட்டம் ஒன்றை 1938ல் பம்பாய் அரசாங்கம் கொணர்ந்தபோது அம்பேத்கரும் கம்யூனிஸ்ட்களும் எதிர்த்து போராடினர். சட்டமன்றத்தில் வேலைநிறுத்த உரிமைக்கான குரலை அம்பேத்கர் உரக்க எழுப்பினார். The right to strike is another name for the right of freedom என்றார்.

கம்யூனிஸ்ட்கள் அம்பேத்கரின் சுதந்திர லேபர் கட்சியை முழுமையாக வரவேற்கவில்லை. அம்பேத்கரும் அவர்கள் தொழிலாளர் உரிமை என்கிறார்களே தவிர மனித உரிமை களுக்காக போராடவில்லை என விமர்சித்தார்.

1946ல் 'செட்யூல்ட் காஸ்ட் பெடெரேஷன்' சார்பில் States and Minorities எழுதி வெளியிட்டார். அதில் அரசு சோசலிச

கண்ணோட்டத்தை வெளிப்படுத்தியிருந்தார். அரசாங்கமே தொழில் நடத்துவது, இன்ஸ்யூரன்ஸ் அரசாங்கமே நடத்துவது, கூட்டுறவுமுறையில் அரசாங்க மூலதனத்துடன் தேசியமயமான நிலம் போன்றவைகளை அம்பேத்கர் பேசியிருந்தார்.

அம்பேத்கரின் 'ராடிகல்' எனும் கட்டம் எஸ்.சி.எஃப். துவங்கிய 1942ல் முடிவுற்றதாக டெல்டும்டே சொல்கிறார். அய்.எல்.பி கட்சி கைவிடப்படுவதும், வைஸ்ராய் கவுன்சிலில் அவர் சேர்வதும் நடக்கிறது. சிவில் ஒத்துழையாமையை ஒடுக்குவதில் பிரிட்டிஷ் தீவிரமாக இருந்த நேரமது. அம்பேத்கர் தொழிலாளர்க்கு சாதகமான சில விஷயங்களை கொண்டுவந்தார். நாடே முழுமையாக கம்யூனலாக இருக்கும்போது வர்க்க அரசியலை தொடர்வதில் அர்த்தம் ஏதுமில்லை என அவர் கருதியிருக்கக்கூடும்.

கெயில் ஓம்வெத் பார்வையில் 1930களில் மார்க்சியத்துடன் அருகாமையில் இருந்த அம்பேத்கர் 1950களில் விலகி சமூக ஜனநாயகவாதியாக காட்சியளிக்கிறார். கம்யூனிசம் குறித்த ஆர்வம் அவரிடம் இருந்தது. கொலம்பியா பல்கலையில் பேரா ஜான் துவேயின் செல்வாக்கால் அவர் ஈர்க்கப்பட்டார். துவே காரிய சாத்திய சிந்தனையாளராகவும், பாபியன் சோசலிஸ்ட்டாகவும் அங்கு புகழுடன் இருந்தார். அம்பேத்கர் பேசிய 'ஸ்டேட் சோசலிசம்' என்பதை மார்க்சிய பொருளாதார ஏற்பு என கருதமுடியாது என்கிறார் டெல்டும்டே.

அரசு சோசலிசம் என்பது அரசின் மூலமாக நலன்களை அனைவருக்கும் உருவாக்குதலை நோக்கமாக வைக்கும். அரசு உதிர்ந்துபோதல், அரசு நீக்கம் என்பது அங்கு பேசப் படுவதில்லை.

ஆகஸ்ட் 26 1954ல் அம்பேத்கர் தன் உரை ஒன்றில் ருஷ்ய சார்புநிலையை அரசாங்கம் எடுத்து வருவதை விமர்சித்தார். கம்யூனிசம் காட்டுத்தீ போன்றதென்றார். *communism is like a forest fire- it goes on burning and consuming anything and everything that comes in its way* எனக் குறிப்பிட்டார். ஆனால் ஸ்டாலின் இறந்ததை அறிந்து அவர் உண்ணாமல் இருந்து துக்கம் அனுசரித்தார்.

ஜனதா டிசம்பர் 1945ல் *Beware of Communists* என்கிற கட்டுரையை அவர் எழுதினார். 1952 தேர்தலில் டாங்கேவும் அம்பேத்கருக்கு வாக்களிக்காதீர் எனப் பேசினார். அம்பேத்கர் செலிக் ஹாரிசன் என்ற பத்திரிகையாளருக்கு 1953ல் தந்த பேட்டியில் மராத்திய கம்யூனிஸ்ட்களின் பலவீனத்தை விமர்சிக்கிறார்.

The Communist Party was originally in the hands of some Brahmin boys. They have been trying to win over the Maratha and SCs. But they made no headway why? Because they are mostly bunch of Brahmin boys. The Russian made a great mistake to entrust the Communist movement in India to them. Either the Russians did not want Communism in India- they wanted only drummer boys- or they did not understand.

இதை பம்பாய் கம்யூனிஸ்ட்கள் நடத்தைக்கான விமர்சனமாக எடுத்துக்கொள்ளலாம். ஆனால் இந்த பிராமணப் பையன்களிடம் கம்யூனிசம் ஒப்படைக்கப்படாமல் அம்பேத்கரோ வேறு எவராவதோ தடுத்து இந்திய நிலைமைகளை ருஷ்யர்களுக்கு புரிய வைத்திருக்கலாமே. அப்படி அம்பேத்கரோ வேறு எவரோ முயற்சி எடுத்து அதை ருஷ்யர்களோ அல்லது அன்றிருந்த பிரிட்டிஷ் கம்யூனிஸ்ட் கட்சியோ அல்லது அகிலமோ உதாசீனப்படுத்தியதற்கு எவ்வித ஆதாரமும் தெரியவில்லை. அம்பேத்கர் தனது ஆவணங்களை சோவியத் கட்சிக்கு அனுப்பியதாகவோ அதை அவர்கள் நிராகரித்து தாங்கள் சொல்லும் வர்க்கப்போராட்டம் ஒன்றே வழி- அதற்கு இது போன்ற பிராமண பையன்கள்தான் தலைமை தாங்க வேண்டும் என சொன்னதாக அறியமுடியவில்லை.

சோவியத் கட்சி காந்தியை உற்று நோக்கி கருத்து தெரிவித்த அளவு அம்பேத்கர் இயக்கத்தை ஏன் கவனிக்கவில்லை

என்பதும் இன்று முக்கிய கேள்வியாக எழுவது தவிர்க்க முடியாதது. இந்தியாவிலும் *they took Marxism as a creed, a quasi religion* என்கிற விமர்சனம் அம்பேத்கரியர்களிடமிருந்து இன்றும் இருப்பதை பார்க்கமுடியும்.

இங்கு எம் என் ராய், டாங்கே உட்பட எவரும் சாதி என்பதை மிக முக்கிய காரணியாக பார்க்கவில்லை என டெல்டும்டே விமர்சிக்கிறார். தோழர் அதிகாரி தொகுத்த இந்திய கம்யூனிஸ்ட் கட்சியின் ஆவணத்திலிருந்து கீழ்கண்ட வரிகளை டெல்டும்டே தருகிறார்.

It should be understood that from the stand point of communism this question of untouchability is purely an economical problem. Whether this class of people are admitted in temples or streets is not a question connected with our fight for swaraj. With the advent of Swaraj these social and religious disabilities will fall off themselves

Communists have neither caste nor creed nor religion. As Hindus, Mohammedans or Christians they may have private views about them. The question of untouchability is essentially associated with economic dependence of the vast masses of these Indians. No sooner their economic dependence is solved, the social stigma of untouchability is bound to disappear (vol 2 Documents of history of CPI page 651)

கே என் ஜோக்லேகர் போன்ற பஞ்சாலைத் தொழிற்சங்கத் தலைவர்கள் பிராமண சபா உறுப்பினராக இருந்தது பிரச்சனையாகி 1927ல் கட்சி அவரை சபாவிலிருந்து வெளியேற அறிவுறுத்தியதாக டெல்டும்டே சொல்கிறார்.

அதிகாரியும் மற்றவர்களும் சேர்ந்து 1933ல் கட்சி உறுப்பினர் என்பதை வரையறை செய்கிறார்கள். அதில் சாதி சபாக்களில் இருக்கக்கூடாது என நிபந்தனை ஏதுமில்லை எனவும் டெல்டும்டே சுட்டிக்காட்டுகிறார்.

A member of the party is any person who recognizes the programme of the Communist International, the Draft platform of CP and who works in one of the party organizations, obeys the decision of the party and the Communist International and regularly pays membership dues என்ற வாசகங்களே இருந்தது.

இந்திய கம்யூனிஸ்ட் கட்சியின் வரலாற்று ஆவணங்கள் வால்யூம் 3ல் காணப்படும் அம்பேத்கர் குறித்த விமர்சன வரிகளையும் டெல்டும்டே காட்டுகிறார்.

Reformist separatist leader who kept untouchables away from the general democratic movement and to foster illusion that the lot of untouchables could be improved by reliance on imperialism (page 15-16)

அதேபோல் 1952 மார்ச்சில் சி பி அய்யின் மத்திய கமிட்டி செட்யூல்ட் காஸ்ட் பெடெரேஷன் குறித்து தீர்மானம் ஒன்றை நிறைவேற்றியது. அதில் காணப்படும் சில வரிகளை டெல்டும்டே தருகிறார்.

The economically most exploited and socially most oppressed Schduled caste masses urge for economic betterment and social equality have been given a distorted and disruptive form by their pro imperialist and opportunist leader, Dr Ambedkar who has organized them on a communal, anti caste Hindu basis in the SCF.

The party must sharply expose the policies of Ambedkar and wean the SCF masses away from his influence by boldly championing the democratic demands of the SC masses, by fighting caste Hindu oppression against them and by drawing them into mass organizations

டிசம்பர் 3 1944ல் பீப்பிள்ஸ் வார் இதழில் பி டி ரணதிவே அவர்கள் பிரிட்டிஷ் ஏகாதிபத்திய எதிர்ப்பில் அம்பேத்கர் நிற்க தவறுவதை விமர்சித்திருந்தார். ஒடுக்கப்பட்ட தீண்டத் தகாதவர்களுக்கு விடிவு என்பது விடுதலை போராட்ட இயக்கத்தில் இணைத்துக்கொள்வதில்தான் இருக்கிறது. நாட்டை

தொழிற்மயப்படுத்தல், நிலபிரபுத்துவ ஒழிப்பு ஆகியவை மூலம் தலித்களை சுயமாக நிற்கவைத்தலில் தான் அது சாத்தியமாகும் என தோழர் ரணதிவே எழுதியிருந்தார்.

கிராஸ்ரோட்ஸ் அக்டோபர் 19 1951ல் அம்பேத்கர் மந்திரி சபையிலிருந்து வெளியேறியது குறித்து கேலி தொனியில் எழுதியதை டெல்டும்டே சுட்டிக்காட்டுகிறார். அக்கட்டுரையின் தலைப்பு *Ambedkar's move to detach SC from the Left* என்பதாகும். அதில் கீழ்கண்ட விமர்சனம் காணப்பட்டது.

Kept the SCs out of the national movement by exploiting their just grievances against Congress, they developed separatist tendencies among them, prevented their radicalization and helped, along with the communal Muslim league leaders, the astute British imperialists in playing their diabolical game of divide and rule. They advanced neither the cause of India's political emancipation nor economic and social progress.

காபினட் மிஷன் தலித்களை சிறுபான்மை வகுப்பினர் என ஏற்காததை எதிர்த்து ஜூலை 15 1946ல் புனேவில் இயக்கம் நடந்தது. போலீசார் அடக்குமுறையை கட்டவிழ்த்தனர். சி பி அய் கட்சி இந்த அடக்குமுறைகளை கண்டித்தது என்றாலும் அம்பேத்கர் பிரிட்டிஷாருடன் உறவாடியதையும் அவர்களை நம்பி செயல்படுவதையும் விமர்சித்து பீப்பிள்ஸ் ஏஜ் பத்திரிகையில் எழுதியது.

அம்பேத்கரும் பாட்டாளி வர்க்க சர்வாதிகாரம் என்பதை ஏற்கவில்லை. அம்பேத்கருக்கு அரசியல் ஜனநாயகத்துடன் பொருளாதார ஜனநாயகம் என்பது அவசர அவசியமாக இருந்தது. சுதந்திரம், சமத்துவம், சகோதரத்துவம் ஆகியவற்றை தாம் புத்தரிடமிருந்து எடுத்துக்கொண்டதாக அவர் தெரிவித்தார். சமூக உறவுகள் நிறைந்த கூடி வாழ்தல்முறையை ஜனநாயகம் என அவர் வரையறுத்தார்.

இந்தியாவும் கம்யூனிசமும் என்கிற புத்தகத்தை அவர் முழுமையாக எழுதி முடித்திருப்பாரேயானால் அவருடைய

பார்வை மேலும் சரியாக புலப்பட்டிருக்கும். இது தொடர்பாக அவர் திட்டமிட்ட தலைப்புகளில் இந்து சமூக முறை, இந்து சமூக முறையின் அடிப்படைகள் என்பன மட்டும்தான் நமக்கு கிடைத்துள்ளன என டெல்டும்டே குறிப்பிடுகிறார்.

அம்பேத்கர் குறித்து விரிவான ஆய்வை *w N* குபர் செய்திருந்தார். பீப்பிள்ஸ் பப்ளிஷிங் ஹவுஸ் வெளியீடாக *Ambedkar a critical study* வந்தது. *Builders of Modern India* வரிசையிலும் குபர் அம்பேத்கர் வாழ்க்கை மற்றும் பணிகள் குறித்து எழுதியிருந்தார். குபர் ஆய்வுகள் மார்க்சிய கண்ணோட்டம் கொண்டது என பொதுவான ஏற்பை பெற்றது. குபர் தரும் சித்திரத்தை சுருக்கமாக புரிந்துகொள்வோம்.

அம்பேத்கர் ஏழை எளிய மனிதர்களுக்காக உறுதியாக நின்றவர். அவர்களின் வறுமை மீது தாக்குதல் தந்து மீட்க எண்ணி செயல்பட்டவர். ஒடுக்கப்பட்டவர்களுக்கு அரசியல் அமைப்பு சட்டப்படியும் நாடாளுமன்ற ஜனநாயக முறையிலும் அரசியல் அதிகாரம் பெற போராடியவர். வெற்றியும் பெற்றவர். அரசாங்க சோசலிச வகைப்பட்டு அவர்களின் பொருளாதார முன்னேற்றம் சாத்தியம் எனக் கருதியவர். எந்திரத்தொழில் அவசியம் எனவும் கருதியவர்.

The slogan of democratic society must be machinery, more machinery- civilization more civilization என்றார் அம்பேத்கர். அதே நேரத்தில் ஒடுக்கப்பட்டவர்கள் வர்க்கப் போராட்டம் என போய் விழுந்துவிடக்கூடாது எனவும் எச்சரித்தார். *State Socialism by law* என்பது அவர்தம் நிலைப்பாடாக இருந்தது. அரசியல் அமைப்பு சட்டம் என்பது அரசியல் வடிவமுறையை மட்டும் காட்டுவதாக இருக்கக்கூடாது- அதில் பொருளாதார வடிவமும் தெரிதல் வேண்டும் என்று சொல்லிவந்தார்.

குபர் எழுதும்போது இந்த மதிப்பீட்டை தருகிறார்: *Ambedkar did not believe in the annihilation of moneyed classes, but he wanted a radical change in their attitude towards human affairs...wanted to curb their unlimited sense of property and possession.*

அவருக்கு தர்மகர்த்தா கொள்கை மீது ஈர்ப்பு இல்லை. அதை கேலிக்குரியதாகவே பார்த்தார். ஏழைகள் அவ்வாறு இருப்பது பூர்வ ஜென்ம பலன் என பணம் படைத்தவர் சொல்லி தப்பிச் செல்லும் மத சிந்தனை அதில் உள்ளது என புரிந்துகொண்டார். அதை எதிர்த்து போராடவேண்டும். இங்கு சாதி பிடிமானம்தான் கிராமப்புறங்களில் முன்னேற்றத் திற்கு பெரும் முட்டுக்கட்டையாக இருப்பது என அறிவித்தார். According to him, the problem of Socialism in India was more social than economic என்ற மதிப்பீட்டையும் குபேர் தெரிவித்தார்.

புத்தர் காட்டிய வழி மார்க்சின் வழியைவிட பாதுகாப் பானது என்ற முடிவிற்கு அம்பேத்கர் வந்தடைந்தார். இதை மார்க்சியர் என சொல்லிக்கொள்ளும் எவரும் ஏற்பது கடினம். புத்தர் பேசிய வன்முறையற்ற வழி என்பதை இந்தியாவில் ஏற்றுக்கொண்ட கம்யூனிஸ்ட்கள் இருக்கின்றனர்.

அம்பேத்கர் பம்பாய் சட்டமன்றத்தில் செப்டம்பர் 17 1937ல் மகர் வாடன் எனும் முறையை ஒழிக்கும் மசோதாவைக் கொணர்ந்தார். 1927 முதல் தொடர்ந்து 10 ஆண்டுகள் இம்முறை எதிர்த்து அவர் போராடிவந்தார். குத்தகைதாரர் முறையில் அடிமைத்தனம் எதிர்த்த முதல் மசோதா இது.

சட்டவழிமுறைகளில் அவர் இப்பிரச்னைகளை தீர்க்க விழைந்தார். நிலவருவாய் கூட வருமானவரிக்குள் (இன்கம் டாக்ஸில்) வருவது நல்லது எனக் கருதினார். நிலமற்ற ஒடுக்கப்பட்டவர்களுக்கு கூட்டுப்பண்ணை முறை பயனளிக்கும் என்றார். நிலபிரபுத்துவம் ஒழிப்பு என்பதை ஏற்ற அவர் அரசே நில உரிமையாளராக இருப்பது பற்றிய மாற்றை கீழ்கண்டவாறு முன்வைத்தார்.

I too agree, that after abolishing landlordism, the state must be the owner of the land and not the proprietor or the peasant. The natural consequence of the abolition of landlordism must be collective farming or cooperative farming. But we are too much individualists..

the whole outlook of our peasants must be changed, then only we would be able to reap the fruits of our revolutionary attempt to throw off the yoke of landlords (kuber page 255)

நிலபகிர்வு எனப் பேசிய தோழர் டாங்கேயிடம் அனைவருக்கும் கொடுக்க எங்கே போதுமான நிலம் இருக்கிறது என அம்பேத்கர் வினவினார். *I prefer soviet system-collectivisation-according me it is the best* - சோவியத் கூட்டுப்பண்ணைமுறை சிறந்தது என தெரிவித்தார்.

ராஜ்யசபா விவாதம் ஒன்றில் செப்டம்பர் 18 1953ல் மூலதன திரட்சி குறித்து தன் கருத்துக்களை அவர் வெளிப்படுத்தினார். நமது வரிமுறை அதற்கு வழிவகை செய்வதாக இருக்கவேண்டும் என்றார்.

If we were a communist country - I have no doubt that we shall very soon become one or our economic life, industrial life or agri life, taken charge of the Govt- it would matter very little, how much we save and how much we do not save. But so long as we have not got a communist regime which takes complete responsibility for the welfare of the people and their education it is very necessary that our taxing system should be such that it should leave sufficient for the purpose of creating capital

மதுவிலக்கு எனும் பிரச்னையில் அவர் அரசிற்கு வேண்டிய நிதி தேவையா இல்லையா என்பதைக் கணக்கிட்டு பார்க்க வேண்டும் என்றார். நாட்டில் மதுபழக்கம் இருக்கும்போது கள்ளச் சந்தையில் எவரோ பணம் எடுத்து செல்வதை தடுக்க வேண்டும் எனக் கருதினார்.

1936 ஆகஸ்ட் 15ல் எஸ்.சி.எஃப். சார்பில் 5 ஆலோசனைகளை அவர் முன்வைத்தார். இராணுவச் செலவைக் குறைத்தல், உப்புவரியை மீண்டும் கொணர்தல், மதுவிலக்கை ரத்து செய்தல், காப்பீட்டு துறையை தேசியமயமாக்கல், அனைத்து தொழிலாளர்க்கும் கட்டாய காப்பீட்டு முறையைக் கொணர்தல் என்பனவே அவை.

மனிததேவைகள் வேறுபட்டு இருக்கும் என்பதால் முழுமையான சமத்துவம் என்பது இருக்க முடியாது. எவருக்கும் சிறப்பு சலுகை என்பதில்லாமல் போதுமான வாய்ப்புகளை உருவாக்குதல் அவசியம் என சமத்துவம் என்பதை அவர் விளக்கினார்.

எனது வகுப்பாரின் மேம்பாடு என்ற ஒன்றிற்காகவே நான் நிற்கிறேன். அதற்காகத்தான் காங்கிரசாருடன் கூட ஒத்துழைத்தேன். எனது வாழ்வின் மூன்று நோக்கங்கள் என மார்ச் 18 1955ல் அவர் பட்டியலிட்டார்- கல்வியை பரவ செய்தல், அரசாங்க சேவைகளில் தாழ்த்தப்பட்டவர்க்கு அதிக இடங்கள் பெறுதல், கிராமப்புற ஒடுக்கப்பட்டோரின் மேம்பாடு. வேறு அறிவுரை ஒன்றையும் அவர் எச்சரிக்கையாக விடுத்தார். கிராமங்களைவிட்டு வெளிக்கிளம்பாதவரை அவர்கள் வாழ்க்கையில் முன்னேற்றம் இருக்காது. எனது கிராம மக்களுக்கு என்ன நேரப்போகிறது என கண்ணீர் ததும்ப அவர் பேசியதையும் நாம் அறிய முடியும்.

It is my solemn vow to die in the service and cause of those downtrodden people among them whom I was born, brought up and I am living என அவர் உறுதியாக செயல்பாட்டை அமைத்துக்கொண்டார்.

அம்பேத்கர் தனக்கான மூன்று வழிகாட்டிகளாக கபீர், ஜோதிபா பூலே, புத்தர் ஆகிய மூவரையும் குறிப்பிட்டார். ஒவ்வொருவரின் செல்வாக்கையும் அவர் குறிப்பிட்டார்

Ambedkar regarded three greatmen as preceptors. The first was Kabir- who took him to the Bhakti cult. the second was Jyotiba Phooley who inspired him to strive for anti Brahminism and amelioration of masses, their education and uplift. The third was Buddha who gave him mental and metaphysical satisfaction and showed the way leading to the emancipation of the untouchables, by resorting to the path of mass conversion. (W N kuber Ambedkar Publication Division)

உலகில் எதுவும் நிரந்தரமானதல்ல என்பதை அம்பேத்கர் சொல்கிறார் There is nothing fixed, nothing eternal, nothing sanatan: that everything is changing, that change is the law of life for individuals as well as for society (Annihilation of caste BRA)

In an ideal society, there should be many interests consciously communicated and shared. there should be social endosmis" (Ranade, gandhi and Jinnah)

சமூகம் நிலைத்திருக்க வேண்டும் எனில் இந்தியா தனது சாதிமுறையை வெளியேற்றிக்கொள்ளவேண்டும் எனக் கருதினார். சமூக சமத்துவ சேனையை அவர் அமைத்தார். ஆனால் மகாத்மா படுகொலைக்குப் பின்னர் இவ்வமைப்பும் தடை பெற்றது.

Ambedkar formed the Samata Sainik Dal (social Equality Army). Its aim was to dislodge all those values which conserved and fostered anti- human elements in the name of traditional and cultural heritage. After the assassination of gandhiji in 1948, the Dal was banned. Ambedkar was against disbanding the Dal and remarked that to disband it was an act of cowardice.(kuber page 33)

அவர் சுதந்திர தொழிலாளர் கட்சியை துவங்கும்போது லேபர் என்பது ஒடுக்கப்பட்ட மக்களை உள்ளடக்கியதென்றார். ஜூலை 2 1942ல் அவர் வைஸ்ராய் கவுன்சில் பட்டியலில் இடம் பெற்றார். தொழிலாளர் இலாகாவை ஏற்றார். சுரண்டல் ஒழிப்பு, தொழிலாளர் நலன் குறித்து பேசவும் நடைமுறைகளை உருவாக்கவும் முயன்றார்.

காந்தியும் காங்கிரசும் அறிவித்த குவிட் இந்தியா போராட் டத்தை அம்பேத்கர் பொறுப்பில்லாத பைத்தியக்காரத்தன போராட்டம் என விமர்சித்தார். சிலர் வைஸ்ராய் கவுன்சிலிருந்து விலகினாலும் அம்பேத்கர் பொறுப்பில் தொடர்ந்தார்.

Ambedkar described Gandhiji's all out open rebellion as both (quit India) irresponsible and insane and a bankrutcy of statesmanship.

The Congress papers in criticism stated that Ambedkar justified the British policy as a return gift for the Labour membership of the Viceroy's Executive Council. Gandhiji started a 21 day fast on Feb 10 1943. M S aney, H P Modi, N R sarkar of the Executive council resigned, but Ambedkar and J P Srivatsava remained unmoved (kuber page 58)

ஆட்சி மாற்றம் என்பது இந்து முஸ்லீம் தாழ்த்தப்பட்டவர் என மூன்று பிரிவினரின் முத்தரப்பு உடன்பாடாகவே வரும் என காந்தியிடம் வைஸ்ராய் அறிவித்துவிடவேண்டும் என அம்பேத்கர் விழைந்தார்.

SCF சார்பில் அம்பேத்கர் May 6 1945 ல் தன் திட்டத்தை தந்தார். அரசியல் அமைப்பு சட்ட சீர்திருத்தம் என்பதில் பெரும்பான்மை எனச் சொல்லி ஆட்சியை இந்துக்கள் எடுத்துக் கொள்ளமுடியாது என்றார். அனைத்துவகைப்பட்ட சிறுபான்மையினருக்கும் (ஒருசேர) பெரும்பான்மை இந்துக் களைவிட அதிகம் பிரதிநிதித்துவம் பெறவேண்டும் என்றார்

1. *Majority rule is untenable in theory and unjustifiable in practice*
2. *Hindus could not claim absolute majority of representation on the basis of their numbers 3. the relative majority rep to the Hindus should not be so large as to enable them to establish their rule*
4. *a combination of major minorities should not have such rep as to enable them secure an absolute majority*
5. *all minorities put together should have absolute majority of rep in the legislatures.*

அவரின் முன்மொழிவாக மத்திய சட்டமன்றத்தில் 40 சத இந்துக்கள், 32 சத முஸ்லீம்கள், 20 சதம் செட்யூல்ட் வகுப்பினர், 3 சதம் கிறிஸ்துவர்கள், 4 சதம் சீக்கியர், 1 சதம் ஆங்கிலோ இந்தியன் என்கிற பகுப்பினை பார்க்கிறோம்.

பூர்வீக குடிகள் போதுமான விழிப்புணர்வு பெறாத நிலையில் அவர்களுக்கு தேவையில்லை என்றார். அரசியல் நிர்ணய சபை என்கிற முன்மொழிவை அவர் வேண்டாம் என்றார். டொமீனியன் அந்தஸ்து சரியானது எனக் கருதினார். பிரதமர் மற்றும் இந்து அமைச்சர்களை மைனாரிட்டியும் சேர்ந்துதான் முடிவெடுக்கவேண்டும்- ஆனால் சிறுபான்மை அமைச்சர்களை அவர்கள்தான் முடிவெடுக்கவேண்டும் என்றார்.

1946 தேர்தலில் எஸ் சி எஃப் தோல்வியை சந்தித்தது. அரசியல் நிர்ணய சபை என்பதை அவர் பின்னர் ஏற்றுக் கொண்டு மேற்கு வங்கத்திலிருந்து இடம் பெற்றார். அரசியல் சட்ட வரைவு கமிட்டி சேர்மனும் ஆனார்.

சோவியத் அரசியலமைப்பில் சொல்லப்பட்டது போல் பொருளாதார வடிவத்தை குறிப்பிட்டு இந்தியாவில் சொல்ல அவசியமில்லை - அது தனிநபரின் சுதந்திரத்தின் மீதான தலையீடாக அமைந்துவிடும் என அம்பேத்கர் விளக்கம் தந்தார்.

அரசியல் ஜனநாயகம் நான்கு அடிப்படைகளில்தான் நிலைக்கும். தனிநபர் இறுதியானவர், அரசியல் அமைப்பு சட்டப்படியாக சில அடிப்படை உரிமைகளைப் பெற்றவர், சலுகைகளைப்பெறுவதற்காக அரசியல்மைப்பு சட்டம் தரும் எந்த உரிமைகளையும் அவர் இழக்கக்கூடாதவர், அரசு எந்த தனிப்பட்டவருக்கும் பிறரை ஆள முடிவைத் தருவதில்லை. அரசியல் அமைப்பு சட்டம் வெறும் அரசியல் கருவி மட்டுமல்ல அது பொருளாதார கருவியாகவும் இருக்கும் என அம்பேத்கர் தெளிவு படுத்தினார்.

விவசாய தொழிலாளர் கட்சி என்கிற PWP கட்சியை சங்கர் ராவ்மோர் என்பார் நடத்திக்கொண்டிருந்தார். அம்பேத்கார் எஸ்சிஎஃப் நடத்திக்கொண்டிருந்தார். PWP மார்க்சியம் என பேசிவந்தது. கம்யூனிஸ்ட் கட்சியுடன் மோர் இணைய விரும்பு கிறார் என்கிற தகவலை ஜெயபிரகாஷ் நாரயண் அம்பேத்கரிடம் தெரிவித்தபோது அதை அம்பேத்கர் விமர்சித்தார். அவர்கள்

மக்களை அழிவிற்கு கொண்டுபோய் சேர்க்கின்றனர் என்றார்.

Ambedkar said that if this was to happen the More was ruining the masses..PWP according to him a communal party dominated by Marathas (page 77 kuber).

1952 தேர்தலில் பிரஜா சோசலிஸ்ட்களுடன் அம்பேத்கர் கூட்டணி அமைத்தார். இரு கட்சி ஜனநாயக முறை என அம்பேத்கர் முன்மொழிந்தார். ஆறு அம்சங்களை சொல்லி அதன் அடிப்படையில் தான் எஸ் சி எஃப் ஆதரவை நல்கும் என்றார். கம்யூனிஸ்ட்கள், இந்து மகாசபா எதற்கும் ஆதரவில்லை என்றார்.

* *No support to Independents*
* *No alliance with Hindu mahasabha or the RSS*
* *Working alliances with BC organisations*
* *No alliance with CPI*
* *No belief with Totalitarian parties*
* *No multiplicity of Parties- ideal was two party democracy*

அம்பேத்கர் சோசலிஸ்ட் கூட்டணியை நேரு விமர்சித்தார். தனது அமைச்சரவை சகாவாக 4 ஆண்டுகள் இருந்தபோது தமது அரசாங்கத்தின் வெளிநாட்டுக்கொள்கை குறித்து எந்த விமர்சனமும் அம்பேத்கரிடம் இல்லை. இப்போது பேசுகிறார் என்றார் நேரு.

அம்பேத்கர் 1952 தேர்தலில் தோற்கடிக்கப்பட்டார். அவர் காஷ்மீரை பிரிக்கவேண்டும் எனப் பேசியதும், முஸ்லீம்களுக்கு தனி வாக்காளர் தொகுதி எனப் பேசியதும். அவர் தோல்விக்கு காரணமாக அமைந்தது. அவர் ராஜ்யசபாவிற்கு மார்ச் 1952ல் தேர்வாகிறார். 1954ல் மக்களவைக்கு நின்ற அவரால் வெல்லமுடியாமல் போனது. ஊரக மக்களிடம்

கட்சி செல்லாமல் தேர்தலில் வெல்வது கடினம் என்பதை அவரால் உணரமுடிந்தது.

அவரை பொறுத்தவரை மனிதனுக்கு மதம் அவசியம்தான். ஆனால் அதை சமூக நெறிகளைக்கொண்டு மதிப்பிடவேண்டும் எனக் கருதினார். The Religion which discriminates between two followers is partial and the religion which treats crores of its adherents worse than dogs and criminals and inflicts upon them insufferable disabilities is no religion at all"

அம்பேத்கர் நான்கு அடிப்படைகளை மதம் குறித்து முன்வைத்தார். ஒழுக்கநெறி, காரணகாரிய அறிவு, சுதந்திரம் சமத்துவம் சகோதரத்துவம் என்பவை ஏற்பு, வறுமையை கொண்டாடாமை என குறிப்பிட்டார்.

1. Religion in the sense of morality, must therfore remain the governing principle in every society.

2. Religion,if it is to function, must be in accord with reason which is merely another name for science

3. Its moral code must recognise the fundamental tenets of liberty, equality and fraternity. Unless a religion recognises these three fundamental principles of social life, religion will be doomed.

4. Religion must not sacntify or ennoble poverty.

அதே நேரத்தில் இந்து மதம் பற்றிப் பேசும்போது What is called religion by Hindus is nothing but a multitude of commands and prohibitions. இந்து மத தீங்குகளாக அவர் சிலவற்றை பட்டியலிட்டார்.

It has deprived moral life of freedom

It has only conformity to commands

The laws are ininequitous in that they are not the same for one class as for another.. இந்து மதத்தில் செய்யப்படவேண்டிய

மாற்றங்களையும் அவர் பட்டியலிட்டார். அதை குபர் கீழ்கண்டவாறு பதிவு செய்துள்ளார்.

He wanted a change from a religion of rules to a religion of principles. The requirements were

- *a. one standard book of Hindu Religion*
- *b. No hereditory priesthood - exam system open to all*
- *c. State sanads- permission required for priests*
- *d. Limit by law the number of Priests*
- *e. state supervision of the Priests' morals beliefs and worship (page 81 Kuber)*

புத்தரா மார்க்சா எனும் அம்பேத்கர் ஒப்பீட்டை குபர் ஏற்கவில்லை. இருவரும் காலத்தால் மிக வேறுபட்டவர்கள். பொருளாயதவகைப்பட்ட கருத்தாக்கத்தை மார்க்ஸ் பேசினார் என குபர் ஆய்வு செல்கிறது.

புத்தமதம் மாறுவதற்கு ஏதுவாக அவர் புனைவு ஒன்றையும் செய்தார். தீண்டப்படாதவர் அனைவரும் ஒரு காலத்தில் புத்தமதம் சார்ந்தவர்கள்தான். இதைத்தான் குபர் ஏற்காமல் புனைவு என்கிறார். தீண்டப்படாதவர் போராட்டம் வர்க்கப்போராட்டமே என்ற அவரது கருத்திற்கு இந்த மதமாற்றம் துணையாகவில்லை எனவும் குபர் விமர்சித்தார். விடையை எழுதிவிட்டு அதற்கேற்ப தத்துவம் ஒன்றை கொணர அவர் முயற்சித்ததாக குபர் சொல்கிறார். ஜெலியட் கருத்தின்படி *ambedkar's embracing of a new religion, was meant to act as a bulwark against communism.* அம்பேத்கர் வர்க்கபோராட்டத்தை தவிர்க்க நினைத்ததாகவே குபேர் எழுத்து செல்கிறது. (பக். 88)

அம்பேத்கர் இந்து மதத்திற்கான சவால் என காந்தி எழுதினார். ஆனால் மதம் என்பது கற்பதினால் வருவதில்லை. ஆன்றோர் துறவிகளின் வாழ்க்கையும் செய்தியுமாக

வருகிறது. மதத்திற்கும் சாதிக்கும் சம்பந்தமில்லை. அம்பேத்கர் தனது வழக்கை அதீத நிருபணமாக்குகிறார் என்பது காந்தியின் எதிர்வினை.

அம்பேத்கரின் தேசியம் என்பது வித்தியாசமான சிந்தனையை உள்வாங்கிய ஒன்று. நாட்டின் விடுதலை என்பதுடன் அது நிற்காது. வெளி மேலாண்மையிலிருந்து விடுதலை என்பதுடன் அது நின்றுபோகும். அதே நேரத்தில் உள்மேலாண்மை என்பதிலிருந்து விடுதலை - ஒடுக்கப்பட்டவர்க்கான விடுதலை என்பதையும் சேர்த்தே அவர் தனது நேஷனலிசமாக முன் வைத்தார். *He made a clear distinction between the freedom of the country and the people of that country- No internal slavery* என்றார். வகுப்புவாத கொடுமை- சாதிய எண்ணப்பாங்கிலிருந்து விடுதலைதான் தேசியம் என கருதினார். சமூக சகோதரத்துவம் என்பதை அடையமுடியாமல் தேசியம் எவ்வாறு இருக்கும் எனக் கேள்வி எழுப்பினார்.

அப்போது இருந்த நிலைமைகளை பரிசீலித்த அம்பேத்கர் இவ்வாறு வரையறுத்தார். *Any claim for the sharing of power by the minority is called communalism, while monopolising the whole power by the majority is called nationalism"*

How can people divided into several thousands of castes be a nation? என்கிற கேள்வியை அவர் எழுப்பிக்கொண்டேயிருந்தார்.

அம்பேத்கர் பிராமணர் அல்லாதார் இயக்கங்களுடன் அவ்வப்போது இணக்கமாக இருந்தாலும் அவர்களை அவர் விமர்சிக்காமல் இல்லை. இது குறித்து குபேர் எழுதுவதை பார்க்கமுடியும். “ *Ambedkar said that the Non Brahmin parties prostituted their positions of power for providing jobs for their men and nothing more. They forgot the class from which they came. Ambedkar criticised that many of the Non- Brahmin partymen tried to become second class Brahmins; they have not abandoned Brahminism. They forgot to bring the nonbrahmin castes on equal footing. (Page: 118)*

மகாராஷ்ட்ர அனுபவத்தைப் பார்த்து அம்பேத்கர் எழுதினார். *The Non- Brahmins have effaced the memory of Jytoba Phooley completely. Not only that but that class has shamlessly betrayed his philosophy"*

பாராளுமன்ற ஜனநாயகம் என்பதை குறித்த தேர்ந்த வரையறையை அம்பேத்கர் நாட்டிற்கு வழங்கினார். இரத்தம் சிந்தாமல் சமூகத்தில் புரட்சிகரமான பொருளாதார மாற்றங்களை கொணரமுடியும் - அதற்கு கீழ்கண்ட நிபந்தனைகள் அவசியம் என்றார்.

1. *There should not be glaring inequlaities in society-* வெளித்தெரியும் அசமத்துவம் ஏதும் சமூகத்தில் இருக்கக்கூடாது

2. *Existence of Opposition-* எதிர்கட்சியின் இருப்பு

3. *equality in law and administration* - சட்டம் மற்றும் நிர்வாகத்தில் சமத்துவம்

4. *Observance of Constitutional morality-* அரசியல் அமைப்பு சட்ட நெறிகளை பின்பற்றுதல்

5. *No tyranny of the majority-* பெரும்பான்மை கொடுமையின்மை

6. *Moral order of society* - சமூகமே நெறி ஒழுங்குடன் இருத்தல்

7. *Public conscience.* - பொது மனசாட்சி

மொழிவாரி மாநிலம் குறித்தும் அம்பேத்கர் மாறுபட்ட சிந்தனை கொண்டவராகவே இருந்தார். ஒடுக்கப்பட்டவர் நலனுக்கு குந்தகமாகக் கூட அது அமையலாம் எனக் கருதினார்.

He said that the constituents in a federal state should not be on linguistic principles. The danger lies in creating linguistic provinces with the language of each province as its official language. Ambedkar stated to allow this is to allow the provinces to become independent nations. He favoured one language, many states formula (page 126-27 kuber)

சம்யுக்த மகாராஷ்ட்ரா சமிதி என்கிற பெயரில் டி ஆர் காட்கில், போடேடார், டாங்கே, சங்கர் ராவ், ஜெயகர் போன்ற பெரும் ஆளுமைகள் போராடிய போது அம்பேத்கர் தனது மாற்றுக்கருத்தையே மாநிலங்கள் சீரமைப்பு குழுவில் வைத்தார்.

According to him, linguism in the country was only another name for communalism. Those who are going to rule are not Marathas by speech , but Marathas by caste- the minories especially- kuber 132

அரசியல் அமைப்பு சட்ட அசெம்பிளியில் கே.டி. ஷா அவர்கள் முதல் ஷரத்தில் திருத்தம் கோரினார். *India shall be a secular, federal, socialist union of states".*

இதற்கு அம்பேத்கர் கீழ்கண்ட பதிலை தனது விளக்கமாக அளித்தார். அவர் பதில் வழிகாட்டும் நெறிகள் சோசலிச திசையை கொள்கையைத்தான் கொண்டிருக்கின்றன என்பதாக அமைந்தது.

If these Directive Principles are not socialistic in their direction and in their content, I fail to understand what more socialism can be. These socialistic principles are already embodied in our constitution"

அம்பேத்கர் தொழிலக தொழிலாளிகளைப் போலவே விவசாயத் தொழிலாளர்களுக்கும் பி.எஃப், பென்ஷன், இன்ஷ்யூரன்ஸ் போன்ற பாதுகாப்புகள் தரப்படவேண்டும் என அரசியல் சட்ட அசெம்பிளியில் பேசினார். விவசாயம் என்பதை *State Industry* ஆக்கவேண்டும் என்றே அவர் சொல்லிவந்தார். தரிசு நில மேம்பாட்டு திட்டம் மூலமாக

விவசாயத் தொழிலாளர்க்கு நிலவிநியோகம் குறித்தும் அவர் பேசியிருக்கிறார்.

அம்பேத்கர் தன்னை தொழிலாளர் தலைவனாக பார்க்க வேண்டாம் - கம்யூனிட்டி தலைவனாகவே பாருங்கள் என கிரிப்ஸ் இடம் கூறியது ஏன் அவரை அப்படி பேசவைத்த வலிகள் என்ன என்பது ஆய்வுக்குரிய ஒன்று என குபர் குறிப்பிடுகிறார்.

John Dewey's Pragmatism அம்பேத்கரிடம் செல்வாக்கு செலுத்தியதாக சொல்லமுடியும். பிரச்னைகளை தீர்வு கொடுக்கும் பலாலன்களை கொண்டு பார்க்கும் ஒருவகை 'இன்ஸ்ட்ருமெண்டலிசம்' அம்பேத்கரிடம் செயல்பட்டதாக குபர் வரையறுக்கிறார். அவர் எதற்கும் அஞ்சாத துணிச்சலான அறிவுஜீவியாக விளங்கினார். அவரது சிந்தனைப் பாங்கை சமூக மனிதாபிமானம் *'Social Humanism'* என குபர் விளக்குகிறார். மானுட சமத்துவம், ஒவ்வொருவரும் அவரவவர் அளவில் இறுதியானவர், சமூக பொருளாதார, அரசியல் மதம் சார்ந்த உரிமை, எவரொருவர் தேவையை நிறைவு செய்வதும் அச்சத்திலிருந்து அப்புறப்படுத்துவதும் அவசியம், சுதந்திரம், சமத்துவம் சகோதரத்துவம் என்கிற கோட்பாடுகளை அனுசரித்தல், சுரண்டலிலிருந்து விடுவித்தல், பாராளுமன்ற ஜனநாயகம், அகிம்சை வழிப்பட்ட சமூக மாற்றம், எந்த இசத்தையும் அதுவே இறுதி என ஏற்காத மனநிலை, ஆன்மீக ஒழுங்கு, புத்தரின் போதனைகளான அன்பு, சகோதரத்துவம், சமத்துவம் போன்ற சிந்தனைகளை சமூக மனிதாபிமானம் கொண்டிருக்கும் என்கிறார் குபர்.

His rejection of Marxism and embracing Buddhism were reactionary steps. He had no class programme. It is inconceivable how he could achieve socialism by repudiating Marxism and making Buddhism an alternate to Marxism. In a way he had led the whole movement of workers and peasants into reactionary and metaphysical conceptions (page 111) என்கிற கடுமையான

விமர்சனம் குபேர் மதிப்பீட்டில் வருகிறது. மார்க்சியம் வகைப்பட்டு வந்தால்தான் அதை சோசலிசமாக ஏற்கவேண்டும் என்கிற அதீத நம்பிக்கைபாற்பட்ட விமர்சனமாக இதை பார்க்கமுடிகிறது. மார்க்சியத்திற்குள்ளேயே அறிவுலகையும் மீட்சியையும் காட்டும் பார்வையாகவும் இது குபேரிடம் இருக்கிறது.

உதவிய ஆக்கங்கள் :

1. Ambedkar A Critical Study W N Kuber PPH
2. Builders of Modern India Ambedkar Kuber Publication division
3. India and Communism Intro by Anand Teltumbde - Left word
4. Annihilation of Caste Dr Ambedkar
5. அம்பேத்கர் பேச்சும் எழுத்தும், தொகுதி-6
6. அம்பேத்கர் பேச்சும் எழுத்தும், தொகுதி-37

❖❖❖

குறிப்புகள்